நவீன இந்தியாவின் கட்டிடக் கலைஞர்

ஆசிரியர் - டாக்டர். பீமராவ் அம்பேத்கர்

டைமண்ட் புக்ஸ்

www.diamondbook.in

நவீன இந்தியாவின் கட்டிடக் கலைஞர்

© பதிப்பகத்தார்.
டயமண்ட் பாக்கெட் புக்ஸ் (பி) லிமிடெட்.
X-30, ஓக்லா தொழில்துறை பகுதி, கட்டம்-II
புது தில்லி-110020
தொலைபேசி: 011-40712100, 41611861
தொலைநகல்: 011-41611866
மின்னஞ்சல்: ebooks@dpb.in
இணையதளம்: www.diamondbook.in
பதிப்பு: 2023
நவீன இந்தியாவின் கட்டிடக் கலைஞர் : டாக்டர். பீமராவ் அம்பேத்கர்

ஆசிரியர் : டி - மகேஷ் அம்பேத்கர்

மொழிபெயர்ப்பு, லேசர் டைப்செட், வடிவமைப்பு,
எடிட்டிங் - **குணசீலிபிஸ்வநாத் குழு**

நவீன இந்தியாவின் கட்டிடக் கலைஞர்

டாக்டர் - மகேஷ் அம்பேத்கர்

கடவுள் எல்லா மனிதர்களையும் சமமாக உருவாக்கினார், ஆனால் சிலருடைய குறுகிய மனங்களும் மரபுவழி மரபுகளும் தீண்டாமை மற்றும் சமத்துவமின்மையை உருவாக்கியது. அதிலும் மிகவும் பலவீனமான அடித்தளங்களைக் கொண்ட ஒரு நாடு சமத்துவத்தையும் சகோதரத்துவத்தையும் உருவாக்கும் என்று எதிர்பார்க்க முடியாது. மனிதகுலத்தின் சாபமான சாதிவெறி, இந்திய சமூகக் கட்டமைப்பை மிக உறுதியாகப் பற்றிக் கொண்டது, சகோதரத்துவத்திற்குப் பதிலாக முரண்பாடுகளை விதைத்தது. ஆனால், 25 டிசம்பர் 1927 அன்று, மாபெரும் மனிதநேயவாதியான டாக்டர் பீம்ராவ் அம்பேத்கர் ‘மனுஸ்மிருதி’யை நெருப்பில் கொளுத்தி, அந்த அடக்கி வைக்கப்பட்ட, ஆதரவற்ற நாவுக்குப் புதுப் பேச்சு கொடுத்தார். இது ஆரம்பம்தான். அதன் மூலம் 1925 ஆம் ஆண்டில், தீண்டத்தகாதவர்களுக்கு இடஒதுக்கீடு வேண்டும் என்ற கோரிக்கை முன்வைக்கப்பட்டது, அதை பிரிட்டிஷ் பிரதமர் ராம்சே மெக்டொனால்ட் 20 ஆகஸ்ட் 1932 அன்று ஏற்றுக்கொண்டார். மனிதநேயமே அனைத்து மதங்களுக்கும் அடிப்படை என்று கருதிய டாக்டர் அம்பேத்கர் அவர்களின் பகுத்தறிவு கொண்ட ஞானத்தை மக்கள் பல்லாண்டுகள் போற்றுவர்.

முன்னுரை

இன்று நமது நாடு பெரும் நெருக்கடியான காலகட்டத்தை சந்தித்து வருகிறது. இங்கு வகுப்புவாதம் மற்றும் சாதியவாதம் என்ற புற்று நோய் நாடு முழுவதையும் தின்று, சுற்றிலும் வன்முறையையும் இருளையும் பரப்பி வருகிறது.

அத்தகைய நேரத்தில், இந்த சுயநலம் அனைத்தையும் தாண்டி, சகோதரத்துவத்தின் தூய ஒளியுடன் எரியும் ஒரு சுடர் நமக்குத் தேவையாக இருந்கது. அதுவும் பகலாக இருந்தாலும் சரி, இரவாக இருந்தாலும் சரி, அது எங்கும் அமைதி மற்றும் சகோதரத்துவத்தின் ஒளியைப் பரப்பி, யாருடைய வெப்பத்தால் வகுப்புவாத புற்று நம் தேசத்திலிருந்து என்றென்றும் அகற்றப்படுகிறதோ அந்த சமத்துவ சூரியன் நமக்குத் தேவை என அறிந்தோம்.

நமது கடந்த காலம், நிகழ்காலம் மற்றும் எதிர்காலத்தை நாம் ஆராய்ந்தால், இந்த தரநிலைகளை அளவிடும் ஒரே ஒரு பெயரைக் காணலாம். அதாவது சந்தேகத்திற்கு இடமின்றி, அது பாபா சாஹாப் பீம்ராவ் அம்பேத்கரின் பெயராக இருக்கும் எனலாம். அது சரிதான், ஏனென்றால் அவருடைய வாழ்நாள் முழுவதும் பிரிவினைவாதம் மற்றும் தீண்டாமைக்கு எதிராகப் போராடுவதில்தான் கழிந்தது. இந்தியா முழுவதும் ஆங்கிலேயர் ஆட்சியின் கீழ் இருந்த காலகட்டத்தில் தான் பிறந்தவர். அவர் பிறப்பதற்கு முன்பே, ஆர்ய சமாஜத்தை நிறுவிய மகரிஷி தயானந்தர் இறந்துவிட்டார். அவரது அமைப்பு சமூக சீர்திருத்தம், கல்வி மற்றும் ஹரிஜனங்களின் நலனில் ஈடுபட்டது. அகில இந்திய காங்கிரஸூம் உருவாக்கப்பட்டது, ஆனால் அந்த நேரத்தில் காங்கிரஸ் சுதந்திரப் போராட்டத்தில் முழுமையாக ஈடுபடவில்லை. ஆம், அது நிச்சயமாக சீர்திருத்தங்கள் மற்றும் கல்வியின் திசையில் செயல்படுகிறது தான்.

டாக்டர் அம்பேத்கரின் இளமைப் பருவம் பம்பாயின் திறந்தவெளிச் சூழலில் கழிந்தது. அந்த நேரத்தில், திலகர் மற்றும் பிற பெரிய தலைவர்கள் சுதந்திரப் போராட்டத்தில் முழு மனதுடன் ஈடுபட்டிருந்தனர். இங்கு, அதுவரை பீம்ராவ் அம்பேத்கராக இருந்தவர் டாக்டர் அம்பேத்கராக, படிப்பில் மும்முரமாகயும், கல்விப் போர்க்களத்தில் உயர்கல்விக்காகப் போராடியும் கொண்டிருந்தார்.

டாக்டர் அம்பேத்கர் தன் வாழ்நாளில் உள்ள 66 ஆண்டுகளில் மிகவும் மறக்கமுடியாத பல செயல்களைச் செய்தார். இவை பற்றிய முழுமையான விளக்கம் பின்வரும் பக்கங்களில்

கொடுக்கப்பட்டுள்ளது. அவற்றில் சில இங்கேயும் குறிப்பிடப்பட்டுள்ளன.

மேலும், 25 டிசம்பர் 1927 அன்று, டாக்டர் அம்பேத்கர் மனுஸ்மிருதியின் பிரதியை தீயில் எரித்தார். ஏனென்றால் சாதி பரவுவதற்கு மனுஸ்மிதி தான் காரணம் என அவர் நம்பினார்.

நாட்டில் சாதிவெறி.

டாக்டர் அம்பேத்கர் 1928 ஆம் ஆண்டு சைமன் கமிஷன் முன்பு தீண்டத்தகாதவர்களுக்கு இடஒதுக்கீடு மற்றும் தனி பிரதிநிதித்துவம் கோரி முன்வைத்தார் மற்றும் 20 ஆகஸ்ட் 1932 அன்று, பிரிட்டிஷ் பிரதமர் ராம்சே மெக்டொனால்ட் தீண்டத்தகாதவர்களுக்கான தனி பிரதிநிதித்துவ கோரிக்கையை ஏற்றுக்கொண்டார்.

டாக்டர் அம்பேத்கரின் மனதில் 'ஹரிஜன்' என்ற வார்த்தையானது குறித்து பெரும் கோபம் தருவதாக இருந்தது. 'தலித்துகள்' ஹரிஜனங்கள் என்றால், மீதியுள்ள மக்கள் யார்? இந்தக் கேள்விக்குப் பின்னால் இருந்த கொள்கை சமத்துவத்திற்கான அவரது விருப்பம ஆகும். எனவே, டாக்டர் அம்பேத்கரின் ஞானம் மற்றும் புத்திசாலித்தனத்திற்காக அன்றைய இந்தியர்கள் மட்டுமல்ல, இன்றைய தலைமுறையும் அவரைக் கௌரவித்தது; மற்றும் இந்திய அரசாங்கமும் அவரது இந்த கருத்தை ஏற்றுக்கொண்டு, 14 ஏப்ரல் 1990 முதல் ஏப்ரல் 13, 1991 வரை அவரது பிறந்த நூற்றாண்டு விழாவை மிகுந்த உற்சாகத்துடனும் மரியாதையுடனும் கொண்டாடியது. மேலும் 1990 ஆம் ஆண்டு ஏப்ரல் மாதம் அவருக்கு மிக உயர்ந்த தேசிய விருதான 'பாரத ரத்னா' விருதும் வழங்கப்பட்டது.

இந்தப் பக்கங்களில் டாக்டர் அம்பேத்கர் போன்ற ஒரு சிறந்த மனிதரின் அனைத்துப் பணிகளையும் விவரிக்க முடியாது, ஆனால் இன்னும் இந்த புத்தகத்தில் டாக்டர் அம்பேத்கரின் மறக்க முடியாத பணியை முன்னிலைப்படுத்த முயற்சித்துள்ளோம். இம்முயற்சியில் நாம் எந்தளவுக்கு வெற்றி பெற்றுள்ளோம் என்பதை இந்நூலைப் படித்த பின்னரே வாசகர்களால் தீர்மானிக்க முடியும்.

- பதிப்பகத்தார்

பொருளடக்கம்

வ. எண்	தலைப்பு	பக்கம்
1.	பின்னணி	7
2.	அம்பேத்கரின் குழந்தைப் பருவம்	11
3.	அம்பேத்கரின் கல்வி	15
4.	இராணுவத்தில் சேர்தல்	22
5.	அமெரிக்காவிற்கு புறப்படுதல்	23
6.	வேலைவாய்ப்பு	31
7.	தலித் மக்களின் விழிப்புணர்வு	39
8.	லண்டனுக்குத் திரும்பு	41
9.	சட்ட நடைமுறை தொடங்கியது	43
10.	மஹர் மாநாடு	45
11.	சைமன் கமிஷன்	54
12.	வட்ட மேசை மாநாடு (முதல்)	57
13.	புதிய பெயர், பாபா சாஹப்	65
14.	சாதிவெறிக்கு எதிராகப் போராடுங்கள்	68
15.	அரசியல் ஸ்திரமின்மை	71
16.	இறுதி பயணம்	124

பின்னணி

இந்த நாட்டின் எதிர்கால சமூக, அரசியல் மற்றும் பொருளாதார முன்னேற்றம் குறித்து எனக்கு எந்த சந்தேகமும் இல்லை. இன்று நாம் அரசியல், சமூகம், பொருளாதாரம் என்று பிரிந்திருப்பதை நான் அறிவேன். மக்களிடையே பதற்றமும் கருத்து வேறுபாடும் பரவியுள்ளது. இந்த அதிருப்தி மக்கள் கூட்டத்திற்கு நானே தலைவன் என்பதையும் நான் அறிவேன். இவ்வளவு பதற்றம் மற்றும் முரண்பாடுகள் இருந்தபோதிலும், நேரம் வரும்போதும், நிலைமை மாறும் போதும், இந்த நாட்டின் ஒற்றுமைக்கு எந்தத் தடையும் இருக்க முடியாது என்பதில் எனக்கு முழு நம்பிக்கை உள்ளது. எங்களிடையே பல்வேறு ஜாதிகள், கருத்து வேறுபாடுகள் இருந்தாலும், நாம் எல்லோரும் ஒரு தேச மக்கள் என்று தயக்கமின்றி சொல்ல முடியும். இந்தியப் பிரிவினையை முஸ்லிம் லீக் கோரினாலும், முஸ்லிம்களே சிந்திக்கத் தொடங்கும் ஒரு நாள் வரும் என்பதைச் சொல்வதில் எனக்கு எந்தத் தயக்கமும் இல்லை. எனக் கூறினார்.

ஒன்றுபட்ட இந்தியா என்பது தான் அனைவரின் நலனிலும் உள்ளது என்பதைப் புரிந்துகொள்வது, தான் அவரது கொள்கை ஆகும்.

மேற்கண்ட வரிகள் 1946 டிசம்பர் 17 அன்று அரசியல் நிர்ணய சபைக் கூட்டத்தில் ஆற்றிய உரையின் பகுதிகளில் அவர் வெளிப்படுத்திய இந்த உணர்வுகள் இன்றும் உண்மையாக உள்ளது. அதை இந்தியாவின் ஒற்றுமைக்காக உண்மையாகப் போராடும் மக்கள் புரிந்து கொள்வர்.

அப்போதைய இந்தியப் பிரதமர் பண்டித ஜவஹர்லால் நேரு, இந்த புகழ்பெற்ற சட்டமன்ற உறுப்பினரான பீம்ராவ் அம்பேத்கரை, இந்திய அரசியலமைப்புச் சட்ட வரைவுக் குழுவின் தலைவராக்கினார். இந்த அரசியல் சட்டத்தில் 'சூத்திரர்கள்' என்று அழைக்கப்பட்ட மக்களின் பெயரை 'பட்டியலிடப்பட்ட சாதிகள்' என்ற சிறப்புப் பெயராக மாற்றியவர் டாக்டர் அம்பேத்கர். டாக்டர் அம்பேத்கர் அவர்களே இந்த 'பட்டியலிடப்பட்ட சாதி'யின் ஒரு பகுதியாக இருந்தார். இதே அட்டவணைப்படுத்தப்பட்ட சாதி தொடர்பாக அவர் கூறினார் - " சூத்திரர்கள் மிகக் குறைந்த வகுப்பினர், மேலும் வளர விடாத கட்டுப்பாடுகளின் வலையிலும் அவர்கள் சிக்கிக் கொள்கிறார்கள். சூத்திரர்களின் பிரச்சனையின் முக்கியத்துவத்தை மக்கள் இன்னும் புரிந்து கொள்ளவில்லை. இந்து சமுதாயத்தில் சூத்திரர்கள் பெரும்பான்மையாக உள்ளனர், சூத்திரர்கள் முன்னேறவில்லை என்றால் சமுதாயம் முன்னேற முடியாது என்பதை அவர்கள் மறந்துவிட்டார்கள். இந்தியாவின் எதிர்காலமும் இந்து சமுதாயத்தின் ஒற்றுமையும் நான்கு வகுப்பினரையும் சார்ந்துள்ளது...

பின்னர், அவர் பட்டியலிடப்பட்ட சாதிகளின் உறுப்பினர்களை சுரண்டப்பட்ட மற்றும் தாழ்த்தப்பட்ட (தலித்) வர்க்கம் என்று அழைக்கத் தொடங்கினார். அவர்களைப் பற்றி அவர் கூறியது -

.....இந்த சுரண்டப்படும் மக்களின் சேவையில் என் முழு வாழ்க்கையையும் தியாகம் செய்வேன் என்பது எனது உறுதிமொழி, அவர்களில் நானும் ஒருவன்; இந்த மக்கள் மத்தியில் நான் வளர்ந்து, நான் ஒரு பகுதியாக இருக்கிறேன். என்னுடைய இந்தக் கடமையிலிருந்து ஒரு அங்குலம் கூட நான் விலக மாட்டேன், என் போட்டியாளர்கள் மற்றும் எதிரிகளின் விமர்சனங்களைப் பற்றி நான் கவலைப்பட மாட்டேன்.

இங்கு டாக்டர் அம்பேத்கர் பேசும் சுரண்டப்படும் வர்க்கமானது 'மஹர்' என்ற தலித் வர்க்கம் ஆகும். மேலும் மகாராஷ்டிராவில் மஹர்கள் பெரும்பான்மையாக உள்ளனர், மேலும் அவர்கள் இந்தியாவின் பல்வேறு மாகாணங்களிலும், மாநிலங்களிலும் வெவ்வேறு எண்ணிக்கையில் காணப்படுகின்றனர், இது மராத்தியின் இந்த வாசகத்தால் நிரூபிக்கப்பட்டுள்ளது - "எங்கே ஒரு கிராமம் இருக்கிறதோ, அங்கே மராத்வாடாவும் இருக்கும்; மராத்தி பேசும் மக்கள் எங்கெல்லாம் இருக்கிறார்களோ, அங்கு மஹர்களும் செல்கிறார்கள். இந்த வகையில், மஹர் சாதி மராத்தா, மராத்தி, மராத்வாடா ஆகியவற்றின் ஒருங்கிணைந்த பகுதியாக இன்றும் உள்ளது. மொத்த மக்கள் தொகையில் 9% மஹர் சாதியைச் சேர்ந்தவர்கள் என்று நம்பப்படுகிறது.

மகாராஷ்டிரா மாநிலத்தின் துணிச்சலான சாதியாக மஹர் சாதியினர் அதை நம்புகிறார்கள். மகாராஷ்டிராவின் சிங்கமான சத்ரபதி சிவாஜியின் படையிலும், அவருக்குப் பின் பேஷ்வாக்களின் படைகளிலும் மஹர் வீரர்கள் ராணுவத்தின் முதுகெலும்பாகக் கருதப்பட்டனர். அவர்கள் பல போர்களில் கலந்து கொண்டனர். பிறகு

பிரிட்டிஷ் ஆட்சியின் ஸ்தாபனம், 19 ஆம் நூற்றாண்டில், இராணுவத்தின் பம்பாய் பிரசிடென்சி படையின் நான்காவது உருவாக்கம் மஹர்களைக் கொண்டிருந்தது. இந்தியா சுதந்திரம் அடைந்த பிறகு, இந்திய-பாகிஸ்தான் போர் மூண்டபோது, அந்த 14 நாள் வரலாற்றுப் போரில், மஹர் ரெஜிமென்ட் தனது போர்த் திறமையை மிகத் துணிச்சலாக வெளிப்படுத்தியது.

மஹர் சாதி மக்கள் தொடக்கத்திலிருந்தே தங்களை நிலப்பிரபுக்களாகக் கருதி வருகின்றனர். மஹாராஷ்டிராவில், எந்தக் குடும்பத்தில் நிலப் பங்கீடு பிரச்சனை வந்தாலும், அந்தப் பிரச்சனையைத் தீர்க்க மஹர்களை அழைப்பது அங்கு பிரபலமானது. அந்த மஹர், நிலத்தை விதிகளின்படி பிரிப்பது மட்டுமின்றி, அங்கு மதில் சுவர்கள் அமைத்து எல்லைகளைக் குறித்தும் அவர்களைப் பயன்படுத்தினார். கிராமத்தின் வயல்களையும் அவற்றின் பாதுகாப்பையும் கவனிக்கும் பொறுப்பும் மஹர்களின் கைகளில் தான் இருந்தது. ஒரு கிராமத்திலிருந்து மற்றொரு கிராமத்திற்கு செய்திகளை எடுத்துச் செல்லும் பணியும் மஹர் தூதர்களால் செய்யப்பட்டது.

எல்லாமே மாற வேண்டும் என்ற பழங்கால மரபின்படி, மஹர்களும் மாற்றத்தை ஏற்றுக்கொண்டு, தங்கள் பாரம்பரிய வேலையை விட்டுவிட்டு, சுடுகாடுகளுக்கு விறகு வழங்குதல், இறந்த விலங்குகளை எடுத்தல் மற்றும் கிராமத்திலிருந்து வெளியேற்றுதல் போன்ற பணிகளைச் செய்யத்

தொடங்கினர். மராத்தி சமூகத்தில் மஹர்களைப் பற்றிய ஒரு எதிர்மறையான உணர்வு உருவாகத் தொடங்கியது, அது மட்டுமல்லாது மெல்ல மெல்ல இந்த உணர்வு மஹர்களை "தீண்டத்தகாதவர்கள்" என்று அழைக்க காரணமாக அமைந்தது. அப்போது இந்தியாவில் ஆங்கிலேயர் ஆட்சி இருந்தது. டாக்டர் அம்பேத்கரின் தந்தை ராமோஜி மாலோஜி அம்பேத்கர், பிரிட்டிஷ் ராணுவத்தின் கிரெனேடியர் ரெஜிமென்ட்டில் சுபேதார் மேஜராக இருந்தார். மேலும் மஹர்களை படையில் சேர்ப்பது நிறுத்தப்பட்டது என்ற செய்தியானது அவரை மிகவும் வேதனையடைய செய்தது. ராமோஜி மாலோஜி விரைவில் நீதிபதி எஸ்.சி.கணேஷிடம் சென்று பிரிட்டிஷ் அரசாங்கத்தின் இந்த முடிவுக்கு எதிராக மேல்முறையீடு செய்தார், இராணுவத்தில் மஹர்களை அனுமதிக்கக்கூடாது என்ற பிரச்சினையை வலியுறுத்தினார். ராமோஜி இந்த வேண்டுகோளை இந்திய அரசுக்கு அனுப்பினார். ஆனால், இந்திய அரசு இதில் கவனம் செலுத்தவில்லை. அதன் விளைவுதான் இதற்கு எதிர்ப்பு தெரிவித்து போராட்டம் நடத்தப்பட்டது.

ஒரு இயக்கத்தைத் தொடங்குவது குழந்தை விளையாட்டல்ல. இதற்கு, மக்களின் ஆதரவும், பெருந்திரளான மக்களைக் கட்டுப்படுத்தவும், அவர்களை வழிநடத்தவும் ஒரு தலைவர் தேவை. ஆனால், உறுதியான மனிதரான ராமோஜி, ஷிவ்ராம் ஜான்வா காம்ப்ளே, பகதூர் பட்நாகர், சுபேதார் காட்கே, சுபேதார் செப்டேகர் ஆகியோரின் உதவியுடன் இந்தக் கடினமான பணியைச் செய்து, மஹர்களை ராணுவத்தில் அனுமதிக்கக் கூடாது என்ற முடிவுக்கு எதிராக வலுவான இயக்கத்தைத் தொடங்கினார். இந்த இயக்கத்தின் முடிவும் மஹர்களுக்கு சாதகமாக இருந்தது. பிரிட்டிஷ் ராணுவத்தின் கதவுகள் மஹர்களுக்காக திறக்கப்பட்டது.

மேலும், மஹர்கள் துணிச்சலான வீரர்களாகக் கருதப்படுகிறார்கள். பம்பாயில் 750 மஹர் படைகளுடன் கிழக்கிந்திய கம்பெனியின் 25 மஹர் படைப்பிரிவுகள் இருந்ததன் மூலம் இது நிரூபிக்கப்பட்டுள்ளது. முதல் மற்றும் இரண்டாம் உலகப் போரின்போது, மஹர்கள் அவர்களின் அசாத்தியமான துணிச்சலையும், நன்கு விவரித்துள்ளனர். அவர்களின் இந்த துணிச்சலின் காரணமாக, இது மஹர் ரெஜிமென்ட் என்று பெயரிடப்பட்டது. சுதந்திரத்திற்குப் பிறகு, இந்திய ஜனாதிபதி இந்த மஹர் படைப்பிரிவுக்கு 'யஷ்சித்தி' என்ற கொடியை வழங்கி ராணுவத்தில் முக்கிய இடத்தைப் பெற்றார்.

முதல் உலகப் போரின் போது, மஹர்களை இராணுவத்தில் சேர்ப்பதில் மீண்டும் ஒரு சிக்கல் ஏற்பட்டது. இந்த தடையால் மஹர்களிடம் கோபத்தின் எரிமலை வெடிப்பது இயற்கையானது. இதன் விளைவாக, மஹர்கள் கிளர்ச்சி செய்யத் தொடங்கினர். உலகப் போர் முடியும் வரை அதிகாரப்பூர்வமாக எந்த முடிவும் எடுக்கப்படவில்லை

இந்த பிரச்சினையில் எடுக்கப்பட்டது. இது மட்டுமின்றி, முதல் உலகப் போர் முடிந்தவுடன், மஹர் படைப்பிரிவு கலைக்கப்பட்டு, மஹர்களை ராணுவத்தில் சேர்ப்பது முற்றிலும் நிறுத்தப்பட்டது.

இங்கே, எங்கள் புத்தகத்தின் கதாநாயகன் அதே நேரத்தில் இந்திய அடிவானத்தில் ஒரு பிரகாசமான நட்சத்திரத்தைப் போல ஜொலிக்கத் தொடங்கினார். அவர் 1923 இல் சட்டத் தேர்வில் தேர்ச்சி பெற்றார். இராணுவத்தில் மஹர்களின் சேர்க்கை பிரச்சினையை டாக்டர் அம்பேத்கர் தனது கைகளில் எடுத்துக் கொண்டார், மேலும் முழு தயாரிப்புடன் சுபேதார் டி.வி.யின் உதவியையும் ஆதரவையும் எடுத்துக் கொண்டார். காம்பே மற்றும் பிற மஹர் இராணுவ அதிகாரிகள், இந்த வழக்கை நீதிமன்றத்தில் தாமாகவே போராடி, இந்த தடையை நீக்குவதில் வெற்றியும் பெற்றனர்.

டாக்டர் அம்பேத்கரின் கடின உழைப்பு மற்றும் உண்மையான அர்ப்பணிப்பின் விளைவாக இன்று மஹர் ரெஜிமெண்ட் 15 பட்டாலியன்களைக் கொண்டுள்ளது. இதுமட்டுமின்றி, இந்திய ராணுவத்தின் மிகப்பெரிய படைப்பிரிவு என்ற பெருமையும் இதற்கு உண்டு. 1946 இல், மஹர் இயந்திர துப்பாக்கி படைப்பிரிவும் உருவாக்கப்பட்டது. இன்றும், இராணுவத்தில் மிகவும் வலிமையான மற்றும் வளமான படைப்பிரிவு என்ற பெருமையைப் பெற்றுள்ளது. ராணுவத்தில் மஹர்கள் என்ன சாதித்தாலும் அதற்கான முழுப் புகழும் ராமோஜிக்கும் அவரது மகன் டாக்டர் பீமாராவ் அம்பேத்கருக்கும்தான் உரித்தாக வேண்டும். இந்தப் படைப்பிரிவைக் காப்பாற்ற தந்தையும் மகனும் அயராது முயற்சித்திருக்காவிட்டால், காலத்தின் ஆழமான இடைவெளியில் மஹர் ரெஜிமெண்ட் எங்கேயாவது புதைந்திருக்கும் என்பது தான் உண்மை.

* * *

அம்பேத்கரின் குழந்தைப் பருவம்

டிஆர். அம்பேத்கரின் சிறுவயது பெயர் பீம் சக்பால். அவர் சுபேதார் மேஜர் ராமோஜி சக்பாலின் பதினான்காவது குழந்தை. குடும்பத்தில் இளையவர் என்பதால் அனைவரின் செல்லப்பிள்ளையாகவும் இருந்தார். ஆனால், ஒரு தாயின் அன்பு அவரது தலைவிதியில் நீண்ட காலமாக இல்லை. ஏனென்றால் அவருக்கு 7 வயதாக இருந்தபோது, அவரது தாயார்

ஸ்ரீமதி பீமாபாய் சீக்கிரமே இறைவனடி சேர்ந்தார். பீம் சக்பாலின் குழந்தைப் பருவம் மகாராஷ்டிராவின் புகழ்பெற்ற ரத்னகிரி பகுதியில் கழிந்தது, ஆனால் தாய் பாசம் இல்லாததால் அவர் மனதின் மீது தாக்கம் ஏற்பட்டது. தாய் இல்லாத அந்தக் குழந்தைப் பருவத்தில் பீம் சக்பாலின் மன நிலையை, தானே அனுபவித்த ஒருவரால் மட்டுமே தான் கற்பனை செய்ய முடியும்.

சக்பால் பிறந்த நேரத்தில், மஹர்களின் பிம்பம் சூத்திரர்களைப் போல் தாழ்ந்த வர்க்கமாக நிறுவப்பட்டது. இதற்கான காரணம் புத்தகத்தின் முந்தைய பக்கங்களில் விளக்கப்பட்டுள்ளது. ஆனால், ராமோஜி மாலோஜி அம்பேத்கரின் வீட்டில் ஆண் குழந்தை பிறந்ததால் ஒட்டுமொத்த குடும்பத்திலும் மகிழ்ச்சியான சூழல் நிலவியது. மகாராஷ்டிர மரபுகளின்படி, மஹர் சுவாமியால் ஆசிர்வதிக்கப்பட்ட குழந்தைக்கு பீம் சக்பால் என்று பெயரிடப்பட்டது.

மற்ற பழங்குடியினரைப் போலவே, ராமோஜி மாலோஜி அம்பேத்கரின் மூதாதையர்களும் தங்கள் கடவுள்கள் மற்றும் தெய்வங்களான ஜகாய், மோசாய் ஆகியோரை வணங்குபவர்களாக இருந்தனர். இதுதவிர, வேதாளம், மஹாசா, பஹ்ரி, மாத்வி, மரிப்பை போன்றவற்றையும் வழிபட்டு வந்தனர். இந்த தெய்வங்கள் மற்றும் தெய்வங்களின் ஸ்தலங்கள் கிராமத்தின் ஒரு மூலையில் இருந்தன, அங்கு அவர்கள் வழிபட்டனர்.

அப்போது மஹர் இனத்தைச் சேர்ந்த சோகமேலா என்ற புகழ்பெற்ற துறவி இருந்தார். அவர் சிறந்த கவிஞராகவும் பக்திப் பாடல்களை எழுதுபவராகவும் வந்தார். காலப்போக்கில், மஹர் சாதியில் அவரது பக்திப் பாடல்களின் தாக்கம் வளர்ந்தது மற்றும் மஹர்களிடம் ஆழ்ந்த பக்தி உணர்வும் புகுத்தப்பட்டது. மேலும் துறவி இறந்ததும், பந்தேர்பூரில் அவரது கல்லறை இருந்த இடத்தில், ஒரு கோவில் கட்டப்பட்டது. இன்றும், மஹர்

கவிஞர் துறவியின் இந்த ஆலயத்தில் மிகவும் வலுவான நம்பிக்கையும் உள்ளது. இந்த கோவிலுக்கு மஹர் இன மக்கள் வெகு தொலைவில் இருந்து வருகின்றனர்

தங்கள் பக்தி மற்றும் நம்பிக்கையை வெளிப்படுத்துங்கள், மேலும் அவரது பாதத்தில் தங்கள் பக்தியின் மலர்களை சமர்ப்பிக்கவும். என்று ராமோஜி மாலோஜி உள்ளம் உருகி வணங்கினர். அம்பேத்கரின் குடும்பம் எப்படி துறவி சோகமேலாவின் ஆன்மாவைத் தூண்டும் பக்திப் பாடல்களால் தீண்டப்படாமல் இருக்க முடியும்? அவரது பாடல்கள் அவர்களது வீட்டில் அடிக்கடி பாடப்படும், மேலும் அவரது குடும்பத்தினரும் அவ்வப்போது பந்தேர்பூர் கோவிலில் தெய்வங்களையும் வழிபட சென்றனர். ஒரு நபரின் ஆளுமை பெரும்பாலும் அவரது நண்பர்கள் மற்றும் தோழர்களால் வடிவமைக்கப்படுகிறது என்று கூறப்படுகிறது. எனவே, மெதுவாக, குழந்தை சக்பாலும் தனது குடும்பத்தில் உள்ள சூழ்நிலையால் பாதிக்கப்பட்டார். ஒரு துணிச்சலான மஹர் சிப்பாயின் வீட்டில் பிறந்ததால், அவரது தந்தை மற்றும் மஹர் சாதியின் வீரமும் அவருக்குள் பதிந்தது. அவரது தந்தையின் நம்பிக்கைகள், போராட்டங்கள் மற்றும் கிளர்ச்சி ஆகியவை பீம் சக்பால் மீது தாக்கத்தை ஏற்படுத்துவது இயற்கையானது. இல்லாவிட்டாலும், குழந்தைகள் ஈர்க்கக்கூடிய மனம் கொண்டவர்கள். ஒரு நிகழ்வு அல்லது சம்பவம் அவர்கள் மனதில் ஆழமாகப் பதிந்து அங்கே நிரந்தர இடத்தைப் பெறுகிறது. வீட்டிலும் வெளியிலும் அவனைச் சுற்றியிருக்கும் போராட்டச் சூழலைப் பார்த்ததும் கேள்வியும் எதிர்ப்பும் அவனுக்குள் வலுப்பெற்றது.

குழந்தைப் பருவத்தின் நிகழ்வுகள் குழந்தையின் மனதில் அழியாத தாக்கத்தை ஏற்படுத்துகின்றன. அந்த செல்வாக்கு நல்ல நிகழ்வுகளாக இருந்தாலும் சரி, கெட்ட நிகழ்வுகளாக இருந்தாலும் சரி, அதன் விளைவு நிரந்தரமானது. ஆறு வயதில் சக்பாலுக்கு இப்படி ஒரு சம்பவம் நடந்தது. ஒருமுறை சக்பால் தனது மூத்த சகோதரனுடன் மாட்டு வண்டியில் வேறொரு கிராமத்திற்கு சென்று கொண்டிருந்தார். அங்கு யாருடைய ஜாதியும் நெற்றியில் எழுதப்படாததால் வண்டி ஓட்டுநருக்கு அவர்களின் ஜாதி பற்றி எதுவும் தெரியாது. எல்லா மனிதர்களின் வெளித்தோற்றமும் ஒன்றுதானே.

ஆனால், விதி வேறு எதையோ வைத்திருந்தது. மாட்டு வண்டியில் சக்பால் மற்றும் அவரது சகோதரர் தவிர வேறு சிலரும் இருந்தனர். நேரம் செல்ல செல்ல அனைவரும் ஒருவருக்கொருவர் பேச ஆரம்பித்தனர். அவர்களின் பேச்சிலிருந்து சக்பாலும் அவரது மூத்த சகோதரரும் மஹர் சாதியை சேர்ந்தவர்கள் என்பது அனைவருக்கும் தெரியவந்தது. திடீரென்று, சக்பால் மற்றும் அவரது சகோதரரிடம் டிரைவரின் நடத்தை மாறியது. அவர் மிகவும் கோபமடைந்தார். அவர்கள் இருவரும் மஹர் அல்லது பண்டிட்

ஜாதிகளைப் பற்றி அறியாத சிறிய, அப்பாவி குழந்தைகள் என்பதை அவர் மறந்துவிட்டார். சாதிகளுக்கும் சாதி அமைப்புக்கும் என்ன தொடர்பு? ஆனால், டிரைவர் கோபத்தில் வெறித்தனமாகிவிட்டார். சிறு பிள்ளைகள் இருவரையும் வண்டியில் இருந்து இறங்கச் சொன்னார். ஆனால், டிரைவரின் பிரச்சனை என்னவென்றால், தூய்மையற்றவர்களாகிவிடுவோமோ என்ற பயத்தில் மஹர் குழந்தைகள் இருவரையும் தொட முடியவில்லை. ஆனால், அவர் அவர்களை ஆவேசமாகப் பார்த்துக் கொண்டிருந்தார். கடைசியாக, குழந்தைகள் இறங்கி மீதமுள்ள தூரத்தை நடந்தே கடக்க வேண்டியிருந்தது.

நீண்ட தூரம் நடந்தே செல்லும் உழைப்பும், அவருக்கு ஏற்பட்ட அவமானமும் குழந்தை சக்பாலின் மனதில் ஆழமான பதிவை ஏற்படுத்தியது. கதறி அழுத குழந்தைகளும், தந்தையிடம் இந்த அவமானத்தை கூறினர். அவர்களின் தந்தையும் மிகவும் கோபமடைந்தார், மேலும் பழிவாங்கும் எண்ணம் அவருக்குள் வளர்ந்தது.

அங்கு, நிலைமையை ஆராய்ந்ததில், அவர்களின் தந்தை தனது மகன்களுக்கு முடிந்தவரை உயர்ந்த கல்வியைக் கொடுப்பதாகவும், உயர் சாதிகளுடன் பதவிகளை அடைய உதவுவதாகவும் முடிவுக்கு வந்தார். அவருடைய மகன்களும் தங்கள் தந்தையின் இந்த உறுதிமொழியை ஏற்றனர். உயர்கல்வி பெற வேண்டும், ஏனென்றால் உயர் பதவிகளைப் பெறுவதற்கான ஒரே வழி இதுதான்.

ஒரு குழந்தையின் மனம் - வீட்டை விட்டு வெளியேறுதல்

இந்த சம்பவத்தால் பீம்ராவ் சக்பாலின் கனிவான உள்ளம் பெரிதும் கலங்கியது. அவர் உயர்கல்வியை விரைவில் அடைய விரும்பினார். ஒரு நாள், அவனுடைய இந்த ஆசை எல்லா எல்லைகளையும் தாண்டி, யாரிடமும் சொல்லாமல் தன் வீட்டை விட்டு வெளியேறி, தன் சகோதரியின் வீட்டில் பம்பாய் நகரை அடைந்தார். அவரைப் பொறுத்தவரை, கிராமத்தை விட நகரத்தில் நல்ல கல்விக்கான வாய்ப்புகள் அதிகமாக இருந்தன, மேலும் அங்கு ஜாதிக் கட்டுப்பாடுகள் இல்லை. நகரத்தில் சக்பால் என்ற மஹரை யார் அறிவார்கள்?

அண்ணனைப் பார்த்ததும், அவனுடைய தங்கையும் மிகவும் ஆச்சரியமும் மகிழ்ச்சியும் அடைந்தாள். அண்ணன் ஊரை விட்டு நகரத்திற்கு வந்த காரணத்தைக் கேட்டதும், அவள் மிகவும் வருத்தப்பட்டாள். ஒரு பெருநகர வாழ்க்கை என்பது வெளியில் இருந்து வேறுபட்டது மற்றும் உள்ளே இருந்து மிகவும் வித்தியாசமானது. பெருநகர சமூகத்தில் சாதிப்பாகுபாட்டின் வலியை அவளே தாங்கிக் கொண்டிருந்தாள். பெருநகரத்தின் இந்த கொடிய சாதி நிலையை தன் சகோதரனிடம் சொல்ல

முடியாமல் தவித்தாள். தன் அறிவுரையை அண்ணன் தவறாக புரிந்து கொள்வாரோ என்று பயந்தாள்.

எனவே, அவள் தன் சகோதரனை ஆறுதல்படுத்தி, தன்னுடன் சில நாட்கள் இருக்கச் சொன்னாள். விரைவில், அவர் பெருநகரத்தின் யதார்த்தத்தை அறிந்து கொள்வார். இப்படி நடந்தது. உயர்கல்வி பெற்று பெரிய ஆளாக வேண்டும் என்ற சக்பாலின் கனவு தகர்ந்தது. ஒரு நாள், சக்பால் ஒரு கடைக்கு டீ குடிக்கச் சென்றார். அங்கு அந்நியனாகத் தெரிந்த சிறுவனைப் பார்த்த கடையின் உரிமையாளர் அவரைப் பற்றிக் கேட்கத் தொடங்கினார்.

யாரோ தன்னிடம் நட்புடன் பேசுவதைப் பார்த்த சக்பாலும் கடைக்காரரிடம் தன் பெயர், வேலை, எல்லாவற்றையும் உண்மையாகச் சொல்லி, தான் உயர்கல்வி படித்து சமூகத்தில் உயர் பதவியைப் பெறவே பம்பாய்க்கு வந்ததாகச் சொன்னார். சக்பால் மஹர் சாதியை சேர்ந்தவர் என்று தெரிந்தவுடன் கடைக்காரர் சக்பால் சத்தம் போட்டு கடையை விட்டு துரத்தியதால் சக்பால் ஓடி வந்து ஈர சேற்றில் விழுந்தார்.

இந்த இதயத்தை உலுக்கும் சம்பவம் சக்பாலின் மனதில் எந்த அளவுக்கு தாக்கத்தை ஏற்படுத்தியிருக்கும் என்பதை கற்பனை கூட செய்து பார்க்க முடியாது. இது போன்ற பல சம்பவங்கள் அவரது குழந்தை பருவத்தில் நடந்துள்ளது.

* * *

அம்பேத்கரின் கல்வி

ராமோஜி தனது சுபேதாரியை இழந்தார். அதாவது அவர் வேலையில் இருந்து ஓய்வு பெற்றுவிட்டார். மஹூ கன்டோன்மென்ட்டில் அவருக்கு மூதாதையர் வீடு எதுவும் இல்லை, அவர் தனது வேலையில் இருந்து ஓய்வு பெற்றவுடன் அரசாங்க வீட்டை விட்டு வெளியேற வேண்டியிருந்தது.

மகாராஷ்டிராவின் கொங்கன் பகுதியில் உள்ள டாபோலிக்கு குடும்பத்துடன் வந்தார். இதற்கிடையில் பம்பாயில் உயர்கல்விக்கான எந்த ஏற்பாடும் செய்ய முடியாமல் பீம் சக்பாலும் திரும்பி வந்துவிட்டார். இப்போது ராமோஜியின் முன் இருந்த பிரச்சனை, தனது குடும்பத்தை எப்படி நடத்துவது என்பதுதான், அதற்கு வேலை அவசியம். எவ்வளவோ முயற்சி செய்தும் டபோலியில் அவருக்கு வேலை கிடைக்கவில்லை. பின்னர், சதாரா செல்ல முடிவு செய்தார். சதாராவில், வேலை கிடைக்க பல பிரச்சனைகளை சந்திக்க வேண்டியிருந்தது, அவர் சேமித்து வைத்திருந்த பணம் மெல்ல மெல்ல தீர்ந்து போனதே மிகப்பெரிய பிரச்சனை. சக்பாலின் தாயார் பீமாபாய்க்கும் சக்பாலை பள்ளியில் சேர்க்க வேண்டும் என்ற தீவிர ஆசை இருந்தது. இங்கு, ராமோஜியும் தனது பிள்ளைகளுக்கு நல்ல கல்வியை வழங்குவதாகவும், சமுதாயத்தில் உயர் பதவிகளை அடைய உதவுவதாகவும் தனது உறுதிமொழியை நிறைவேற்றுவதில் உறுதியாகவும் இருந்தார்.

ஒரு உறுதியான நபர் எப்போதும் தனது பிரச்சினைகளுக்கு ஒரு தீர்வைக் கண்டுபிடிப்பார். கடைசியாக ஒரு கம்பெனியின் உரிமையாளருடன் ராமோஜிக்கு அறிமுகம் கிடைத்தது. ராமோஜி தன் பிரச்சனையை அவரிடம் சொன்னபோது, அந்த மாணபுமிகு ராமோஜியிடம், " நீங்கள் ராணுவத்தில் சுபேதாராக இருந்தீர்கள். மேலும் சந்தேகமில்லாமல், அங்கே உங்களுக்கு நல்ல சம்பளம் கிடைத்திருக்க வேண்டும். உனக்கு வேலை தரலாம், ஆனால் அவ்வளவு சம்பளம் தர முடியாது. இது பரவாயில்லை என்று நீங்கள் உணர்ந்தால், இந்தச் சலுகையை நீங்கள் ஏற்கலாம், என கூறினார்.

ராமோஜி எப்படி மறுக்க முடியும்? அவர் ஒரு விசித்திரமான நகரத்தில் விரைவாக ஒரு ஆதரவைக் கண்டுபிடிக்க விரும்பினார், மேலும் ஒரு சுபேதாரைப் போன்ற நல்ல வேலை மற்றும் நல்ல சம்பளம் இராணுவத்தில் மட்டுமே கிடைக்கும் என்பதையும் அவர் நன்கு அறிந்திருந்தார். ஆனால், அவர் அந்த பதவியில் இருந்து ஓய்வு பெற்றுவிட்டார். இப்போது, ஒரு சாதாரண நிறுவனத்தில் சாதாரண சம்பளத்தில் திருப்தி அடைய வேண்டும், எனவே அவர் வேலை வாய்ப்பை ஏற்றுக்கொண்டார். அவருடைய சம்பளம் மாதம் நாற்பது ரூபாயாக நிர்ணயிக்கப்பட்டிருந்தது, அது ராமோஜிக்கு ஏற்றதாக இருந்தது. அதை ஒப்புக்கொள்வதைத் தவிர அவருக்கு வேறு வழியில்லை. அங்கு காலை 8 மணி முதல் மாலை 6 மணி வரை ராமோஜி அந்நிறுவனத்தில் காவலாளியாக வேலை பார்த்தார்.

சதாராவுக்கு வந்த பிறகு, சக்பாலின் பெயர் மாற்றப்பட்டது. இப்போது அவர் பீமாராவ் ராமோஜி என்று அழைக்கப்பட்டார். இதனுடன், அவரை ஒரு பள்ளியில் சேர்க்க முயற்சிகள் மேற்கொள்ளப்பட்டன. ஒவ்வொரு பள்ளியிலும், ”நாங்கள் மஹர்களை எங்கள் பள்ளியில் சேர்க்க மாட்டோம்” என்ற ஒரே பதிலைத் தான் பெற்றார். ராமோஜி தைரியத்தை இழக்கவில்லை. மேலும் தொடர்ந்து பல்வேறு பள்ளிகளை சுற்றி வந்தார். கடைசியாக, அரசு வெர்னாகுலர் பள்ளியின் முதல்வர் ராமோஜிக்கு இரக்கப்பட்டு, பிமாராவை பள்ளியில் சேர்க்க ஒப்புக்கொண்டார்.

பீமாராவுக்கு ஏற்கெனவே படிப்பில் ஆர்வம் இருந்தது. அதனால், முழு கவனத்துடன் படிக்க ஆரம்பித்தார். இதன் விளைவாக, முதல்வரின் பார்வையில் மட்டுமல்ல, அனைத்து ஆசிரியர்களின் பார்வையிலும் அவர் ஒரு புத்திசாலி மற்றும் நன்றாக படிக்கும் பையனின் உருவத்தையும் பெற்றார்.

இப்போது, ராமோஜியின் குடும்பம் கொஞ்சம் சீராக இயங்க ஆரம்பித்திருந்தது. மற்றும் வேலை கிடைத்ததால், தங்குமிடம், உணவு பற்றிய அவரது கவலை ஓரளவுக்கு தீர்ந்தது. பீமாராவ் ஒரு பள்ளியில் அட்மிஷன் பெற்று, முழு கவனத்துடன் படித்துக் கொண்டிருந்தார். ஆனால், ராமோஜியின் மனைவி பீமாபாய் நோய்வாய்ப்பட்டார், கிராமப்புற மருத்துவர் சிறந்த முயற்சிகள் செய்தபோதிலும், அவரது நோய் தொடர்ந்து வளர்ந்து வந்தது. ஒரு மாதத்துக்கும் மேலாக படுத்த படுக்கையாக இருந்த அவள், பிறகு இறந்து போனாள். ராமோஜிக்கு இன்னொரு பேரழிவும் வந்தது. மேலும் பீமாராவுக்கு இதயம் உடைந்தது போல் இருந்தது.

ராமோஜிக்கு வீட்டைக் கவனிப்பது மிகவும் கடினமாகிவிட்டது. அதிகாலையில், வேலைக்குச் சென்று மாலையில் தாமதமாகத் திரும்ப வேண்டும். தினமும் மாலையில், வேலை முடிந்து களைப்பாகத் திரும்பி வந்து, தனக்கும் தன் குழந்தைகளுக்கும் உணவு சமைப்பார். இரவு உணவில் இருந்து, காலையில் உணவு சமைக்க போதுமான நேரம் இல்லாததால், காலை உணவாக சிறிது உணவை சேமித்து வைத்திருந்தார். பீமாராவ் காலையில் இந்த உணவை சாப்பிட்டுவிட்டு பள்ளிக்கு செல்வது வழக்கம். குடும்பம் முழுவதும் இந்தச் சிறிய உணவையே உண்டு வந்தனர், பின்னர் மாலையில் தந்தை திரும்பியவுடன், அவர்கள் மனதுக்கு இணங்க உணவை உண்டனர்.

பீமாராவ் பாதி நிரம்பிய வயிற்றுடன் பள்ளிக்குச் செல்வதால், பள்ளியில் பசியின் துக்கத்தைத் தாங்க முடியவில்லை. தன் பிரச்சனையை அப்பாவிடம் சொன்னான். காலையில் அவனுக்கு உணவு சமைத்துவிட்டு வேலைக்குச் செல்வதாகவும், பீமாராவ் வீட்டிற்கு வந்து சாப்பாடு சாப்பிட வேண்டும் என்றும் அவன் தந்தை கூறினார். பீம்ராவ் இடைவேளையில் உணவு சாப்பிட வீட்டிற்கு வரத் தொடங்கினார், அதன் மூலம் அவர் தனது பசியைத் தீர்த்தார், ஆனால் அவர் பள்ளிக்கு வருவதற்கு தாமதமாகிவிட்டார்.

அதனால், அதிபரின் கோபத்தை அவ்வப்போது சந்திக்க வேண்டியிருந்தது. இவரின் இந்த பழக்கத்தால் ஆத்திரமடைந்த அதிபர்,

அவரை பள்ளியில் இருந்து நீக்கி விடுவதாக மிரட்டி வந்தார். இதன் விளைவாக, பீமாராவ் பல முறை பசியுடன் இருக்க வேண்டியிருந்தது, ஆனால் அவர் தனது படிப்பை பாதிக்க விடவில்லை.

படிப்பில் சிறந்து விளங்கியதால், பீமாராவ் ஆண்டுதோறும் தேர்வில் நல்ல மதிப்பெண்களுடன் தேர்ச்சி பெற்றதால், பள்ளி முதல்வருக்கும் அவர் மீது பாசம் இருந்தது. அவர் பீமாராவை தனது வீட்டில் மதிய உணவை சாப்பிடச் சொன்னார். இதன்மூலம், பீம்ராவின் மதிய உணவுப் பிரச்சனை தீர்ந்தது. இதன் மூலம் பீமாராவ் முதன்மைத் தேர்வுகளிலும் தேர்ச்சி பெற்றார்.

தலைமையாசிரியர் போன்ற ஆண்கள் இருந்த அரசுப் பள்ளியில், சில ஆசிரியர்களைப் போல மனிதாபிமானமற்றவர்களும் இருந்தனர். தவறுதலாக பீம்ராவிடம் கேள்வி கேட்டு, தூரத்தில் நின்று பதில் சொல்லச் சொல்வார்கள். அவர்களின் நடத்தை சில ஆபத்தான தொற்று நோயால் பாதிக்கப்பட்ட நோயாளிக்கு செய்யப்படுவது போலவே இருந்தது. இந்த நோயாளிகளுடன், ஒருவர் அவர்களுடன் ஒரு கையின் நீளத்திலிருந்து பேசுகிறார், மேலும் நோயின் கிருமிகள் வாயில் நுழைவதைத் தடுக்க வாயில் ஒரு துணி கட்டப்படுகிறது. இதுமட்டுமல்ல, தண்ணீர் குடிக்கவே அம்பேத்கர் அவமானங்களைச் சுமக்க வேண்டியிருந்தது; சூரியனின் ஒளியை பூமியில் விழச் செய்தாலும், ஆறுகளில் ஓடும் நீர், மெல்லப் பாயும் காற்று போன்ற அனைத்து உயிர்களைக் கொடுக்கும் சக்திகளும் அனைவருக்கும் சமமானவை என்று நமது சமய நூல்களும் அறிஞர்களும் கூறுகின்றனர்.

ஆனால், பலமுறை பீமாராவ் வீட்டிற்கு வநத பிறகு தான் தாகம் தீர்க்க வேண்டியதாயிற்று, ஏனென்றால் மஹர்களுக்கு குழாய்களையோ கிணறுகளையோ தொட உரிமை இல்லை இதுமட்டுமின்றி உயர்சாதி மாணவர்களும் அவரை அருகில் உட்கார விடவில்லை. 'பீம்ராவின் நிழல் தங்கள் மீது விழுந்தாலும் அவர்கள் தூய்மையற்றவர்களாகிவிடுவோமோ என்று பயந்தார்கள். வகுப்பின் ஒரு மூலையில் எல்லோரிடமிருந்தும் தனித்தனியாக உட்கார வைக்கப்பட்டார். பள்ளிக்கூடத்தில் அனைவருக்கும் உட்கார வைக்கப்பட்டிருந்த பாயை பீமாராவுக்குக் கொடுக்காததால் அந்த அப்பாவி குழந்தை தரையில் உட்கார வேண்டியதாயிற்று. ஆனால், பீமாராவ் உயர்கல்வி பெற வேண்டும் என்பதில் உறுதியாக இருந்ததால், இதெல்லாம் அவருக்கு வெளியில் எந்தப் பாதிப்பையும் ஏற்படுத்தவில்லை. பழைய கிழிந்த துணியை தன் வீட்டிலிருந்து தரையில் விரிக்க பள்ளிக்கு கொண்டு வர ஆரம்பித்து முழு கவனத்துடன் படிக்க முயன்றார்.

ஆனால், விதி வேறு எதையோ வைத்திருந்தது. எப்படியாவது துரதிர்ஷ்டம் எப்போதும் அவரது வீட்டிற்கு வழியைக் கண்டுபிடித்தது. தொழிலில் ஏற்பட்ட நஷ்டம் காரணமாக, ராமோஜியின் முதலாளி நிறுவனத்தை மூட வேண்டியதாயிற்று. இதன் விளைவாக, ராமோஜி தனது வேலையை இழந்தார், அவர் தனது குடும்பத்திற்கு உணவளிப்பதற்கும் அவர்களுக்கு உயர்தரம் வழங்குவதற்கும் இருந்த ஒரே ஆதரவும் பறிக்கப்பட்டது.

அம்பேத்கரின் கல்வி. இராணுவத்தில் வேலையையும் இழந்திருந்தார், ஆனால் இப்போது நிலைமை வேறு. அவருக்கு வயதாகி விட்டது. அவரது மனைவியின் மரணம் ஏற்கெனவே அவரை உடைத்துவிட்டது; அவர் தனது வேலையை இழப்பது குறித்து மேலும் கவலைப்பட்டார். இங்கு பீமாராவும் முதன்மைத் தேர்வில் தேர்ச்சி பெற்று நடுத்தர வகுப்பில் சேர்க்கைக்காகக் காத்திருந்தார். பீம்ராவ் ஒரு புத்திசாலி மற்றும் கடின உழைப்பாளி மாணவர் ஆவார்.

பிரச்சனை என்னவென்றால், ராமோஜியின் நிதி நிலை மிகவும் மோசமாக இருந்தது. அவர் வாங்கிய சம்பளம் வீட்டை நடத்துவதற்கு போதுமானதாக இல்லை. குழந்தைகளின் எதிர்காலத்திற்காக கொஞ்சம் பணத்தை சேமிப்பதை நினைத்துக்கூட பார்க்க முடியவில்லை. ஆனால், பீமாராவை உயர் வகுப்பில் சேர்க்க வேண்டியது அவசியம். அது அவருடைய எதிர்காலம் பற்றிய கேள்வியாக இருந்தது. பல ஆழ்ந்த யோசனைகளுக்குப் பிறகு, பீமாராவ் ஒரு கடனாளியிடம் கடன் வாங்கச் சென்றார். கடனாளி பணத்தை கொடுக்க மறுக்கவில்லை, ஆனால் பத்திரமாக ஏதாவது தங்க ஆபரணத்தை தருமாறு கூறினார். காவலாளியாக வேலை பார்த்து வந்த ராமோஜிக்கு எங்கிருந்து ரூ. மாதம் 40 தங்க ஆபரணம் கிடைக்குமா? திடீரென்று தன் வீட்டில் ஒரு பெரிய பித்தளைத் தட்டு இருந்தது அவருக்கு நினைவுக்கு வந்தது. பணம் கொடுத்தவர் அந்த பித்தளை தட்டை பத்திரமாக வைத்து ரூ. 50. இதனுடன், ஒரு வருடத்திற்குள் பணத்தை வட்டியுடன் திருப்பித் தராவிட்டால், பித்தளைத் தகடு அவருடையதாகிவிடும் என்றும் நிபந்தனை விதித்தார். அனைத்து ஆவணங்களும் முடிந்த பிறகு, ராமோஜி ரூ. 50 - ஐ பெற்றுக் கொண்டார்.

மறுநாள் ராமோஜி பீம்ராவை அழைத்துக் கொண்டு சதாரா எல்பின்ஸ்டோன் உயர்நிலைப் பள்ளிக்குச் சென்றார். பீமாராவ் மிக எளிதாக இந்தப் பள்ளியில் சேர்க்கை பெற்றார். மகாராஷ்டிராவின் நடைமுறையில் உள்ள பாரம்பரியத்தின் படி, அரசுப் பள்ளியின் முதல்வர் அம்பேத்கரை தனது பெயரான பீம்ராவ் உடன் சேர்த்துக் கொண்டார். இப்போது, சான்றிதழில் அவரது தந்தையின் பெயர் சேர்க்கப்பட்டுள்ளது, இதனால் அவரது பெயர் பீம்ராவ் ராமோஜி அம்பேத்கர் ஆனது மற்றும் சக்பால் என்ற பெயர் மீண்டும் பயன்படுத்தப்படவில்லை.

பீம்ராவ் பெயருடன், அம்பேத்கர் என்ற பெயர் சேர்க்கப்பட்டது; ஆனால் அவரது முன்னோர்கள் காலத்திலிருந்தே அவர் மீது இருந்த மஹர் சாதியின் முத்திரை இன்னும் அவரை விட்டு நீங்கவில்லை. இதனாலேயே அவர் வாழ்வின் ஒவ்வொரு அடியிலும் அவமானத்தை சந்திக்க வேண்டியிருந்தது. இந்த நிகழ்வுகள் அனைத்தும் அவன் மனதில் பெரும் தாக்கத்தை ஏற்படுத்தியது. ஆனால், உயர்கல்வி பெறுவேன் என்று சபதம் செய்த பீமாராவ் இதையெல்லாம் அமைதியாகத் தாங்க வேண்டியிருந்தது.

சதாராவின் எல்பின்ஸ்டோன் உயர்நிலைப் பள்ளியிலும் இந்த புத்திசாலித்தனமான மாணவர் அனைவரிடமும் நல்ல அபிப்ராயத்தை உருவாக்கினார். ஆசிரியர்களுக்கு, இந்த மாணவர் வித்தியாசமாகத் தெரிந்தார்

மற்ற மாணவர்களை விட புத்திசாலி. ஆசிரியர்களே பீமாராவின் படிப்பில் ஆர்வம் காட்டத் தொடங்கினர். இந்த மாணவன் ஒரு நாள் தன் வாழ்வில் ஏதாவது பெரிய சாதனையை நிகழ்த்துவான் என்று அனைத்து ஆசிரியர்களும் நம்பினர். அவர்கள் அவனது படிப்புக்கு எல்லா வழிகளிலும் உதவத் தொடங்கினர். இதன் விளைவாக, 1908 இல், பீம்ராவ் பள்ளியிலிருந்து முதல் வகுப்பில் தேர்ச்சி பெற்றார்.

திருமணம்

அக்காலத்தில் சிறுவயதிலேயே ஆண், பெண் திருமணம் செய்யும் வழக்கம் இருந்தது. ஆண்களுக்கு, திருமண வயது 16 ஆக நிர்ணயிக்கப்பட்டது. சில இடங்களில், இந்த வயது 10 முதல் 12 ஆண்டுகள் வரை வைக்கப்பட்டுள்ளது. சிறுமிகளுக்கு, இந்த வயது இன்னும் குறைவாக இருந்தது. இங்கு 6 வயது முதல் 12 வயது வரை ஒரு பெண் குழந்தைக்கு திருமணம் செய்து வைக்கப்பட்டது. இந்த பாரம்பரியம் மஹர் சாதியில் மட்டுமல்ல, இந்தியா முழுவதும் உள்ள அனைத்து சாதிகளிலும் இருந்தது. பின் எப்படி பீமாராவ் இந்த பாரம்பரியத்தை ஏற்காமல் இருந்திருப்பார்?

1906 ஆம் ஆண்டு, பீமாராவின் கருத்தைக் கேட்காமல், அந்தக் காலத்தில் நடப்பது போல, பிகு பால்சங்கரின் மகள் ரமாபாயை பீம்ராவுக்கு திருமணம் செய்து வைத்தார் ராமோஜி. இத்தகைய இளமைப் பருவத்தில், அப்பாவி ஆண்களும் பெண்களும் திருமணத்தின் உண்மையான அர்த்தத்தைப் புரிந்து கொள்ள முடியாமல், அவர்கள் ஒருவருக்கொருவர் சிக்கித் தவிப்பதை அடிக்கடி காணலாம். நன்றாக படித்து தங்கள் எதிர்காலத்தை மேம்படுத்திக்கொள்ள வேண்டிய வயதில், தங்களுடைய பெரும்பாலான நேரத்தை ஒருவருக்கொருவர் செலவழிப்பதில் பொன்னான ஆண்டுகளை வீணடிக்கிறார்கள்.

பீமாராவ் ராமோஜி அம்பேத்கர் இந்த சாதாரண சிறுவர்களைப் போல் இல்லை. உயர்கல்வி பெற்று சமூகத்தில் மரியாதைக்குரிய வாழ்க்கையை நடத்துவதே அவரது வாழ்க்கையின் குறிக்கோளாக இருந்தது. இவ்வளவு இளம் வயதினராக இருந்தும், பீமாராவ் ராமோஜி அம்பேத்கர் ஒருமுறை கூட தனது இலக்கை விட்டு விலகவில்லை. தந்தையின் கட்டளைக்குக் கீழ்ப்படிவது தனது கடமை என்று கருதி, திருமணம் செய்து கொள்ள ஒப்புக்கொண்டார், ஆனால் அவர் தனது படிப்பில் எந்தத் தடையும் வரவில்லை. திருமணமாகி இரண்டு ஆண்டுகளுக்குப் பிறகு நடந்த மெட்ரிக் தேர்வில் முதல் வகுப்பில் தேர்ச்சி பெற்றார். இதிலிருந்து பீமாராவ் தனது இலக்கை அடைவதில் எவ்வளவு உறுதியாக இருந்தார் என்பதை நாம் முடிவு செய்யலாம்.

அவரது திருமணத்திற்குப் பிறகு, அவரது மனைவி ரமாபாய் முழு குடும்பத்தையும் தனது தோளில் நடத்தும் பொறுப்பை ஏற்றுக்கொண்டார், இதன் காரணமாக வயதான ராமோஜிக்கு சிறிது நிம்மதி கிடைத்தது. மேலும் கவலைகளும் பிரச்சனைகளும் அவரை மிகவும் பலவீனப்படுத்தின. ஆனால், மருமகள் வீட்டுக்குள் வந்ததும் சந்தோஷம் ஒளிர்ந்தது

அவர் முகத்தில் கொஞ்சம் கொஞ்சமாக கவலையின் ரேகைகள் குறைந்தது. ஆனால், மகனின் படிப்புக்கு எந்தத் தடையும் வரக்கூடாது என்பதையும் கவனித்துக் கொண்டார். மேலும் திருமணமாகி ஆறு ஆண்டுகள் வரை அம்பேத்கர் தம்பதியருக்கு குழந்தை இல்லை.

பரோடா மன்னரின் உதவி

மெட்ரிக் தேர்வில் தேர்ச்சி பெற்ற பிறகு, பீமாராவ் ராமோஜி அம்பேத்கர் படிப்பைப் பற்றி கவலைப்படத் தொடங்கினார். எப்படியோ அவர்கள் அன்றாட தேவைகள் ஓடிக்கொண்டிருந்தது, ஆனால் கல்லூரி படிப்புக்கு கூடுதல் பணம் தேவைப்பட்டது, அப்போது அவர்கள் வீட்டில் யாரும் வேலை செய்யவில்லை.

ஒரு உண்மையான நண்பன் தனது நண்பனின் கவலைகள் மற்றும் பிரச்சனைகளை அவனது தோற்றத்தில் மட்டுமே புரிந்து கொள்வான். பீம்ராவ் ராமோஜி அம்பேத்கருக்கும் அப்படி ஒரு நண்பர் இருந்தார், அவருடைய பெயர் கேலுஸ்கர். வளமையாகயும் மௌனமாகயும் இருந்த போதிலும், பீமாராவ் தனது பிரச்சினைகளை அவரிடமிருந்து மறைக்க முடியவில்லை. கெலுஸ்கர் அவரிடம் கேட்டதற்கு, முதலில், பீம்ராவ் எப்படியோ தனது கதையின் தலைப்பை மாற்றினார், ஆனால் கெலுஸ்கர் அவரது நிதி நிலைமையை நன்கு அறிந்திருந்தார். பீமாராவ் உயர்கல்வி பெறுவதில் மிகுந்த ஆர்வம் கொண்டவர் என்பதையும் அவர் அறிந்திருந்தார். அவனே தாழ்ந்த சாதியைச் சேர்ந்தவன் தான். ஆனால், கிறித்துவ மதத்திற்கு மாறியதால், அவரது உடல்நிலை சற்று மேம்பட்டது, மேலும் பீமாராவ் போன்ற எந்த பிரச்சனையும் அவருக்கு இல்லை.

அவரும் ஆழ்ந்து யோசித்த பிறகு, பீம்ராவின் பிரச்சனைக்கு ஒரு தீர்வைக் குறித்து கெலுஸ்கர் கூறினார். பரோடா மன்னரான மகாராஜா சாயாஜிராவ் கெய்க்வாட்டைச் சந்திக்குமாறு பீம்ராவுக்கு ஆலோசனை வழங்கினார், மேலும் அவர் மிகவும் அன்பான உள்ளம் மற்றும் உதவிகரமான நபர் என்றும் கூறினார். ”எப்படியாவது அவரைச் சந்தித்து உங்கள் பிரச்சினையை அவர் முன் வைத்தால், உங்கள் பிரச்சினையை தீர்க்க முடியும் என்றார், ஏனென்றால் மகாராஜா சாயாஜிராவ் உங்கள் பிரச்சினையைப் புரிந்து கொண்டால், அவர் உங்களுக்கு எந்த வகையிலும் உதவுவார்” என்று அவர் கூறினார்.

இந்த தங்க ஆலோசனையை பீம்ராவ் எப்படி நிராகரித்திருக்க முடியும்? எல்லாவற்றிற்கும் மேலாக, உயர்கல்வி பெறுவதற்கான ஒரே வழி இதுதான். எப்படியாவது மகாராஜா சாயாஜிராவ் கெய்க்வாட் முன் தன்னை ஆஜர்படுத்தி, தனது பரிதாபமான கதையை மன்னரிடம் விரிவாகக் கூறினார். எந்தவொரு நபரின் குணாதிசயங்களையும் பகுப்பாய்வு செய்து தீர்ப்பளிக்கும் இந்த உள்ளார்ந்த திறன் இல்லாமல் யாரும் ஒரு மாநிலம் அல்லது மாகாணத்தின் ராஜாவாக முடியாது. மகாராஜா சாயாஜிராவ் அவருடைய இந்த திறனையும் பயன்படுத்தி பீம்ராவின் பிரச்சனையை புரிந்துகொண்டு அவரை கல்லூரியில் சேர்க்கும்படி கூறினார். அதையும் மகாராஜா தானே செய்தார்

பீமாராவ் சேர்க்கைக்கான ஏற்பாடுகள் மற்றும் அவருக்கு உதவித்தொகையாக ரூபாய் ரூ.2 தருவதாகச் சொன்னார். அவர் தனது படிப்பைத் தொடர விரும்பும் நேரம் வரை மாதத்திற்கு 25 ஆக இருந்தது.

பரோடா மன்னன் மகாராஜா சாயாஜிராவ் கெய்க்வாட்டின் பெருந்தன்மைக்கு முன்னால் பீம்ராவின் தலை நன்றியுடன் குனிந்தது. இப்படிப்பட்ட நல்ல மனிதர்கள் இந்த பூமியில் இருக்கும் வரை இந்த பூமியில் மனித இனம் அழியாது என்பதை உணர்ந்தார். அவருக்கு மஹாராஜாவிடம் இருந்து 100 ரூபாய், கல்லூரியில் சேர்க்கைக்கும் அவர் செய்யும் செலவுகளுக்காகவும், வீடு வந்து சேர்ந்தது

அவர் தனது குடும்பத்துடன் பம்பாய்க்குச் சென்று அங்கு வசிக்கத் தொடங்கினார் மற்றும் பம்பாயில் உள்ள ஒரு கல்லூரியில் சேர்க்கை பெற்றார். அவரது மனைவி ரமாபாய், 1912 டிசம்பரில் பம்பாயில் ஒரு மகனைப் பெற்றெடுத்தார். குழந்தைக்கு யஷ்வந்த்ராவ் என்று பெயரிட்டனர்.

பீமாராவ் தனது படிப்பை புறக்கணிக்கிறார் என்ற கேள்விக்கே இடமில்லை. 1912 இல், பீம்ராவ் பம்பாய் பல்கலைக்கழகத்தில் பட்டதாரி தேர்வில் தேர்ச்சி பெற்றார். உயர்கல்வி பெற வேண்டும் என்ற அவரது உறுதியும், இதுவரை அவர் பெற்ற வெற்றியும் பீம்ராவின் உயர்கல்வி ஆசையை மேலும் வலுப்படுத்தியது. ஆனால், வீட்டில் இருந்த நிபந்தனைகள் இதற்கு அவருக்கு அனுமதி அளிக்கவில்லை. வயதான தந்தையையும், வீட்டின் பரிதாப நிலையையும் பார்த்த பீமாராவ் வேலையைத் தொடங்க முடிவு செய்தார். இதைப் பற்றிக் கேள்விப்பட்ட அவனுடைய வயதான அப்பா, பீமாராவிடம் கேட்டார்.

”என்ன மாதிரியான வேலையைச் செய்வீர்கள்?”

”நான் இராணுவத்தில் சேருவேன்.”

அவருடைய தந்தை, “ நீங்கள் வேலை செய்யத் தொடங்கினால், உயர்கல்வி பெறுவதற்கான உங்கள் விருப்பம் என்னவாகும்?” என்றார்.

மகன், “ வேலை இல்லாமல் மேற்கொண்டு படிக்க முடியாது. நான் பி.ஏ. தேர்ச்சி பெற்றால் நல்ல வேலை கிடைக்கும். மேலும் அந்த வேலையைச் செய்யும்போது, நான் தனியார் எம்.ஏ. படிப்பேன். நீங்கள் கவலைப்பட வேண்டாம், நான் நிச்சயமாக உயர்கல்வி பெறுவேன் என கூறினார்.

அத்தகைய விசுவாசமான மற்றும் உறுதியான மகனைப் பெற்றதற்காக அவரது தந்தை மிகவும் பெருமையாக உணர்ந்தார், மேலும் அவர் ஒரு வேலையைச் செய்ய பீம்ராவுக்கு அனுமதி வழங்கினார்.

* * *

இராணுவத்தில் சேர்தல்

அவர் ராணுவத்தில் சேர்வதற்காக, பீம்ராவ் நேராக ராணுவத்தின் சேர்க்கை அலுவலகத்திற்குச் சென்றார். அவர் உடல் மற்றும் மனத் தேர்வில் தேர்ச்சி பெற்று இராணுவத்தில் லெப்டினன்ட் ஆனார், மேலும் அவர் பரோடா செல்ல உத்தரவிடப்பட்டார். பீமாராவ் மிகவும் மகிழ்ச்சியடைந்தார். எந்த அரசர் தனது படிப்பிற்குப் பண உதவி செய்தாரோ அந்த மாநிலத்திற்குச் சென்று சேவை செய்யும் வாய்ப்பு அவருக்குக் கிடைத்தது.

பரோடாவை அடைந்ததும் அவர் தனது கடமைகளை பொறுப்பேற்றுக் கொண்டார்.

பிப்ரவரி 1913 இல் ஒரு நாள், பீமாராவ் ஒரு தந்தியைப் பெற்றார், அதில் அவரது தந்தை மிகவும் மோசமாக இருப்பதாகவும், அவர் உடனடியாக வீடு திரும்பும்படி கேட்டுக்கொள்ளப்பட்டார். பீம்ராவ் விடுப்புக்கான விண்ணப்பத்தை எழுதிக் கொண்டு தனது மூத்த அதிகாரியிடம் சென்று தனக்கு விடுப்பு வழங்குமாறு வேண்டுகோள் விடுத்தார். ஆனால், மூத்த அதிகாரி, அவருக்கு விடுமுறை அளிக்க மறுத்து, ராணுவ விதிகளின்படி, ஓராண்டுக்கு பின் தான், விடுப்பு பெற முடியும் என்றார்.

ஒரு பக்கம் கஷ்டப்பட்டு கிடைத்த ராணுவ வேலை, இன்னொரு பக்கம் நோய்வாய்ப்பட்ட தந்தை. பீமாராவுக்கு இது மிகவும் கடினமான சூழ்நிலையாக இருந்தது. தவிர, மூத்த அதிகாரியும் சட்டங்களுக்குக் கட்டுப்பட்டு, அவருக்கு விடுமுறை அளிக்க முடியாது. ஆதரவற்ற பீம்ராவ் வேலையை விட்டுவிட முடிவு செய்து, ராஜினாமா கடிதத்தை அதிகாரியிடம் சமர்ப்பித்துவிட்டு, தனது வயதான தந்தையைப் பார்க்கச் சென்றார். அவரது தந்தையின் உடல்நிலையை மேம்படுத்த மருத்துவர்களால் கூட எதுவும் செய்ய முடியவில்லை, மேலும் அவர் இறந்தார். பீம்ராவ் தனது தந்தையின் மரணத்தில் ஒரு பெரிய அதிர்ச்சியைப் பெற்றார் மற்றும் அவரது கண்ணீர் நிறைந்த கண்களுக்கு முன்னால் தனது குழந்தைகளுக்காக அனைத்தையும் தியாகம் செய்த தந்தையின் உருவம் தோன்றியது. ஆனால், அவரால் என்ன செய்ய முடிந்தது? மரணம் என்பது எல்லாவற்றிலும் பெரிய உண்மை. பூமியில் பிறந்தவன் எப்போதாவது இறக்க வேண்டும் தானே! இதைப் பற்றி யோசித்த பீமாராவ் தன்னைக் கட்டுப்படுத்திக் கொண்டு தனது வாழ்வாதாரத்தைப் பற்றி சிந்திக்கத் தொடங்கினார்.

* * *

அமெரிக்காவிற்கு புறப்படுதல்

மீண்டும் பீம்ராவின் நண்பர் கெலுஸ்கர் அவருக்கு உதவினார். மீண்டும் ஒருமுறை மகாராஜா கெய்க்வாடிடம் சென்று அவரிடம் உதவி கேட்கும்படி அவர் பரிந்துரைத்தார். மேலும் மன்னரின் சிம்மாசனத்தில் அமர்ந்திருப்பவர் பெரும்பாலான மக்களை விட நீண்ட நினைவாற்றல் கொண்டவர். உடனே பீம்ராவை அடையாளம் கண்டுகொண்ட அரசன் அவரிடம் கேட்டார்

அவரது வருகைக்கான காரணம். பீமாராவ், தான் மேற்படிப்புக்காக அமெரிக்கா செல்ல விரும்புவதாகவும், இதற்காக அரசரிடம் பண உதவி தேவைப்படுவதாகவும் கூறினார். பீமாராவ், உயர்கல்வி பெற வேண்டும் என்ற மிகுந்த மனஉறுதியின் காரணமாக, ஏற்கெனவே சில மாணவர்களை அமெரிக்காவிற்கு மேல்படிப்புக்காக அனுப்ப திட்டமிட்டிருந்த நேரத்தில், அரசரைச் சந்திக்கச் சென்றார் பீம்ராவ். அமெரிக்கா செல்லும் மாணவர்களின் பட்டியலில் பீம்ராவின் பெயரைச் சேர்த்தார். கூடுதலாக, அவர் ஒரு ஒப்பந்தத்தில் கையெழுத்திட்டார், அதில் அவர் தனது படிப்பை முடித்தவுடன், அவர் தனது தாய்நாட்டிற்கு திரும்பி வந்து பரோடா மாநிலத்தில் 10 ஆண்டுகள் பணியாற்ற வேண்டும் என்று நிபந்தனை விதித்தார்.

பீம்ராவ் இந்த முன்நிபந்தனைக்கு எந்த ஆட்சேபனையும் தெரிவிக்கவில்லை, ஏனென்றால் இராணுவத்தில் இருந்து ராஜினாமா செய்வதற்கு முன், அவர் பரோடா மாநிலத்திற்கு மட்டுமே சேவை செய்தார். 1913 ஆம் ஆண்டு ஜூன் 4 ஆம் தேதி பீம்ராவ் கப்பலில் ஏறி அமெரிக்காவிற்குப் புறப்பட்டார்.

ஜூலை 1913 இல், அவர் கொலம்பியா பல்கலைக்கழகத்தில் சேர்க்கை பெற்றார் மற்றும் அரசியல், மானுடவியல், தத்துவம், வரலாறு, சமூகவியல் மற்றும் பொருளாதாரம் ஆகியவற்றைப் படிக்கத் தொடங்கினார். அவர் அமெரிக்காவின் தட்பவெப்பநிலையை பொருத்தமானதாகக் கண்டார். அதை தவிர, அமெரிக்காவின் சமூக அமைப்பையும் அவர் விரும்பினார், ஏனெனில் இங்கு எந்த வகையிலும் பாகுபாடு இல்லை. அனைவரும் ஒற்றுமையாக வாழ்ந்து வந்தனர். இங்கேயும், அவர் தனது ஆய்வுத் தன்மைக்கு ஆதரவு அளித்தார். பெரும்பாலான நேரத்தை படிப்பிலேயே செலவழித்து வந்தார். அவருடைய நண்பர்கள் சிலர் கேட்கிறார்கள்: " நீ ஏன் இவ்வளவு படிக்கிறாய்? பீமாராவ், " நான் இந்தியாவிலிருந்து வேறு நாட்டிற்குப் படிப்பதற்காக இவ்வளவு தூரம் வந்திருக்கிறேன், நான் திரும்பிச் செல்லும்போது வெறுங்கையுடன் திரும்பிச் செல்ல விரும்பவில்லை. இந்த

குறுகிய காலத்தில், என்னால் முடிந்த அளவு அறிவைப் பெற விரும்புகிறேன் எனக் கூறினார்.

பீம்ராவின் இந்தப் பதிலால் அதே பல்கலைக்கழகத்தில் படித்துக் கொண்டிருந்த மற்றொரு இந்திய மாணவர் மிகவும் ஈர்க்கப்பட்டார். நேவல் படேனா என்ற அந்த மாணவர், விடுதியில் உள்ள தனது அறையை தன்னுடன் பகிர்ந்து கொள்ளுமாறு பீமாராவிடம் கேட்டுக் கொண்டார்.

"நீங்கள் என்னுடன் விடுதியில் என் அறையில் தங்கினால், நாங்கள் எங்கள் படிப்பில் ஒருவருக்கொருவர் உதவலாம்." நேவல் படேனா எப்போதும் முதல் வகுப்பைப் பெறும் மாணவர் தான். பல்கலைக் கழக ஆசிரியர்களும் நேவாலைப் புகழ்ந்தனர், ஆனால் பீம்ராவின் படிப்பறிவு மற்றும் சுறுசுறுப்பான இயல்பு அவரை மிகவும் கவர்ந்தது, பீம்ராவ் ஹாஸ்டலில் உள்ள தனது அறையை அவருடன் பகிர்ந்து கொள்ளும்படி அவர் கட்டாயப்படுத்தினார். விரைவிலேயே, நேவல் படேனாவும் அம்பேத்கரும் நல்ல நண்பர்கள் ஆனார்கள், பெரும்பாலும் ஒரே குணம் கொண்ட இருவர் இருப்பது போல. பீமாராவின் படிப்பு நன்றாக நடந்து கொண்டிருந்தது. சில சமயங்களில், அவனுடைய நண்பர்கள் சிலர் வந்து தங்களோடு எங்காவது வெளியே செல்லுமாறு கேட்டுக் கொள்வார்கள். பீமாராவ் சிரித்துக்கொண்டே, "நான் இங்கு சுற்றிப்பார்க்க வரவில்லை, என் தந்தையின் கனவான உயர்கல்வி கற்க வேண்டும் என்ற எனது கனவை நிறைவேற்றுவதற்காக இங்கு வந்துள்ளேன், அதை எப்படியாவது செய்வேன்" என்று கூறுவார்.

1915 இல், கொலம்பியா பல்கலைக்கழகத்தில் பொருளாதாரம் மற்றும் சமூகவியலில் தேர்வில் முதல் வகுப்பில் தேர்ச்சி பெற்றார். இவையனைத்தும் அவரது தொடர் முயற்சி மற்றும் கடின உழைப்பின் பலன் தான். ஆனால், அம்பேத்கர் இதில் மட்டும் திருப்தி அடையாமல், டாக்டர் பட்டம் பெறுவதற்கான ஆயத்தங்களைச் செய்யத் தொடங்கினார்.

மே 1916 இல், டாக்டர் அம்பேத்கரின் முதல் கட்டுரை வெளியிடப்பட்டது. அமெரிக்காவில் நடந்த ஒரு விழாவில், டாக்டர் அம்பேத்கர் 'இந்தியாவில் சாதிகள்' என்ற நீண்ட கட்டுரையை வாசித்தார். சிறிது நேரம் கழித்து, இந்த கட்டுரை வெளியிடப்பட்டது.

1916 ஆம் ஆண்டு கொலம்பியா பல்கலைக்கழகத்தில் மானுடவியல் என்ற தலைப்பில் நடந்த கருத்தரங்கில் "இந்தியாவில் சாதிகள்" ஆய்வு மாணவர் அம்பேத்கரால் வாசிக்கப்பட்டு 1917 ஆம் ஆண்டு வெளியிடப்பட்டது. இந்தக் கட்டுரையில், இந்தியாவில் மனிதர்களின் பரிணாம வளர்ச்சி மற்றும் உருவாக்கம் குறித்து அவர் வெளிச்சம் போட்டுக் காட்டினார். இப்போது சாதி அமைப்பில் முன்னேற்றம் அடைந்தது.

டாக்டர் அம்பேத்கர் இந்தியாவில் உள்ள சாதி அமைப்பை கடுமையாக விமர்சித்தவர். தலித்துகளுக்கு இழைக்கப்படும் கொடுமைகளுக்கு இந்தியாவில் உள்ள சாதி அமைப்புதான் முக்கிய காரணம் என்பது அவரது உறுதியான நம்பிக்கை. இந்தியாவில் சாதிகள், வர்க்கங்கள் இல்லை என்றால், சமூகம் ஒன்றுபட்டிருக்கும். உயர்சாதியினர் தாழ்த்தப்பட்ட மக்களுக்கு இழைக்கும் அநீதிக்கு எதிராக அவர் போராட்டம் நடத்தினார்.

நான்கு வகுப்புகள் இருந்த இந்திய வர்க்க அமைப்பு, உயர் வகுப்பினருக்கு சாதகமாக இருப்பதை அவர் கண்டறிந்தார். தாழ்த்தப்பட்ட வகுப்பினர், குறிப்பாக டாக்டர் அம்பேத்கரைச் சேர்ந்த தாழ்த்தப்பட்ட வகுப்பினர், உயர் வகுப்பினரின் விருப்பமான அந்தஸ்தின் காரணமாக தாழ்ந்தவர்களாகக் கருதப்படுவதற்கு இதுவே காரணம். சாதிய அமைப்பை எதிர்த்து போராட வேண்டும் என்ற உணர்வு அவருக்கு ஆரம்பத்திலிருந்தே இருந்தது.

டாக்டர் அம்பேத்கர் இந்திய சமூக அமைப்பு மற்றும் பொருளாதாரம் பற்றிய முக்கியமான கேள்விகளை வெளிச்சத்திற்கு கொண்டு வந்து அவை பற்றிய விவாதங்களையும் தொடங்கினார்.

அவர் தனது வாழ்நாள் முழுவதும், சாதி அமைப்பின் தோற்றம் மற்றும் அதன் பல்வேறு வடிவங்கள் குறித்து முழுமையான ஆய்வுகளை மேற்கொண்டார். ஜாதி அமைப்பின தீமைகளை தர்க்கரீதியாகவும் நியாயமாகவும் மக்களுக்கு விளக்கி அதை முடிவுக்குக் கொண்டுவருவதற்கான போர்வையை அவர் கையில் எடுத்தார்.

மேற்கூறிய கட்டுரையில், இந்திய சாதி அமைப்பின் அம்சங்களைத் தெளிவுபடுத்தும் சிறந்த இந்திய அறிஞர்களின் எழுத்துக்களை யாரும் பகுப்பாய்வு செய்யவில்லை அல்லது புரிந்து கொள்ளவில்லை என்பதை அவர் தெளிவுபடுத்தினார். அவரைப் பொறுத்தவரை இது மிகவும் வருத்தத்திற்குரிய விஷயம் தான்.

ஜாதி அமைப்பைப் பற்றி அறிஞர்கள் எழுதியதை, சரியான நேரத்தில் விளக்கியிருந்தால், நமது சாதி அமைப்பைப் பற்றி ஒட்டுமொத்த சமூகமும் அறிந்திருக்கும். இதைப் பற்றி நம் சமூகம் இன்னும் அறியாமல் இருப்பதைப் பற்றி அவர் மிகவும் வருத்தப்படுகிறார். ஆனால் இன்னும், டாக்டர் அம்பேத்கர் சாதி அமைப்பின் சிக்கல்களை அறிந்திருந்தார், மேலும் ஜாதி அமைப்பை விரிவாகப் படிப்பதன் மூலம் அதன் சிக்கல்களை ஒருவர் அறிந்து கொள்வார் என்று அவர் நம்பினார். சாதி அமைப்பு ஒரு பெரிய பிரச்சனை என்று அவர் நம்பினார். சாதி அமைப்பு என்பது அதன் அர்த்தத்திலிருந்து முற்றிலும் மாறுபட்ட ஒன்றாக மாறிவிட்டது, மேலும்

அதன் கொள்கைகளை ஆழ்ந்த சிந்தனை மற்றும் பகுப்பாய்வு மூலம் மட்டுமே புரிந்து கொள்ள முடியும்.

முழு நம்பிக்கையுடனும், உறுதியுடனும், அர்ப்பணிப்புடனும் இந்த ஆராய்ச்சியைத் தொடர்ந்தார். சாதி அமைப்பு மிகவும் சிக்கலானது, அதன் தீர்வு அவ்வளவு எளிதானது அல்ல. அதன் கொள்கைகளை புரிந்துகொள்வது மிகவும் கடினம், அவற்றிற்கு தீர்வு காண்பது கடினம். அதன் சிக்கல்கள் கொள்கையளவில் மட்டுமல்ல, நடைமுறைக் கண்ணோட்டத்தில் இருந்தும் புற்றுநோய்க் கட்டிகள் போன்றவை நம் சமூகத்தை உள்ளே இருந்து சாப்பிடுகின்றன. ஆனால் எங்களால் தீர்வு காண முடியவில்லை.

இந்த புற்றுநோய் கட்டிக்கு சரியான நேரத்தில் சிகிச்சை அளிக்காவிட்டால், நம் சமுதாயத்தை காப்பாற்றுவது கடினம் தான்.

சிறிது நேரம் கழித்து, டாக்டர் அம்பேத்கர் இந்திய சமுதாயத்தின் இரத்தத்தின் தூய்மை பற்றிய பிரச்சினையை எழுப்பினார். இந்திய சமூகத்தை தூய்மையான இரத்தம் கொண்ட சமூகமாக கருத முடியாது என்று அவர் நம்பினார். ஆரியர்கள், திராவிடர்கள், சாக்கியர்கள், ஹன்கள் மற்றும் பிற சாதிகள் போன்ற வெளிநாட்டினரின் வருகை இதற்கு சில சிறப்புக் காரணங்கள் இருப்பதாக அவர் கூறினார். இது மட்டுமின்றி பல சாதிகளை உதாரணம் காட்டி இந்து சாதி என்பது சுத்த ரத்தம் இல்லை என்று கூறினார். இந்த ஜாதிகள் எல்லாம்

இங்கு வந்து குடியேறி சமூக அமைப்பில் இணைந்து அதன் ஒரு பகுதியாக மாறியது. அவர்கள் இங்குள்ள கலாச்சாரம், சமூகம் மற்றும் சாதிகளின் பிரித்தறிய முடியாத அங்கமாகி, அவற்றின் அசல் வடிவம் மறைந்து போனது. இந்த ஒருங்கிணைந்த வடிவத்திலிருந்து, ஒரு புதிய சமூகம் பிறந்தது. ஆக, இங்குள்ள சாதி அமைப்பு என்பது வெளியில் இருந்து வந்து காலங்காலமாக இங்கு வந்த பல்வேறு சாதிகளின் ஒருங்கிணைந்த அமைப்பாக மாறியுள்ளது.

பிரிவினைவாதத்தின் வாசனையானது வெவ்வேறு இடங்களில் இருந்து வெவ்வேறு நிறுவனங்களை ஒன்றிணைப்பதன் மூலம் உருவாக்கப்பட்ட ஏதோவொன்றில் இருந்து வருகிறது. அவரது கருத்துப்படி, நாம் இரத்த வேறுபாட்டின் நிலைப்பாட்டில் இருந்து சிந்தித்தால், இந்திய சமூகம் தூய்மையற்றதாகக் கருதப்பட வேண்டும். இந்தியாவில் சாதி அமைப்பின் இந்த ஒருங்கிணைக்கப்பட்ட வடிவம் இன்னும் மிகவும் சுருண்டுள்ளது.

அவரைப் பொறுத்தவரை, இந்திய சமூகம் பொருளாதார நிலைப்பாட்டில் இருந்து ஒன்றுபட்டது மட்டுமல்ல, இங்கு நன்கு

திட்டமிடப்பட்ட கலாச்சாரம் ஒன்றுபட்டது மற்றும் உடைக்க முடியாதது மற்றும் இந்தியா முழுவதும் பரவியுள்ளது. கலாச்சார ஆழம் மற்றும் சிந்தனையின் ஒற்றுமை காரணமாக, சாதி அமைப்பு ஒரு பெரிய பிரச்சனையாக வளர்ந்துள்ளது, அதை விளக்குவது அல்லது பகுப்பாய்வு செய்வது கடினம் என்று அவர் நம்பினார். இந்த சாதி அமைப்பைத் தீர்க்கவும், புரிந்து கொள்ளவும், டாக்டர் அம்பேத்கர், இந்தியச் சிந்தனையாளர் டாக்டர் கேட்கரின் ஜாதி அமைப்பின் கொள்கைகளின் பகுப்பாய்வை சரியானதாகக் கருதுகிறார். சாதி அமைப்பின் கொள்கைகளை சாதி அமைப்பின் அடிப்படையில் விளக்கக் கூடாது என்கிறார். ஒரே சாதி திருமணங்களின் பாரம்பரியமே சாதி அமைப்புக்கு மூல காரணம் என்று அவர் நம்புகிறார்.

அவரது கருத்துப்படி, இந்திய சாதி அமைப்பின் முக்கிய அம்சம் சமூகத்தின் பல்வேறு பகுதிகளை வகுப்புகளாகப் பிரிப்பதாகும், அவை வெவ்வேறு மரபுகள் மற்றும் பழக்கவழக்கங்கள் மற்றும் திருமணத்தின் வெவ்வேறு மரபுகளைக் கொண்டிருந்தன. இதன் முக்கிய விளைவு என்னவென்றால், ஒவ்வொருவரும் அவரவர் சாதியில் திருமணம் செய்து கொள்வது அவசியம். ஒரே சாதித் திருமணங்கள் ஏன் நடந்தன, சாதி அமைப்பு மற்றும் நான்கு வகுப்புகள் எப்படி உருவானது, அது எப்படி இவ்வளவு சிக்கலானது என்பதைக் கண்டுபிடிப்பதில் டாக்டர் அம்பேத்கர் வெற்றிபெறவில்லை. ரிஷிகளின் (துறவிகளின்) குலங்களின் தனி அடையாளத்தை (அவை கோத்திரங்கள் என்று அழைக்கப்படுகின்றன) வைத்திருக்கும் பாரம்பரியமும் சாதி அமைப்பை உயிர்ப்புடன் வைத்திருப்பது முக்கிய பங்களிப்பாகும் என்று அவர் நினைத்தார். கோத்ரா மரபின் பொருள் என்னவென்றால், ஒரே கோத்திரத்தில் திருமணம் செய்வது தடைசெய்யப்பட்டது, மேலும் வேறு கோத்திரத்தில் திருமணம் செய்து கொள்ள அனுமதிக்கப்பட்டது. இந்த மரபை யாராலும் உடைக்க இயலாது. இந்த பாரம்பரியம் மிகவும் கண்டிப்பாக பின்பற்றப்பட்டது, அதே கோத்திரங்களில் திருமணம் செய்வது ஒரு புனிதமானதாக கருதப்பட்டது. அதன்படி வேறு கோத்திரத்தில் மட்டுமே திருமணம் அனுமதிக்கப்பட்டது.

இந்த மரபைக் கண்டிப்பாகப் பின்பற்றுவதே சாதி அமைப்பை உயிர்ப்புடன் வைத்திருக்க முக்கியக் காரணம் ஆகும்.

ஒரே 'கோத்ரா'வில் திருமணம் அனுமதித்தால், சமூகத்தில் நிலவும் அனைத்து வேறுபாடுகளும் மறைந்துவிடும் என்று அவர் நம்பினார்; பெரியவர், சிறியவர் என்று யாரும் இல்லாத ஒரு சாதியாக சமுதாயம் ஒன்றுபடும்; உயர்ந்தது அல்லது தாழ்ந்தது, உங்களுடையது அல்லது என்னுடையது என்ற பாகுபாடு என்ற பாரம்பரியம் மறைந்துவிடும். நமது சமூகத்தின் சாதியமைப்பின் புற்றுநோய் கட்டி குணமாகி, சமூகம் ஒன்றாக மாறும்.

டாக்டர் அம்பேத்கர், சாதி அமைப்பு நமது சமூகத்தின் மிகவும் கேவலமான அம்சம் என்று கூறினார். "சாதி அமைப்பு" என்ற வார்த்தையைக் கேட்டவுடன் அவரது உள்ளம் தூண்டப்பட்டு, அவரது மனம் அதற்கு எதிராக கிளர்ச்சி செய்யும். ஆனால் அவர் சாதி அமைப்புக்கு எதிராக

உணர்ச்சிபூர்வமான கண்ணோட்டத்தில் மட்டும் எதிர்ப்பு தெரிவிக்க விரும்பவில்லை, அதற்கான வலுவான ஆதாரங்களையும் வலுவான காரணங்களையும் சேகரிக்க விரும்பினார். மேலும் அவரால் காரணங்களையும் சேகரிக்க முடிந்தது. அதனால்தான் அவற்றை முழுமையாக ஆராய்ந்த பிறகு, நான்கு வகுப்பு முறை என்பது நமது சமூகத்தின் ஒற்றுமைக்கும் நடைமுறைக்கு மாறான, ஆபத்தான மற்றும் தோல்வியுற்ற ஏற்பாடு என்று கூறினார். இது நமது சமூகத்தை துண்டு துண்டாக உடைத்துவிட்டது. அது ஒன்றுபட்ட சமூகத்தை பிளவுபட்ட சமூகமாக மாற்றியுள்ளது. இது மட்டுமின்றி, மதம், ஒத்துழையாமை, பாதுகாப்பின்மை, பிரிவினைவாதம், வெறுப்பு உணர்வு ஆகியவற்றின் அடிப்படையிலான பாகுபாடுகளையும் அதிகரித்துள்ளது.

சாதி அமைப்பின் அடிப்படைக் கொள்கையானது நான்கு வர்க்க அமைப்பின் அடிப்படைக் கொள்கையிலிருந்து முற்றிலும் வேறுபட்டது என்று அவர் நம்பினார். அவர்கள் ஒருவருக்கொருவர் முற்றிலும் வேறுபட்டவர்கள் என கூறினார்.

டாக்டர் அம்பேத்கர் சாதி அமைப்பை பல வழிகளில் சோதித்தார். சாதி அமைப்பும் வர்க்க அமைப்பும் ஒன்றுக்கொன்று முரண்பட்டவை என்றார். ஒருவனின் குணநலன்களையும் அவனது சாதியையும் கணக்கில் கொண்டான். சமூகக் கட்டமைப்பு தரக் கொள்கையின் அடிப்படையில் அமைந்து, சமுதாயம் குணங்களின் அடிப்படையில் அமைந்தால், தரத்தின் அடிப்படையில் அல்லாமல், தரத்தின் அடிப்படையில் வைத்திருக்கும் உயர் பதவியை ஒருவர் பெற வாய்ப்புள்ளது என்கிறார். அவரது குணங்கள் காரணமாக அல்லாமல் அவரது பிறப்பும் காரணமாகிறது.

ஆனால், சமூகத்தை வெவ்வேறு வகுப்புகளாகப் பிரிப்பது மனித இயல்புக்கு எதிரானது என்பதை அவர் இன்னும் நம்பினார் மற்றும் அதனையும் நிரூபித்தார். அவர் வர்க்க அமைப்பு மற்றும் சாதி அமைப்பு ஒரு வேலைக்காரன் மற்றும் ஒரு எஜமான உறவு என்ற உணர்வு அலைகளை கொடுத்தார், மேலும் அவர்கள் இருவரும் ஒருவரையொருவர் சார்ந்து இருக்கும் உறவுகளே என்றார்

பிராமணர்கள், க்ஷத்திரியர்கள் மற்றும் வைசியர்கள் கூட நல்லுறவு கொண்டவர்கள் அல்ல, ஆனால் அவர்களால் வெற்றிகரமாக ஒன்றாக வேலை செய்ய முடிந்தது. இந்த ஏற்பாட்டின் மூலம், மூன்று உயர் வகுப்பைச் சேர்ந்த மக்கள் சூத்திரர்களை முழுமையாக அடக்கி அவர்களைச் சார்ந்திருக்கச் செய்தனர்.

இந்த மூன்று வகுப்பினரும் விரும்பினால், சூத்திரர்கள் பசியால் இறந்துவிடுவார்கள். அவர்கள் தாழ்த்தப்பட்ட வகுப்பினரைப் படிக்கவோ அல்லது வர்த்தகம் செய்யவோ அனுமதிக்கவில்லை, அதனால் அவர்கள் தங்கள் உரிமைகளைப் பற்றி அறியாமல், அவர்களை முழுமையாகச் சார்ந்து இருந்தனர். அந்த மனுவின் சட்டங்களையும் சவால் செய்தார். மனித உரிமைகள் தொடர்பாக, மனுசன்ஹிதா மிகவும் இழிவானது மற்றும் நியாயமற்றது என்று அவர் நம்பினார். அம்பேத்கரின் சிந்தனை முழுமையான வர்க்க அமைப்பை கடுமையாக தாக்குகிறது. அம்பேத்கரே

இந்த அமைப்பின் ஆழமான மற்றும் வலிமிகுந்த தனிப்பட்ட அனுபவத்தைக் கொண்டிருந்ததால் இந்தத் தாக்குதலின் சக்தியும் அதிகரிக்கிறது.

லண்டனில் தங்கியிருந்தபோது, பீம்ராவ் அவமானத்தை அனுபவித்து, ஒவ்வொரு கணமும் தனது அடிமை நிலையை நினைவுபடுத்த வேண்டியிருந்தது. "இவர்கள் எங்கள் அடிமைகள்", இந்த இழிவான வார்த்தைகள் அங்குள்ள சாதாரண குடிமக்களின் உதடுகளிலும் இருந்தது. படிப்பை முடிக்க வேண்டும் என்ற உறுதியின் காரணமாக, உயர்கல்விக்கான வசதிகள் லண்டனிலோ அல்லது அப்படிப்பட்ட வளர்ச்சியடைந்த நாடுகளிலோ மட்டுமே இருந்ததால், இந்த அவமானத்தை அவர் அமைதியாகத் தாங்க வேண்டியிருந்தது.

ஒரு நாள் அம்பேத்கர் லண்டனில் ஒரு சாலையில் நடந்து சென்று கொண்டிருந்தார். ஒரு சி.ஐ.டி. எதிர் திசையில் இருந்து வந்த இன்ஸ்பெக்டர் அவரை பார்த்தார். இன்ஸ்பெக்டர் அவரை அங்கே நிறுத்தி, சக இன்ஸ்பெக்டரிடம், " இது ஒரு இந்திய இளைஞன். தற்போது ஆங்கிலேய அரசுக்கு எதிராக இந்தியாவில் புரட்சி நடந்து வருகிறது. இங்கு லண்டனிலும் அவர்களில் சிலர் இந்த நடவடிக்கைகளில் இரகசியமாக ஈடுபட்டுள்ளனர். அவரைப் பிடித்துத் தேடுங்கள், ஒருவேளை அவர் மீது சில ஆட்சேபணைக்குரிய விஷயங்கள் இருக்கலாம் என கூறினார்.

சிப்பாய் பீமாராவை நன்றாகத் தேடினான். இந்த அவமானகரமான செயலை அவர் அமைதியாகத் தாங்க வேண்டியிருந்தது. வெளிநாட்டில் வேறு என்ன செய்ய முடியும்? உயர்கல்விக்கு இடையூறு விளைவிக்கும் எதையும் அவர் செய்ய விரும்பவில்லை. இந்த நேரத்தில், லண்டனில் இந்திய மாணவர்களை கிளர்ச்சி செய்ய ஊக்குவித்தவர்கள், சாவர்க்கர் போன்றவர்கள் அந்தமான் சிறையில் அடைக்கப்பட்டனர்.

பீம்ராவைத் தேடியபோது, அவரது பாஸ்போர்ட்டை மட்டும் ராணுவ வீரர்கள் கண்டுபிடித்தனர். பீமாராவ் போன்ற கடின உழைப்பாளி மாணவரிடம் வேறு என்ன கண்டுபிடித்திருக்க முடியும்?

அவர் வெளிநாட்டில் வசிக்கும் போது எந்த பிரச்சனையிலும் சிக்க விரும்பவில்லை என்பதால் இதில் மிகவும் மகிழ்ச்சி அடைந்தார்.

பீம்ராவ் லண்டனில் சட்டம் மற்றும் பொருளாதாரம் படித்து வந்தார். ஜூன் 1916 இல், அவர் தனது ஆய்வறிக்கையை முடித்து விட்டு, கொலம்பியா பல்கலைக்கழகத்தில் அதை சரிபார்ப்பதற்காக சமர்ப்பித்தார். அதனுடன், பொருளாதாரம் மற்றும் சட்டம் பற்றிய தனது படிப்பையும் தொடர்ந்தார்.

1917 இல், கொலம்பியா பல்கலைக்கழகம் அவருக்கு முனைவர் பட்டம் வழங்கி கௌரவித்தது.

இந்த நேரத்தில், ஆங்கிலேயர்கள் கிட்டத்தட்ட உலகம் முழுவதும் ஆட்சி செய்தனர். பிறகு பீமாராவ் போன்ற ஒரு மாணவன் அவர்களின் நாட்டில் வாழ்ந்து அவர்கள் கண்ணுக்குத் தெரியாமல் எப்படி இருக்க முடியும்? பீம்ராவ் அம்பேத்கர் கெய்க்வாட் ஸ்காலர்ஷிப்பில் முதலில்

அமெரிக்காவிலும் இப்போது லண்டனிலும் படிக்கிறார் என்பதை அவர்களின் அரசாங்கம் முழுமையாக அறிந்திருந்தது. பீமாராவ் பிஎச்.டி பட்டம் பெற்றதையும் அறிந்தார்கள். பீமாராவ் இனி லண்டனில் தங்குவதை அவர்கள் விரும்பவில்லை. வெளிநாட்டில் தங்கியிருந்த காலம் முழுவதும், அவர் ஒரு புரட்சியாளராக மாறுவார் என்ற சந்தேகத்திற்கிடமான சமிக்ஞைகளை அவரது நடவடிக்கைகள் மற்றும் நடத்தையிலிருந்து வழங்கவில்லை என்றாலும், அவரும் ஒரு புரட்சியாளராக மாறிவிடுவார் என்று அவர்கள் அஞ்சினார்கள். ஆனால் பிரித்தானிய அரசாங்கம் எந்தவிதமான அபாயத்தையும் எடுக்க விரும்பவில்லை.

திடீரென்று ஒரு நாள் பீமாராவுக்கு பரோடா மன்னரிடமிருந்து கடிதம் வந்தது. அவர் கடிதத்தைப் படித்து மிகவும் ஆச்சரியப்பட்டார், ஏனென்றால் அவர் லண்டனுக்கு வருவதற்கு முன்பு மகாராஜா கெய்க்வாட் அவருக்கு கல்வி உதவித்தொகையை வழங்கியபோது, அவர் தனது படிப்பை முடித்தவுடன் தனது தாயகத்திற்குத் திரும்பிச் சென்று பரோடா மாநிலத்திற்கு 10 வருடங்கள் சேவை செய்ய வேண்டும் என்று ஒப்பந்தத்தில் கையெழுத்திட்டார்.

கடிதம் கிடைத்ததும் பழைய விஷயங்கள் எல்லாம் ஒவ்வொன்றாக நினைவுக்கு வந்தது. அந்தக் கடிதத்தில், “ நீங்கள் இப்போது M.A. பட்டம் பெற்றுள்ளீர்கள். அதனால் நீங்கள் உயர்ந்த கல்வியைப் பெற்றுள்ளீர்கள், எனவே இன்று முதல் உங்கள் உதவித்தொகை நிறுத்தப்படுகிறது. பீமாராவின் நெற்றியில் கவலையின் ரேகைகள் உருவாகின. ஆனால், இந்தக் கவலைக் கோடுகள் ஒப்பந்தத்தை மீறுவதாக இல்லை, மேலும் படிக்க முடியவில்லை. அவர் பொருளாதாரத்தில் எம்.ஏ முடித்திருந்தாலும், சட்டப் படிப்பு முழுமையடையாமல் இருந்தது. ஆனால், உதவித்தொகை நிறுத்தப்பட்டதால், தொடர்ந்து லண்டனில் தங்க முடியவில்லை. இதன் விளைவாக, அவர் தனது தாய்நாட்டிற்கு திரும்ப வேண்டியிருந்தது.

* * *

வேலைவாய்ப்பு

நான் ஜூன் 1917 இல், பீம்ராவ் லண்டனுக்கு விடைபெற்று இந்தியா திரும்பினார். ஆனால், இப்போது அவர் பெயருடன் டாக்டர் என்ற வார்த்தை இணைக்கப்பட்டதால், அவர் இப்போது டாக்டர் பீம்ராவ் அம்பேத்கர் என்று அழைக்கப்பட்டார்.

இந்தியா திரும்பியதும் நேராக பரோடா மாநிலம் சென்றார். அவர் ஒப்பந்தத்தை நிறைவேற்றுவதைத் தவிர அவருக்கு வேறு வழியில்லை. படிப்பை முடிக்க முடியாமல் மனதிற்குள் வலி அதிகமாக இருந்தது. ஆனால் அது 10 வருடங்களில் தான் செய்ய முடியும் என்ற நம்பிக்கை அவருடைய இதயத்தின் ஏதோ ஒரு மூலையில் இருந்தது. அவரது ஒப்பந்தத்தை நிறைவேற்றிய பிறகு, அவர் மீண்டும் லண்டன் சென்று தனது படிப்பை முடித்துவிட்டு 'ரூபாய் பிரச்சனை' என்ற தலைப்பில் தனது ஆய்வறிக்கையை முன் வைத்தார்.

லண்டனை விட்டுப் புறப்படுவதற்கு முன், பீமாராவ் தனது புத்தகங்கள் அனைத்தையும் கப்பலில் பம்பாய்க்கு அனுப்பினார். அவர் தனது புத்தகங்கள் அனைத்தையும் பம்பாயில் பாதுகாப்பாக அனுப்ப ஒரு புத்தக நிறுவனத்திடம் ஒப்பந்தம் செய்தார். அதுமட்டுமின்றி, புத்தகங்களின் பாதுகாப்பை மனதில் வைத்து, காப்பீடு பாலிசியும் எடுத்தார்.

பம்பாய் நகரை விட்டு வெளியேறியதால், வெளிநாட்டிற்குச் செல்லும் போது அதில் சிறப்பு மாற்றங்கள் எதுவும் இல்லை. அடிமைப்பட்ட தேசத்தை போலவே அதே பெரிய நகரம் அது. அது அமெரிக்காவின் கொலம்பியாவைப் போல் இல்லை, இங்கிலாந்தின் தலைநகர் லண்டனைப் போலவும் இல்லை. பீமாராவ் பம்பாய்க்கு வந்ததில் அவருக்கு எந்த ஒரு தனி மகிழ்ச்சியையும் உணரவில்லை, ஏனென்றால் படிப்பை முடிக்க முடியவில்லையே என்ற வலி இன்னும் அவரது இதயத்தில் பசுமையாக இருந்தது. ஆனால், அவரது மனைவி ரமாபாய் அவரை மீட்டதில் மிகவும் மகிழ்ச்சியடைந்தார். டாக்டர். அம்பேத்கர் வீட்டிற்கு வந்தபோது, அவர் தனது உதவித்தொகை நிறுத்தப்பட்டதால் படிப்பை பாதியிலேயே விட்டுவிட்டு திரும்பி வந்துவிட்டார் என்பதையும், அடுத்த 10 ஆண்டுகளுக்கு அவர் பரோடா மகாராஜாவின் சேவையில் இருப்பார் என்பதையும் அறிந்தாள்.

பரோடாவில் நடந்த வேதனையான அனுபவம்

டாக்டர் பீம்ராவ் திரும்பி வந்ததில் குடும்பத்தில் உள்ள அனைவரும் மிகவும் மகிழ்ச்சியடைந்தனர். குடும்பத்தினர் அனைவரும் பரோடா செல்வதற்கான ஏற்பாடுகளைச் செய்து கொண்டிருந்தனர்

அம்பேத்கரின் புத்தகங்களை பாதுகாப்பாக பம்பாய்க்குக் கொண்டுவர ஒப்பந்தம் கொடுத்த நிறுவனத்திடம் இருந்து அம்பேத்கருக்கு செய்தி வந்தது. புத்தகங்கள் வந்து கொண்டிருந்த கப்பல் கடலில் மூழ்கியதாக அந்தச் செய்தி கூறுகிறது.

இந்தச் செய்தியைக் கேட்டதும் டாக்டர் அம்பேத்கர் மிகவும் வருத்தமடைந்தார். அவரது மனைவி ரமாபாய் கதறி அழுதார், அதைக் கேட்டு அக்கம் பக்கத்தினர் அவரது வீட்டில் திரண்டனர். ரமாபாயின் அழுகைக்கான காரணத்தைக் கேட்ட அவர்கள், அவளிடம் தங்கள் அனுதாபத்தைத் தெரிவித்தனர்.

டாக்டர் அம்பேத்கர் தன்னைக் கட்டுப்படுத்திக் கொண்டு பரோடா செல்வதற்கான ஆயத்தங்களைச் செய்யத் தொடங்கினார். சிறிது நேரம் கழித்து, பரோடா செல்ல தன்னிடம் போதுமான பணம் இல்லை என்பதை உணர்ந்தார். இதை அவர் மனைவி ரமாபாயிடம் கூறினார். விசுவாசமான மனைவி உடனே தான் அணிந்திருந்த தங்க நகையைக் கழற்றி டாக்டர் அம்பேத்கரிடம் கொடுத்து, " இதை ஒரு கந்துவட்டிக்காரரிடம் பத்திரமாக வைத்து, அவரிடம் கொஞ்சம் கடன் வாங்குங்கள். உங்களது சம்பளத்தில் இருந்து அவனுடைய கடனை மெதுவாகத் திருப்பிக் கொடுப்போம்.

பீமாராவ் இதைச் செய்யத் தயாராக இல்லை. பரோடா செல்வதற்காக மனைவியின் ஆபரணங்களை விற்க அவரது மனசாட்சி அனுமதிக்கவில்லை. அவனுடைய மனைவி அவனுடைய இக்கட்டான நிலையை உணர்ந்து அவனிடம் விளக்கினாள், " நாம் சரியான நேரத்தில் பரோடாவை அடைய வேண்டும், மேலும் குடும்பத்தை நடத்தவும் பணம் தேவைப்படும். ஒரு மாதம் கழித்து தான் சம்பளம் கிடைக்கும். தயவு செய்து இந்த நகையை பத்திரமாக வைத்துக் கொண்டு கொஞ்சம் பணம் வாங்கிக் கொள்ளுங்கள்" என்றார். இருவருமே இந்த பிரச்சனைக்கு ஒரு தீர்வை யோசித்துக் கொண்டிருந்த போது ரூ. 2,000. ரூ.200 மணி ஆர்டரைப் பெற்று மகிழ்ச்சியடைந்தனர். இந்த கடினமான சூழ்நிலையில் 2,000. மணியார்டர் அனுப்பிய தபால்காரரிடம் கேட்டபோது, கடலில் மூழ்கிய புத்தகங்களுக்கான காப்பீட்டுத் தொகையாக லண்டனை சேர்ந்த தாமஸ் புத்தக நிறுவனம் அனுப்பியது தெரிய வந்தது.

கடினமான பிரச்சனை தீர்க்கப்பட்டது. கடவுள் டாக்டர் அம்பேத்கரை ஒரு கடினமான சூழ்நிலையில் இருந்து காப்பாற்றினார். ரூபாய் எடுத்து 500, பீமாராவ் முதலில் பரோடாவிற்கு தனியாக செல்ல முடிவு செய்தார், இதனால் அவர் தனது குடும்பத்தினர் அங்கு தங்குவதற்கான ஏற்பாடுகளை செய்தார். அவர் ரமாபாயிடம் வீட்டுச் செலவுக்கு 1,500 ரூபாய். கொடுத்தார். பரோடாவை சேரத் தொடங்குவதற்கு முன், டாக்டர் பீம்ராவ் அம்பேத்கர் வரும் செய்தியை தனது அலுவலகத்திற்கு அறிவித்தார். பரோடா மன்னருக்கு இந்தச் செய்தி கிடைத்ததும், அவர் மிகுந்த மகிழ்ச்சி அடைந்தார். பரோடா ரயில் நிலையத்தில் டாக்டர் அம்பேத்கருக்கு மாபெரும் வரவேற்பு அளிக்க வேண்டும் என்று கேட்டுக் கொண்டார்.

ஆனால், டாக்டர் அம்பேத்கர் மஹர் சாதியை சேர்ந்தவர் என்று தெரிந்ததும், அங்கு சென்று அவரை வரவேற்கும் எண்ணத்தை அரச ஊழியர்கள் கைவிட்டனர். இதன் விளைவாக, டாக்டர் அம்பேத்கர் ரயிலில் இருந்து இறங்கியபோது, அவரை வரவேற்க யாரும் இல்லாததைக் கண்டு மிகவும் ஆச்சரியப்பட்டார். பின்னர் அரச மாளிகைக்கு பாதயாத்திரையாக புறப்பட்டார். அரண்மனையை அடைந்த அவர், அரசனிடம் தான் வந்த

செய்தியைத் தெரிவிக்கும்படி அரசவை அதிகாரி ஒருவரிடம் கேட்டார். அரசன் அவரை உள்ளே அழைத்தான். ராஜாவைச் சந்தித்ததும், முதலில் டாக்டர் அம்பேத்கர் பாதங்களைத் தொட்டு வணங்கினார். ராஜா அவருக்கு ஏராளமான ஆசீர்வாதங்களை வழங்கினார்.

ஆரம்ப சம்பிரதாயங்களை முடித்த பிறகு, டாக்டர் பீம்ராவ் அம்பேத்கர் மன்னரின் உத்தரவின் பேரில் பரோடாவின் இராணுவச் செயலாளராகப் பொறுப்பேற்றார்.

கடைசியாக, டாக்டர். அம்பேத்கரின் உயர்கல்வி பெரும் ஈவுத்தொகையைக் கொடுத்தது, மேலும் அவருக்கு இராணுவச் செயலாளராக மரியாதைக்குரிய வேலையும் மாதம் ரூ. 200 சம்பளமும் கிடைத்தது. ஆனால், பதவி மிகவும் உயர்ந்ததால், அவர் மிகவும் கடினமாக உழைக்க வேண்டியிருந்தது மற்றும் அவரது தோள்களில் நிறைய பொறுப்பு இருந்தது. டாக்டர் அம்பேத்கர் ஒவ்வொரு நாளும் 24 மணி நேரத்தில் 18 மணிநேரம் வேலை செய்ய வேண்டியிருந்தது.

டாக்டர் அம்பேத்கர் ராணுவச் செயலர் பொறுப்பை ஏற்றதும், ராணுவத்தில் புதிய உற்சாகமும், புது வாழ்வும் புகுத்தப்பட்டது. புதிய பணி முறைகளால் அனைத்து அலுவலகப் பணியாளர்களும் மிகுந்த மகிழ்ச்சி அடைந்தனர். ராணுவத்தில் பணியும், ராணுவச் செயலர் பணியும் சிறப்பாக நடந்து வந்தது. ஆனால், பீம்ராவின் வாழ்க்கை ஆரம்பத்திலிருந்தே கஷ்டங்கள் நிறைந்ததாகவே இருந்தது. பிறகு, அமைதியான வாழ்க்கையை அவர் எவ்வாறு நடத்த முடியும்?

அவர் ஒரு மஹர் சாதியைச் சேர்ந்தவர் என்பது அவரை நிழல் போல பின்தொடர்ந்து வந்தது. அவர்களின் ராணுவச் செயலர் மஹர் சாதியைச் சேர்ந்தவர் என்ற செய்தி பரோடா முழுவதும் மெதுவாகப் பரவியது.

மகாராஜாவே இதை ஏற்கெனவே அறிந்திருந்தார், ஆனால் அரச ஊழியர்களும் அரச குடும்பத்தினரும் இந்த உண்மையை இப்போதுதான் அறிந்து கொண்டனர், மேலும் அவர்களும் இந்த உண்மைக்கு எதிர்வினையாற்றத் தொடங்கினர். சிறிது நேரம் கழித்து, டாக்டர் அம்பேத்கர், ஒரு சாதாரண பியூன் கூட தன் அருகில் வர பயப்படுகிறார் என்று உணர்ந்தார், மேலும் அவரைத் தொடாமல் இருக்க கோப்புகளை தூரத்திலிருந்து தனது மேஜையில் வீசுவார். மற்ற எல்லாத் தொழிலாளிகளும் அவரைப் பார்த்ததும் வெறுப்பில் மூக்கைப் பிசைவார்கள்.

டாக்டர் அம்பேத்கரும் தீண்டாமை அரக்கன் இங்குள்ள குடிமக்களையும் ஆக்கிரமித்துள்ளது என்பதை புரிந்து கொள்ள அதிக நேரம் எடுக்கவில்லை.

இதில் அதிக கவனம் செலுத்தாமல் தனது கடமைகளை சிறப்பாக நிறைவேற்றினார். ஆனால், அவர் உள்ளத்தில் மிகுந்த கோபம் தோன்றியது.

தீண்டாமை ஒழிப்பு உறுதிமொழி

டாக்டர் அம்பேத்கர் பரோடாவில் மற்றொரு உறுதிமொழி எடுத்தார்: தீண்டாமையை அகற்றுவோம். உயர்கல்வியும் உயர் பதவியும் பெறுவதே அவரது முதல் உறுதிமொழி. இதை அவர் ஏற்கெனவே நிறைவேற்றியிருந்தார். இப்படியே சில காலம் சென்றது. ஒரு நாள், ஒரு சம்பவம் நடந்தது. டாக்டர் அம்பேத்கர் தனது பியூனிடம் ஒரு கிளாஸ் தண்ணீர் எடுத்து வரச் சொன்னார். முதலில், பியூன் சாக்கு சொல்லிக்கொண்டே இருந்தார். டாக்டர் அம்பேத்கர் அவர் சொன்ன காரணத்தை அவரிடம் சொல்லும்படி கட்டளையிட்டபோது, பியூன் வெளிப்படையாக, " ஐயா! சூத்திரர்களுக்கு தண்ணீர் கொடுப்பதற்கு எங்கள் அலுவலகத்தில் எந்த ஏற்பாடும் இல்லை.

இப்படி இழிவான வார்த்தைகளைக் கேட்ட டாக்டர் அம்பேத்கர் பெரும் அதிர்ச்சி அடைந்தார். இதிலிருந்து ஒரு மஹர் ஒரு மனிதனாகக் கூட கருதப்படுவதில்லை என்று தெரிகிறது. அவர் பரோடா அரசாங்கத்தில் 10 ஆண்டுகள் பணியாற்றுவதற்கான ஒப்பந்தத்தில் கையெழுத்திட்டார், ஆனால் இந்த நிலைமைகளில், அவர் இந்த நிலையிலோ அல்லது பரோடாவிலோ 10 நிமிடங்கள் கூட இருக்க முடியாது. என்று தோன்றியது. சில சமயம் தன் வேலையைப் பற்றியும், சில சமயம் ராஜினாமா செய்வது பற்றியும் யோசிப்பார்.

இதுமட்டுமின்றி, டாக்டர் அம்பேத்கர் மெஸ்ஸுக்குச் சென்று உணவு உண்ணும் போது, யாரும் அவருடன் ஒரே மேசையில் அமர்ந்து சாப்பிட மாட்டார்கள், அவரைப் பார்க்க கூட மாட்டார்கள்.

இதுமட்டுமின்றி, பரோடாவின் குடிமக்கள் டாக்டர் அம்பேத்கருடன் சேர்ந்து பரோடா ராஜாவையும் விமர்சிக்கத் தொடங்கினர். இந்தத் தவறான முடிவுக்கு அரசனைப் பொறுப்பாக்கினார்கள். இந்த விஷயங்கள் அனைத்தும் பீம்ராவிடம் மறைக்கப்படவில்லை. இவை அனைத்தும் பீம்ராவ் மீது மோசமான விளைவை ஏற்படுத்தியது, ஆனால் அவர் தனது ஒப்பந்தத்தை மதிக்க வேண்டியிருந்தது. அதனால், இந்தப் பேச்சுக்களையெல்லாம் மறந்துவிட்டு தன் கடமையில் கவனம் செலுத்த முயன்றார்.

பரோடாவில் பீம்ராவின் வாழ்க்கை ஏற்பாடுகள் இன்னும் தற்காலிகமானவை. அவர் தங்குவதற்கு நிரந்தர ஏற்பாடுகள் எதுவும் இதுவரை செய்யப்படவில்லை. பீமாராவ் எங்கு வீடு தேடிச் சென்றாலும், அவர் எதிர்கொள்ள வேண்டிய முதல் கேள்வி - அவர் எந்த சாதி அல்லது கோத்திரத்தைச் சேர்ந்தவர்? என்பது தான்.

டாக்டர் பீமாராவ் பொய் சொல்ல விரும்பவில்லை, உண்மையைச் சொல்வதால் ஏற்படும் விளைவுகள் அவருக்குத் தெரியும். இதனால், அவருக்கு எங்கும் தங்கும் இடம் கிடைக்கவில்லை. வாடகைக்கு கூட அவருக்கு வீடு கொடுக்க யாரும் முன்வரவில்லை.

அவரது நிலைமை மோசமடைந்ததால், பீமாராவ் தனது பெயரை மாற்றிக்கொண்டு ஹோட்டலில் வசிக்கத் தொடங்கினார். ஆனால், இப்படிப்பட்ட உயர்கல்வி மற்றும் உயர் பதவியில் இருப்பவரின் யதார்த்தம் நீண்ட காலம் மறைக்கப்பட முடியாது. ஆகையால், உண்மை வெளிவந்தவுடன், அவருக்கு கடைசியாக தங்கும் வாய்ப்பும் இல்லாமல் போனது.

இந்த சோகமான சூழ்நிலையில், டாக்டர் பீம்ராவ் ராஜாவுக்கு ஒரு கடிதம் எழுதினார் - " நான் நீண்ட காலமாக பரோடாவில் இருக்கிறேன், இன்னும் எனது தங்குமிடத்திற்கான நிரந்தர ஏற்பாடுகள் செய்யப்படவில்லை. மேலும் அலுவலகத்தில், பியூன் கோப்புகளை மேஜையில் வீசுகிறார். கோப்புகளைத் திரும்பப் பெற வேண்டிய நேரம் வந்தவுடன், கோப்புகள் தரையில் விழும் அளவுக்கு நீண்ட தூரத்திலிருந்து கோப்புகளை எடுக்க முயற்சிக்கிறார். எனக்கு தாகம் எடுத்தால் குடிக்க தண்ணீர் தருவதில்லை, ஏனென்றால் அலுவலகத்தில் தீண்டத்தகாதவர்களுக்கு தண்ணீர் கொடுக்க ஏற்பாடு இல்லை. அலுவலகத்தில் உள்ள தண்ணீரைத் தொட்டால் அது தூய்மையற்றதாகிவிடும் என்பதால் வீட்டில் இருந்தே தண்ணீரைக் கொண்டு வர வேண்டும் என்று கூட கூறப்படுகிறது. இதுபோன்ற கடினமான சூழ்நிலையில் நான் எப்படி இங்கு தங்குவது, மாநிலத்திற்கு எப்படி சேவை செய்வது? என கேட்டு எழுதினார்.

இந்தக் கடிதத்தை எடுத்துக்கொண்டு டாக்டர் அம்பேத்கரே அரசரிடம் சென்றார். கடிதத்தைப் படித்த மன்னர் மிகவும் ஆச்சரியமடைந்தார், மேலும் அவர் திவான் சாஹாப்பைச் சந்திக்க டாக்டர் அம்பேத்கரைக் கேட்டுக் கொண்டார். திவான் சஹாப் தனது பிரச்சனையை தீர்க்க முடியும் என்று கூறினார்.

டாக்டர் அம்பேத்கர் திவான் சாஹாப் அவர்களிடம் சென்று தனது பிரச்சனையை கூறினார். டாக்டர் அம்பேத்கரின் பிரச்சனையைக் கேட்ட திவான் சாஹாப், அவரது பிரச்சனைக்குத் தீர்வு காண இயலாமையை வெளிப்படுத்தினார். அவர், " இது சாதாரண பிரச்சனையல்ல, மிகவும் தீவிரமானது. இதற்கு எந்த தீர்வையும் என்னால் கண்டுபிடிக்க முடியவில்லை. நான் சமூகத்தில் இருக்க வேண்டும், நான் எப்படி குடிமக்களுக்கு எதிராக செல்ல முடியும்? என்றார். உடனே டாக்டர் அம்பேத்கர், " குறைந்த பட்சம் என்னுடைய தங்குமிடத்திற்கு ஏதாவது

ஏற்பாடு செய்யுங்கள்" என்றார். திவான் சாஹேப் மறுத்து, " அவரது வீட்டில் யாரும் மஹர் தங்குமிடம் கொடுக்க மாட்டார்கள். ஆம், நீங்கள் விரும்பினால், நான் உங்களுக்கு குடிநீருக்கான ஏற்பாடுகளைச் செய்ய முடியும். அப்போது டாக்டர் அம்பேத்கர், " மீதமுள்ள விஷயங்களை நானே நிர்வகிப்பேன், நீங்கள் எனக்கு தங்குவதற்கு ஏற்பாடு செய்யுங்கள்" என்றார். இம்முறையும் திவான் சாஹேப் தனது இயலாமையை வெளிப்படுத்தி, " இது எனக்கு சாத்தியமில்லை" என்றார்.

டாக்டர் அம்பேத்கர் இப்போது என்ன செய்வது என்ற குழப்பத்தில் இருந்தார். சிறிது நேரம் கழித்து, அவர் தனது ராஜினாமா கடிதத்தை திவான் சாஹாபிடம் கொடுத்தார்.

பம்பாய்க்குத் திரும்பு

டாக்டர் அம்பேத்கரின் முன் அவரது ராஜினாமாவைத் தவிர வேறு வழியில்லை. ஒப்பந்தத்தை நிறைவேற்ற அவர் தன்னால் முடிந்தவரை முயற்சி செய்தார். அவர் இராணுவச் செயலர் பொறுப்பை ஏற்றிருந்தார். பதவியில் இருந்தபோது, 18 மணி நேரம் உழைத்து தன் கடமையை நிறைவேற்றினார். ஆனால், பரோடா மக்களும், அலுவலகத்தில் இருந்த அவரது சகாக்களும் அவரை எதிர்த்து, தீண்டத்தகாதவர் என்று கூறியபோது, டாக்டர் அம்பேத்கர், மகாராஜா கெய்க்வாடிடம் எல்லாவற்றையும் கூறினார். மஹாராஜா அவரை திவான் சாஹாப்பிடம் பிரச்சினையைத் தீர்க்க அனுப்பினார், ஆனால் திவான் சாஹாப் அவரது பிரச்சினையைத் தீர்ப்பதில் தனது உதவியற்ற தன்மையை வெளிப்படுத்தினார். பிறகு டாக்டர் அம்பேத்கர் வேறு வழியின்றி ராஜினாமா கடிதத்தை கொடுத்துவிட்டு பம்பாய் திரும்பினார். வீட்டை அடைந்ததும் அதே வாழ்வாதாரப் பிரச்சனை மீண்டும் ஒருமுறை அவர் முன் நின்றது. பரோடாவுடன் ஒப்பிடும்போது தீண்டாமைப் பிரச்சனை பம்பாயில் கொஞ்சம் குறைவாகவே இருந்தது.

இங்கு, அவரது நண்பர் கெலுஸ்கரும் இருந்தார். அதற்குள் அவர் டாக்டராகிவிட்டார். முன்பு போலவே இம்முறையும் பீமாராவுக்கு உதவ நினைத்தார். அவருக்கு நல்ல நண்பராக இருந்த அவர், ஒரு நல்ல நண்பரைப் போல, அவரை மகிழ்ச்சியாகவும், வளமாகவும் பார்க்க விரும்பி, அதற்கான முயற்சிகளை மேற்கொண்டு வந்தார்.

அப்போது, பாம்பே சாண்ட்ஹர்ஸ்ட் கல்லூரியில் பொருளாதார விரிவுரையாளர் பணியிடம் காலியாக இருந்தது. சான்ட்ஹர்ஸ்ட் வணிகவியல் கல்லூரியில் விரிவுரையாளர் பணியிடம் காலியாக உள்ளதை அவரது நண்பர் கெலுஸ்கர் சக பணியாளர்கள் மூலம் அறிந்து கொண்டார். உடனே டாக்டர் அம்பேத்கரிடம் சென்று விண்ணப்பம் எழுதச் சொன்னார்.

டாக்டர் அம்பேத்கர் தனது நண்பரின் இந்த வேண்டுகோளைக் கேட்டு வியப்படைந்து சிறிது நேரம் பேசாமல் இருந்தார். கெலுஸ்கர் தனக்கு உண்மையான நண்பன் என்றும் அவருக்கு எப்போதும் உதவி செய்து வந்தார் என்றும் அவர் நண்பன் சொன்னபடியே செய்தார்.

கெலுஸ்கர் இந்த பொன்னான வாய்ப்பை கைவிட விரும்பவில்லை. உடனே டாக்டர் அம்பேத்கரை அழைத்துக் கொண்டு கல்லூரி முதல்வரின் அறைக்குள் சென்றார். அவர் விண்ணப்பத்தை முதல்வரின் கையில் கொடுத்து, அவருக்கு டாக்டர் அம்பேத்கரை அறிமுகப்படுத்தினார். அவரது தகுதி மற்றும் கெலுஸ்கரின் பரிந்துரையின் காரணமாக, டாக்டர் அம்பேத்கருக்கு உடனடியாக பணி நியமனக் கடிதம் வழங்கப்பட்டு, கல்லூரியில் பொருளாதார விரிவுரையாளராக நியமிக்கப்பட்டார். இது ஒரு கிறிஸ்தவக் கல்லூரி, எனவே டாக்டர் அம்பேத்கர் ஒரு மஹர் என்பது இங்கு அவரது பாதையில் ஒரு தடையாக இருக்கவில்லை. பீமாராவ் மீண்டும் தனது குடும்பத்தை நடத்த ஒரு வழியைக் கண்டுபிடித்தார்.

கல்லூரியில் கற்பிக்கத் தொடங்கினார். இங்கு, டாக்டர் அம்பேத்கரின் வெளிநாடுகளில் படித்த படிப்பு கைக்கு வந்தது. என்ற அடிப்படையில் மாணவர்களுக்குக் கற்பிக்கத் தொடங்கினார்

ஒப்பீட்டு ஆய்வு முறை. மாணவர்களுக்கும் இரட்டை நன்மை கிடைத்தது. கல்லூரி மாணவர்களின் விருப்பமான ஆசிரியராக விளங்கினார். மெல்ல மெல்ல கல்லூரி முழுவதும் பிரபலமானார். இருப்பினும், இங்கேயும் அவர் ஒரு மஹர் என்ற பேச்சு இருந்தது, ஆனால் அது ஒரு கிறிஸ்தவ கல்லூரி என்பதால், அவர் எந்த சிறப்பு பிரச்சனையையும் சந்திக்க வேண்டியதில்லை.

ஆனால், மெல்ல மெல்ல அதே பிரச்சனைகள் அவரை மீண்டும் சூழ்ந்தன. இப்படி நடந்தது, ஒரு நாள் குஜராத்தி மொழி விரிவுரையாளர் பீம்ராவ் ஒரு மண் குடத்தில் இருந்து தண்ணீரை எடுத்து குடிப்பதைப் பார்த்தார். இதற்காக அவரை கண்டித்துள்ளார். அவர் ஒரு தீண்டத்தகாதவர் என்பதால் தானே குடத்தில் தண்ணீர் எடுத்திருக்கக் கூடாது என்று டாக்டர் அம்பேத்கரிடம் கூறினார். யாரிடமாவது தண்ணீர் கேட்டிருக்கலாம். இப்போது, மற்ற ஆசிரியர்கள் எப்படி இந்த அசுத்த நீரைக் குடிக்க முடியும்? என்றார்.

டாக்டர் அம்பேத்கர் இந்த அவமானத்தை அமைதியாக தாங்கினார். ஒவ்வொரு அடியிலும் அவமானங்களைத் தாங்குவது அவருக்கு கடினமாகிக்கொண்டே இருந்தது. இந்த தீண்டாமைச் சூழலில் அவர் திணறுவதை உணர்ந்தார், ஆனால் பணம் சம்பாதிக்க வேறு வழியில்லை. அதனால், அவரால் வேலையை விட முடியவில்லை. 1917 இல், அவர்

பரோடா மன்னரின் இராணுவச் செயலர் பதவியை ராஜினாமா செய்தார். பம்பாயில் அவருக்கு வேலை கிடைத்தது அவரது அதிர்ஷ்டம். இடையில் சில காலம் வேலையில்லாமல் இருந்தார். இந்த நேரத்தில், அவர் ”இந்தியாவில் சிறு பங்குகள் மற்றும் அவற்றின் தீர்வுகள்” என்ற புத்தகத்தை எழுதினார். இதன் மூலம் அவர் எழுத்தாளர் உலகில் நுழைந்தார். அவர் 1917 இல் ”இந்தியாவில் சாதிகள்” என்ற புத்தகம் எழுதினார்.

இந்த புத்தகத்தில், இந்தியாவின் பொருளாதார முன்னேற்றத்திற்கு, விவசாயத்தில் முன்னேற்றம் மற்றும் தொழில்மயமாக்கல் அவசியம் என்று கூறினார். முதலில் தொழிற்சாலைகளை பெருக்க வேண்டும், அதன் பிறகு விவசாயத்திற்கு ஏற்ற நிலத்தின் எல்லைகளை குறிக்க வேண்டும் என்றார். இந்த வழியில், இந்த இரண்டு நடவடிக்கைகளும் ஒன்றையொன்று பூர்த்தி செய்யும், என்றார். மேலும் நமது நாட்டின் பொருளாதார சுதந்திரத்திற்கான புதிய பரிமாணங்கள் திறக்கப்படும் என்றும் உரைத்தார்.

அதுவரை அம்பேத்கர் வெறும் அம்பேத்கர்தான். ”டாக்டர்” என்ற வார்த்தை அவரது பெயருடன் இணைக்கப்படவில்லை மற்றும் அவர் தலித்துகளின் தலைவராகவும் இல்லை. ஒரு வேளை அதனால்தான் யாரும் அவருடைய யோசனைகளுக்கு கவனம் செலுத்தவில்லை என கருதப்படுகிறது. அப்போது இந்தியாவில் ஆங்கிலேயர் ஆட்சி இருந்ததும் இதற்கு மற்றொரு காரணமாக இருக்கலாம். 1950ல், இந்தியா குடியரசாக மாறியபோது, அம்பேத்கரின் இந்தச் சிந்தனைகளும், அரசாங்கத்தால் பயன்படுத்தப்பட்டு, அவற்றைச் செயல்படுத்த அரசால் நடவடிக்கை எடுக்கப்பட்டது.

* * *

தலித் மக்களின் விழிப்புணர்வு

1918 இல், டாக்டர் அம்பேத்கர் சவுத்பரோ கமிஷன் முன் வாக்குரிமை தொடர்பான தனது கருத்துக்களை முன் வைத்திருந்தார். அதே ஆண்டு, அவருக்கு சாண்ட்ஹர்ஸ்ட் கல்லூரியில் பொருளாதாரம் மற்றும் அரசியல் அறிவியல் பேராசிரியராக பதவி வழங்கப்பட்டது.

கடினமான சூழலையும் மீறி, சாண்ட்ஹர்ஸ்ட் கல்லூரியில் டாக்டர் அம்பேத்கரின் கற்பித்தல் பணி சீராக நடந்து வந்தது. ஆனால், தீண்டாமைப் பிரச்சனை அவருக்குப் பின் பேயாக இருந்தது. இந்தப் பிரச்சனையைச் சமாளிக்க வார இதழ் ஒன்றை வெளியிடத் திட்டம் தீட்டினார். அவர் இப்போது நிதிக் கண்ணோட்டத்தில் இருந்து கொஞ்சம் சுதந்திரமாக இருந்தார். 1920ல் பம்பாயிலிருந்து 'மூக் நாயக்' என்ற வார இதழை வெளியிட்டார்.

அதே நேரத்தில், கோலாப்பூரில், சத்ரபதி சாஹு மகராஜ் தனது மாநிலத்தில் தீண்டத்தகாத மக்களின் முன்னேற்றத்திற்கான பணிகளில் மும்முரமாக இருந்தார். தலித்துகளுக்கு கல்வி அளித்து அவர்கள் சமூகத்தில் மரியாதையுடன் வாழவும், அவர்கள் மீது இழைக்கப்படும் வன்கொடுமைகளைத் தடுத்து நிறுத்துவதே அவரது இயக்கத்தின் முக்கிய நோக்கமாக இருந்தது. சத்ரபதி சாஹு மகராஜ் அவர்களை சாதி அமைப்பிலிருந்தும், "பாண்டாக்கள்" மற்றும் புரோகிதர்கள் மற்றும் பிராமணர்களின் செல்வாக்கிலிருந்தும் விடுவிக்க விரும்பினார். ஆனால் "தொண்டு வீட்டிலிருந்து தொடங்குகிறது" என்று ஒரு பழமொழி உள்ளது. இந்த வாசகத்தின்படி செயல்பட்ட அவர், ஏராளமான தீண்டத்தகாதவர்களுக்கும், தலித்துகளுக்கும் தனது அரசில் இடம் கொடுத்தார். வழக்கறிஞர்களாகப் பணியாற்ற அவர்களுக்கு உரிமை உண்டு என்று சான்றளிக்கும் கடிதங்களைக் கொடுத்தார். இதுமட்டுமின்றி, சத்ரபதி மகாராஜ் அவர்களுடன் பொது இடங்களில் அமர்ந்து சாப்பிடுவது வழக்கம். இதனுடன், தலித் மாணவர்களுக்கு இலவச கல்வி, தங்குமிடம் மற்றும் உணவுக்கான ஏற்பாடுகளையும் செய்தார்.

ஒரே இலக்கைக் கொண்ட இரண்டு பயணிகள் வெவ்வேறு பாதைகளில் நீண்ட நேரம் எப்படி நடக்க முடியும்? எனவே, 1919 இல், பீம்ராவ் சாஹு ஜியுடன் தொடர்பு கொண்டார். அம்பேத்கரை ஸ்ரீ டத்தோபா பவார் சாஹு மகராஜுக்கு அறிமுகப்படுத்தினார். அம்பேத்கரைச் சந்தித்ததும், அவரது உற்சாகத்தைப் பார்த்ததும் மகாராஜ் மிகவும் மகிழ்ச்சியடைந்தார். 31 ஜனவரி 1920 அன்று அம்பேத்கர் அவருடன் இணைந்து 'மூக் நாயக்' என்ற பத்திரிகையைத் தொடங்கினார்.

'மூக் நாயக்' என்ற இதழைத் திருத்தும் பணி அகோலாவில் உள்ள கெலவாலி கிராமத்தில் வசிக்கும் ஸ்ரீ பாண்டுரங் நந்த்ரம் பார்கருக்கு வழங்கப்பட்டது.

இந்த நேரத்தில், இந்து சமுதாயத்தில் நிலவும் தீமைகளை அவர்களால் தாக்க முடியாது, அவற்றை முற்றிலுமாக அழிக்க முடியவில்லை, ஏனெனில் இந்த பணிக்கு, அவர்களின் ஆயுதக் களஞ்சியத்தில் சக்திவாய்ந்த ஆயுதங்கள் இல்லாததால் டாக்டர் அம்பேத்கரும் அறிந்திருந்தார். அவர்கள் இன்னும் சமூகத்தில் தங்களை நிலைநிறுத்த முயன்றனர்.

21 மார்ச் 1920 அன்று, கோலாப்பூர் மாநிலத்தின் மான் கிராமத்தில் தலித்துகளின் கூட்டம் நடந்தது. அதற்கு டாக்டர் அம்பேத்கர் தலைமை தாங்கினார். சாஹு மகராஜும் இந்தக் கூட்டத்தில் பங்கேற்றார், மேலும் டாக்டர் அம்பேத்கரைப் புகழ்ந்து பேசாமல் இருக்க முடியவில்லை.

மே 1920 இல், நாக்பூரில் "அகில் பாரதிய பஹிஷ்கிருத பரிஷத்" (அனைத்திந்திய தாழ்த்தப்பட்ட வகுப்புகள் சங்கம்) உருவாக்கப்பட்டது. இந்த குழுவின் தலைவராக சாஹு மகராஜ் இருந்தார். இந்தக் குழு தலித்துகள் இயக்கத்திற்கு ஒரு புதிய திசையை வழங்கியது என்று சொல்லலாம். இம்மன்றத்தால் தான் டாக்டர் அம்பேத்கர் முன்பு இருந்த தாழ்த்தப்பட்ட வகுப்பினர் இயக்கத்திலிருந்து தீண்டத்தகாதவர்களின் பார்வையைத் திருப்பி, அதைத் தன் பக்கம் திருப்பிக் கொள்ள முடிந்தது

* * *

லண்டனுக்குத் திரும்பு

டாக்டர். அம்பேத்கர் லண்டனில் தனது முடிக்கப்படாத சட்டப் படிப்பை நினைத்து அடிக்கடி வருத்தப்படுவார். அதனால், சட்டப்படிப்பை முடித்து மேலும் படிக்க வேண்டும் என்ற ஆசை நாளுக்கு நாள் வலுப்பெறத் தொடங்கியது. ஆனால் என்ன செய்ய முடியும்? என்றும்,

சிந்தித்தால் மட்டும் சாதிக்க முடியுமா? அவருக்கு குறைந்தபட்சம் லண்டனை அடைய ரூ. 10,000. அவரது சம்பளத்தில் இருந்து ரூ.5,000, ஆனால் அவருக்கு ரூ. 5,000 தேவைப்படும்.

எப்போதும் போல இம்முறையும் அவனது நண்பன் கெலுஸ்கர் உதவிக்கு வந்தார். அவர் டாக்டர் அம்பேத்கரிடம் ரூ. 5,000 ஐ அவர் தனது மனைவி ரமாபாயிடம் வீட்டுச் செலவுக்காக, கொடுத்திருந்த ரூ. 10,000 லிருந்து பெற்று லண்டனுக்குச் செல்லுங்கள் என்று கூறிய தனது நண்பரின் இந்த ஆலோசனையை டாக்டர் அம்பேத்கர் ஏற்றுக்கொண்டார். இதற்கிடையில், லண்டனில் டாக்டர் அம்பேத்கரின் ரூம்மேட் நேவல் படேனா பம்பாய்க்கு வந்திருந்தார். அவரது ஆலோசனையின் பேரில், டாக்டர் அம்பேத்கர் பரோடா மன்னருக்கு தனது சட்டப் படிப்பை முடிக்க மீண்டும் லண்டன் செல்ல விரும்புவதாகவும், அவருக்கு ஏதாவது ஒரு வழியில் பண உதவி செய்ய முடிந்தால், அவர் மிகவும் நன்றியுள்ளவராக இருப்பார் என்றும் எழுதினார்.

பரோடா மன்னர் அவருக்கு ரூ. 5,000 மற்றும் அவருக்கு முன்பு போல் மாதாந்திர உதவித்தொகை வழங்க ஒப்புக்கொண்டார். டாக்டர் அம்பேத்கருக்கு கிடைத்த ரூ. 5,000 பரோடா மன்னர் கடற்படை படேனாவும் அவருக்கு ரூ. 5,000 கொடுத்தது.

பீமாராவ் லண்டன் செல்ல ஆயத்தம் செய்தார். கடவுச்சீட்டு தயாரானவுடன் கப்பலில் அமர்ந்து லண்டனுக்குப் பயணம் செய்தார். அங்கு சென்றடைந்த டாக்டர் அம்பேத்கர், 'லண்டன் ஸ்கூல் ஆ·ப் எகனாமிக்ஸ் அண்ட் பொலிட்டிக்கல் சயின்ஸ்' மற்றும் கிரேஸ் இன்னில் சட்டப் படிப்புக்காக அனுமதி பெற்றார். இங்கு, வசதியான குடும்பத்தைச் சேர்ந்த ஒரு ஆங்கிலேயருடன் நல்ல நட்பு ஏற்பட்டது. டாக்டர் அம்பேத்கருக்கு அவ்வப்போது பண உதவி செய்து வந்தார். டாக்டர் அம்பேத்கரும் தனது உதவித்தொகையை தொடர்ந்து பெற்று வந்தார். மொத்தத்தில் அவருடைய பொருளாதார நிலை நன்றாகவே இருந்தது. புத்தகமோ, வேறு ஏதாவது தேவையோ, தயக்கமின்றி வாங்கிக் கொள்வார்.

ஜூன் 1921 இல், டாக்டர் அம்பேத்கர் லண்டன் பல்கலைக்கழகத்தில் தனது எம்.ஏ.க்கான தனது ஆய்வுக் கட்டுரையை சமர்ப்பித்தார், அது உடனடியாக ஏற்றுக்கொள்ளப்பட்டது, மேலும் அவருக்கு பட்டமளிப்பு சான்றிதழும் வழங்கப்பட்டது.

ஆனால், பரோடாவில் டாக்டர் அம்பேத்கருக்கு வழங்கப்படும் கல்வி உதவித்தொகைக்கு எதிராக மக்கள் பேச ஆரம்பித்துவிட்டனர். சிறிது

நேரம் திடீரென உதவித்தொகை நிறுத்தப்பட்டது. இதுபற்றி டாக்டர் அம்பேத்கர் பரோடா மன்னருக்கு கடிதம் எழுதி தெரிவித்தார். இதையறிந்த ராஜா இது குறித்து விசாரணை நடத்தினார். அங்கு உதவித்தொகையை நிறுத்த யாரோ சதி செய்ததை அவர் கண்டுபிடித்தார். மேலும் ராஜா கல்வி உதவித்தொகையை மீட்டெடுத்தார், இதனால் டாக்டர் அம்பேத்கர் மீண்டும் நிதி சிக்கல்களில் இருந்து காப்பாற்றப்பட்டார்.

அவர் தனது சட்ட தேர்விலும் தேர்ச்சி பெற்றார். டி.லிட் பட்டம் பெற்றார். ஆனால், அவரது உயர்கல்வி தாகம் இன்னும் தீரவில்லை. சில படிப்புகளுக்காக ஜெர்மனி சென்றார். இங்கே, அவர் 1922 முதல் 1923 வரை பான் பல்கலைக்கழகத்தில் படித்தார். இங்கும், அவரது பாடம் பொருளாதாரம் ஆகும்.

இங்கே, அவரது ஆய்வறிக்கையின் தலைப்பு 'ரூபாய் பிரச்சனை' மிகவும் விவாதப் பொருளாக இருந்தது. அனைவரும் வெகுவாகப் பாராட்டினர், ஒரு வெளிநாட்டு நிறுவனம் அதையும் வெளியிட்டது. அக்டோபர் 1922 இல், அரசியல் அறிவியல் டாக்டர் பட்டத்திற்கான விருதும் லண்டன் பல்கலைக்கழகத்தில் வழங்கப்பட்டது. 1923 இல், இந்த கட்டுரை ஒரு புத்தக வடிவில் வாசகர்கள் முன் வழங்கப்பட்டது.

அவரது இந்த ஆய்வறிக்கையில், டாக்டர் அம்பேத்கர், பிரிட்டிஷ் பவுண்டை இந்திய ரூபாயுடன் இணைத்து, பிரிட்டிஷ் அரசு பெரும் லாபம் ஈட்டும் பாதையை தங்களுக்கு ஏற்றதாகக் கூறியிருந்தார். ஆனால் இதன் விளைவு பிரிட்டிஷ் ஆட்சியாளர்கள் மற்றும் வசதி படைத்த மக்களின் பாதுகாப்புப் பெட்டகங்களில் இந்தியப் பணம் மிக வேகமாகப் பாய்ந்தது. அதனால், இந்திய குடிமக்கள் வறுமையில் வாடுகின்றனர்.

டாக்டர் அம்பேத்கரின் இந்தக் கட்டுரையைப் படித்ததும், அவர் மீதான பிரிட்டிஷ் அரசின் பார்வை வேகமாக மாறியது. அவரைப் பரிதாபமாகப் பார்த்த அதே அரசு, இப்போது அவரைக் கோபமாகப் பார்க்கத் தொடங்கியது. பிரிட்டிஷ் அரசின் இந்த அணுகுமுறையால், அவருக்கு டாக்டர் பட்டம் வழங்கப்படவில்லை. டாக்டர் அம்பேத்கர் எப்படி வேண்டுமானாலும் டாக்டர் பட்டம் பெறலாம் என்று முடிவு செய்திருந்தார், பிறகு சில சமரசங்களுக்குப் பிறகு டாக்டர் அம்பேத்கருக்கு டாக்டர் பட்டம் வழங்கப்பட்டது.

இக்கட்டுரை 1956 ஆம் ஆண்டு இந்திய நாணயம் மற்றும் வங்கியியல் வரலாறு - பகுதி I“ என்ற தலைப்பில் வெளியிடப்பட்டது.

* * *

சட்ட நடைமுறை தொடங்கியது

படிப்பை முடித்த பிறகு, டாக்டர் அம்பேத்கர் லண்டன் மற்றும் பானில் இருந்து திரும்பி வந்தார். அவரது நண்பர்கள் கெலுஸ்கர் மற்றும் நேவல் படேனா அவரை அன்புடன் வரவேற்றனர்.

இப்போது அவரது வழக்கறிஞர் பயிற்சியைத் தொடங்குவதில் சிக்கல் இருந்தது. அவர் சட்டத் தேர்வில் தேர்ச்சி பெற்றிருந்தார், ஆனால் ஒரு சட்டப் பயிற்சியைத் தொடங்க அவர் அரசாங்கத்திடம் இருந்து உரிமம் பெற வேண்டும், இதற்காக அவர் சில கட்டணங்களை டெபாசிட் செய்ய வேண்டியிருந்தது. பீமாராவிடம் எப்போதும் போல் பணம் இல்லை.

இந்த பிரச்சனை அவரது நண்பர்களான நேவல் படேனா மற்றும் கெலுஸ்கர் ஆகியோரின் காதுகளுக்கு எட்டியபோது, அவர்கள் இருவரும் டாக்டர் அம்பேத்கருக்கு உதவ உடனடியாக ஒப்புக்கொண்டனர், மேலும் இருவரும் சேர்ந்து சட்டப் பயிற்சியைத் தொடங்கத் தேவையான உரிமத்திற்கான கட்டணத்தை டெபாசிட் செய்தனர்.

டாக்டர் அம்பேத்கர் விரைவில் உரிமம் பெற்றார். பம்பாயின் "உயர்நீதிமன்றத்தில்" தன் சுதந்திரமான பயிற்சியைத் தொடங்கினார். அனுபவம் வாய்ந்த வழக்கறிஞரின் கீழ் முதலில் பணிபுரியும் பாரம்பரியத்தை அவர் உடைத்தார், ஏனென்றால் அவர் தனது படிப்பின் மூலம் பெற்ற ஆழ்ந்த அறிவின் செல்வத்தைக் கொண்டிருந்தார். பிறகு, அனுபவம் வாய்ந்த வழக்கறிஞரின் கீழ் பணிபுரியும் ஊன்றுகோல் அவருக்கு ஏன் தேவை? என உணர்ந்தார்.

பீமாராவ் முடிந்தவரை குறைந்த கட்டணத்தில் தனது வழக்குகளை எதிர்த்துப் போராடுவது என்று முடிவு செய்திருந்தார். எந்த வழக்கை கையில் எடுத்தாலும் அதில் வெற்றி பெறுவார் என்பது அவரது அதீத அறிவின் விளைவு ஆகும்.

பல்வேறு வகையான வழக்குகள் மற்றும் அவற்றின் மீதான மேல்முறையீடுகள் மற்றும் எதிர் முறையீடுகள், இது நீதிமன்றங்களின் வாடிக்கை. கீழ் நீதிமன்றங்களை விட உயர் நீதிமன்றங்களில் வழக்குகள் குறைவாகவே நடத்தப்படுகின்றன. சில சட்டப் பிழைகள் காரணமாக கீழ் நீதிமன்றங்கள் விவாதத்திற்குரிய முடிவை வழங்குகிறதோ, அல்லது வழக்கில் தொடர்புடையவர்கள் அந்தத் தீர்ப்பை சரியானதாகக் கருதவில்லையோ அந்த வழக்குகள் மட்டுமே உயர் நீதிமன்றங்களை அடைகின்றன. இதுபோன்ற வழக்குகளில், உயர் நீதிமன்றங்களின் வழக்கறிஞர்கள் கடினமாக உழைக்க வேண்டும், ஏனெனில் அவர்கள் வழக்கை நன்கு புரிந்துகொண்டு, கீழ் நீதிமன்றத்தின் வழக்கறிஞர் வழக்கை பொய்யானதாக நிரூபிக்க பயன்படுத்திய சட்டப் புள்ளியைக் கண்டறிய முயற்சிக்க வேண்டும். டாக்டர் அம்பேத்கருக்கு இத்துறையில் நிபுணத்துவம் இருந்தது.

வக்கீல் பயிற்சியைத் தொடங்கிய சிறிது காலத்திலேயே டாக்டர் அம்பேத்கருக்கு ஒரு விசித்திரமான வழக்கு வந்தது. தீண்டத்தகாத மூன்று எழுத்தாளர்கள் ஒரு புத்தகம் எழுதியிருந்தார்கள் என்பது வழக்கு. இந்தியாவில் தீண்டாமை பிரச்சனைக்கு இந்தியாவின் பிராமண வகுப்பே காரணம் என்றும், பிராமணர்கள் இந்தியாவை சீரழிவு மற்றும் வீழ்ச்சியின் பாதைக்கு மாற்ற விரும்புவதாகவும் அவர்கள் புத்தகத்தில் எழுதியுள்ளனர். தீண்டத்தகாதவர்களை மனிதர்களை விடக் குறைவானவர்கள் என்று அறிவித்து அவர்களைப் புறக்கணித்தனர். இதுமட்டுமின்றி, பிற்காலத்தில் பிறர் முன் வரக்கூடாது என்பதற்காக, தீண்டத்தகாதவர்கள் அதிகாலையில் சாலைகளைச் சுத்தம் செய்தல் முதலியவற்றைச் செய்ய வேண்டும் என்றும் பிராமணர்கள் கூறியதாக நூலில் எழுதப்பட்டிருந்தது.

இந்த விசித்திரமான வழக்கு செஷன்ஸ் நீதிபதி நீதிமன்றத்தில் நடந்து வந்தது. இந்த எழுத்தாளர்கள் மீது பிராமணர்கள் அவதூறு வழக்கு தொடர்ந்தனர். இந்த வழக்கை அம்பேத்கர் அறிந்ததும், வழக்கை அவர் கையில் எடுத்தார். எழுத்தாளர்கள் அவரிடம் கட்டணம் பற்றி கேட்டபோது, டாக்டர் அம்பேத்கர் அவர்களால் கொடுக்க முடிந்ததை எடுத்துக்கொள்வதாக கூறினார். தீண்டத்தகாத மூன்று எழுத்தாளர்களும் இதைக் கேட்டு மிகவும் மகிழ்ச்சியடைந்தனர், மேலும் அவர்கள் தங்களால் இயன்ற கட்டணத்தை அவருக்குக் கொடுத்தனர்.

செஷன்ஸ் நீதிமன்றத்தில் வழக்கு தொடங்கியது. முதல் நாள் நடைமுறையில் இரு தரப்பினரும் தங்களது ஆதாரங்களை சமர்பித்தனர். அடுத்த விசாரணையில் இரு தரப்பு சாட்சிகளும் குறுக்கு விசாரணை செய்யப்பட்டனர். இருதரப்பு வழக்கறிஞர்களும் தங்கள் தரப்பு வாதங்களையும் ஆதாரங்களையும் முன்வைத்தனர். மூன்றாவது விசாரணையில், மூன்று பிரதிவாதிகளும் தங்கள் விளக்கத்தை அளிக்க அழைக்கப்பட்டனர். அதில், புத்தகம் எழுதியதன் மூலம் தாங்கள் எந்த குற்றமும் செய்யவில்லை என தெரிவித்தனர். நான்காவது விசாரணையில் இருதரப்பு வழக்கறிஞர்களும் பரஸ்பரமாக வாதாடினர்.

பாரிஸ்டர் அம்பேத்கர் தனது தரப்பில் இருந்து உண்மைகளையும் வாதங்களையும் முன்வைத்து, தனது வாடிக்கையாளர்கள் எதை எழுதியிருந்தாலும் அது உண்மைகளின் அடிப்படையில் அமைந்தது என்று கூறினார். அவர்கள் விரும்பினால், அவரது கட்சிக்காரர்கள் நீதிமன்றத்தில் உண்மைகளை நிரூபிக்க முடியும். தனது வாதங்களை தொடர்ந்த டாக்டர் அம்பேத்கர் புத்தகத்தில் எழுதப்பட்ட அனைத்து உண்மைகளையும் மீண்டும் வலியுறுத்தினார். இதுமட்டுமின்றி, சங்க இலக்கியம் முழுவதும் பொய்யும் வஞ்சகமும் நிறைந்த பை என்றும் கூறினார். அவர் சிலை வழிபாடு மற்றும் “கதா-கீர்த்தனைகள்“ போன்றவற்றை மோசடி மற்றும் பொய் என்று நிரூபித்தார், மேலும் தனது வாடிக்கையாளர்களை நிரபராதி என்று அறிவிக்க வேண்டும் என்று கூறினார். இரண்டு நாட்களுக்குப் பிறகு, நீதிபதி தனது தீர்ப்பில் டாக்டர் அம்பேத்கரின் வாடிக்கையாளர்களை குற்றமற்றவர்கள் என்று அறிவித்தார்.

* * *

மஹர் மாநாடு

இந்த விசித்திரமான வழக்கில் வெற்றிபெற்ற பிறகு, டாக்டர் அம்பேத்கர் தீண்டத்தகாத சமூகத்தினரிடையே மிகவும் மரியாதைக்குரிய நபராக ஆனார். பம்பாயின் எல்லா தெருக்களிலும் மூலைகளிலும், நீதிமன்றத்தில் அவரது மேல்முறையீடுகள் மற்றும் பதில்கள்

விவாதிக்கப்பட்டன. தீண்டத்தகாதவர்கள் டாக்டர் அம்பேத்கர் மீது நன்றி உணர்வை ஏற்படுத்த ஆரம்பித்தனர். இதனையடுத்து அவருக்கு பாராட்டு விழா நடத்தப்பட்டது.

விழாவின் முக்கிய நோக்கம் அவரைக் கௌரவிப்பதாகும், இது தவிர, தீண்டத்தகாத சமூகமும் அவரிடமிருந்து ஆலோசனைகளையும் வழிகாட்டுதலையும் விரும்பியது. தலித்துகளும் தீண்டத்தகாதவர்களும் டாக்டர் அம்பேத்கர் அவர்களின் பிரச்சனைகளுக்கு தகுந்த தீர்வை முன்வைப்பார் என்றும், அவர்களின் எதிர்கால திட்டங்களுக்கு வழிகாட்டுவார் என்றும் நம்பத் தொடங்கியுள்ளனர். பல இடங்களில், டாக்டர் அம்பேத்கர் தீண்டத்தகாதவர்களின் மேசியாவாகவும் கடவுளாகவும் கருதப்பட்டார்.

இந்த விழா பம்பாய்க்கு அருகில் உள்ள கோகல் மாவட்டத்தில் ஏற்பாடு செய்யப்பட்டிருந்தது. இந்த விழாவிற்கு டாக்டர் பீம்ராவ் அம்பேத்கர் தலைமை தாங்கினார். டாக்டர் பீம்ராவ் அம்பேத்கரின் வாழ்க்கையில் நடந்த முதல் பொது விழா இதுவாகும், இதற்கு அவர் தலைமை தாங்கி அனைவரிடமும் பேசினார். இந்த விழா மஹர் மாநாடு எனப் புகழ் பெற்றது.

இந்த மாநாட்டில் டாக்டர் அம்பேத்கர், தலித்துகளை தீண்டத்தகாதவர்கள் என்று கூறி அவர்களுக்கு இழைக்கப்படும் கொடுமைகள் நிறுத்தப்பட வேண்டும் என்பதற்காகவே மஹர் மாநாடு நடத்தப்படுகிறது என்றார். தலித்துகளுக்கும் உரிமைகள் வழங்கப்பட வேண்டும் என்றார். எல்லாவற்றிற்கும் மேலாக, அவர்களும் மனிதர்கள். அவர்களுக்கும் மற்ற மனிதர்களைப் போல வாழ உரிமை இருந்தது.

மஹர் மாநாடு குறிப்பிட்ட நாளிலும், குறிப்பிட்ட நேரத்திலும், நியமிக்கப்பட்ட இடத்திலும் வெகு விமரிசையாக நடைபெற்றது. இந்த மாநாட்டில் டாக்டர் அம்பேத்கர் தனது எண்ணங்களை வெளிப்படையாக வெளிப்படுத்தினார். அவர் கூறினார், " தீண்டத்தகாதவர்களான எங்களிடம் உறுதி இல்லை, அதனால்தான் நாங்கள் எங்கள் முயற்சிகளில் தோல்வியடைகிறோம். உறுதியான மன உறுதி இருந்தால் மட்டுமே நம் முயற்சியில் வெற்றி பெற முடியும். தீண்டத்தகாதவர்களுக்கு சில சிறப்புப் போதனைகளை வழங்கினார்.

அதாவது, நெக்லஸின் மணிகள் போல நாம் ஒற்றுமை என்னும் ஒரே நூலில் கட்டப்பட வேண்டும். சிறு சிறு சண்டை சச்சரவுகளை மறந்து, ஒன்று சேர்ந்து பலத்தை சேகரித்து ஒன்றாக மாற முயற்சிக்க வேண்டும், ஏனெனில் இந்த சிறிய விஷயங்கள் நம்மை பலவீனப்படுத்துகின்றன; மேலும் பலவீனமானவர்கள் எப்போதும் அனைவராலும் அடக்கப்படுகிறார்கள்.

இப்போது, அவரது பெரும்பாலான நேரத்தை அவரது சமூக சீர்திருத்த நடவடிக்கைகளில் செலவிடுகிறார். 20 ஜூலை 1924 இல், டாக்டர் அம்பேத்கர் 'பஹிஷ்கிருத ஹிட்கர்னி சபா' (தாழ்த்தப்பட்ட வகுப்பினர் நலச் சங்கம்) க்கு புத்துயிர் அளித்தார். 1920-ல் தொடங்கப்பட்ட 'மூக் நாயக்' இதழின் வெளியீடு நிதிச் சிக்கலால் நிறுத்தப்பட்டது. டாக்டர் அம்பேத்கர் இந்த சங்கத்தை பதிவு செய்தார். இந்தச் சங்கத்தின் இலக்குகள் பின்வருமாறு:

(1) தலித் மாணவர்களுக்கான விடுதிகளை நிறுவுதல் மற்றும் தலித் சமூகத்தில் கல்வி பரவலை ஊக்குவிப்பது.

(2) தலித்துகளுக்கு நூலகங்கள், கலாச்சார மையங்கள் மற்றும் கல்வி மையங்களை நிறுவுதல்.

(3) தொழில் மற்றும் விவசாயப் பள்ளிகளில் தலித்துகளுக்குக் கல்வி கற்பித்து, இந்தத் துறைகளில் அவர்களை தன்னிறைவு அடையச் செய்தல். (4) தலித்துகளின் பிரச்சனைகளைப் பிரதிநிதித்துவப்படுத்துவது மற்றும் அவற்றைத் தீர்ப்பது.

சர் சி.எச். சிதல்வாட் இந்த சங்கத்தின் தலைவரானார். செயல் துணைத் தலைவர்களில் ஸ்ரீ மியார் நிசிம், ருஸ்தம் ஜி ஜின்வாலா, ஜி.கே. நாரிமன், டாக்டர் ஆர்.பி.பரஞ்சபே, டாக்டர் வி.பி. சாவாட், மற்றும் வி.ஜி. கேயார் ஆகியோர் முன்னிலை வகித்தனர். ஸ்ரீ கேயார் பின்னர் பம்பாய் மாநிலத்தின் முதலமைச்சரானார் என்பது குறிப்பிடத்தக்கது. இந்தச் சங்கத்தின் சிறப்பு என்னவென்றால், துணைத் தலைவர்களில் தீண்டத்தகாதவர்களோ, தலித்துகளோ, ஒடுக்கப்பட்ட மக்களோ அதிகம் இல்லை.

டாக்டர் அம்பேத்கர் அவர்களே இந்த சங்கத்தின் தலைவராக இருந்தார். ஸ்ரீ ஷிவ்தார்கர் அமைச்சராகவும், என்.டி. ஜாதவ் அதன் பொருளாளராக இருந்தார். முதலில், இந்தச் சங்கம் ஷோலாப்பூரில் ஒரு தலித் விடுதியையும், பின்னர் பம்பாயில் ஒரு நூலகத்தையும், மஹர் ஹாக்கி கிளப்பையும் அமைத்தது.

அந்த நேரத்தில், பம்பாயில் தலித்துகளின் நலனுக்காக பல அமைப்புகள் மற்றும் பிற சமூகப் பணி அமைப்புகள் இருந்தபோதிலும், அவர்களின் பணித் துறை குறைவாகவே இருந்தது மற்றும் அவற்றின் தலைவர்களும் டாக்டர் அம்பேத்கர் போன்ற பிரபலமான ஆளுமைகள் அல்ல.

டாக்டர். அம்பேத்கரின் ஆதரவாளர்கள் மற்றும் சத்ரபதி சாஹூ மகராஜ், சாயாஜிராவ் கெய்க்வாட் போன்ற பிற தலைவர்கள் மற்றும் சமூக சேவகர்கள் தலித்துகளின் நலனுக்காக மிகவும் போற்றத்தக்க பணிகளைச் செய்துள்ளனர். அந்த நேரத்தில், டாக்டர்.

அம்பேத்கர் தலித்துகளுக்கு 'சுய உதவி' என்ற முழக்கத்தை வழங்கினார். சுய உதவிதான் எல்லாவற்றிலும் பெரிய உதவி என்றார்.

எனவே, சுய உதவி மற்றும் சுயமரியாதை சகாப்தம் தொடங்கியது. 'பஹிஷ்கிருத ஹித்கர்னி சபா'வின் வேலை நன்றாக நடந்து கொண்டிருந்தது. சமூகம் நிலையானதாக இருந்தது. அதன் திட்டத்தின் கீழ், ஷோலாப்பூர் விடுதி மாணவர்களுக்கு ஆடைகள் மற்றும் ஆய்வுப் பொருட்கள் போன்றவையும், ஷோலாப்பூர் மாநகராட்சியால் உதவித்தொகையாக ஒரு மாணவருக்கு மாதம் 40 ரூபாய் கொடுக்கப்பட்டது. அதுமட்டுமின்றி, தலித் மாணவர்களின் எழுத்துக்களை வெளியிடும் 'வித்யா விலாஸ்' என்ற மாத இதழையும் சங்கம் வெளியிடத் தொடங்கியது.

'பஹிஷ்கிருத ஹித்கர்னி சபா' பம்பாயிலும் 'பஹிஷ்கிருத வித்யார்த்தி சம்மேளனை' - ஐ நிறுவியது.

ஏப்ரல் 1925 இல், ரத்தங்கிரி மாவட்டத்தில் உள்ள மால்வான் கிராமத்தில், பம்பாய் மாநில அஸ்ப்ரசிய பரிஷத்தின் (தீண்டத்தகாதோர் குழு) முதல் கூட்டம் நடைபெற்றது. இந்தக் கூட்டத்துக்கும் டாக்டர் அம்பேத்கர் தலைமை தாங்கினார். தீண்டத்தகாதவர்களின் நலப் பணிகளை தீண்டத்தகாதவர்கள் செய்ய வேண்டும் என்றார் டாக்டர் அம்பேத்கர். மேல்தட்டு மக்கள் இந்த இயக்கத்தை நேர்மையாக நடத்தவில்லை. அவர்கள் அதிகமாக நடிக்கிறார்கள், அதேசமயம் அவர்கள் செய்யும் வேலை குறைவாக இருந்தது.

டாக்டர் அம்பேத்கர் கோவாவில் தீண்டத்தகாதவர்களையும் தொடர்பு கொண்டார். தீண்டத்தகாதோர் உரிமைகளுக்காக தென்னிந்தியாவின் ராமசுவாமி நாயக்கர் ஆற்றி வரும் பணிகளைப் பாராட்டி, அதைத் தனது இதழிலும் வெளியிட்டார்.

ஏப்ரல் 1925 இல், டாக்டர் அம்பேத்கர் ஜெய்ஜூரியில் ஒரு பொதுக்கூட்டத்தில் பங்கேற்றார். தீண்டத்தகாதவர்கள் தங்களுக்கு வீடு கட்ட தரிசு நிலத்தை வழங்குமாறு அரசிடம் கேட்க வேண்டும் என்று அவர் அங்கு கூறினார். அவர்கள் வாழ விரும்பினால் அவர்கள் உற்சாகமாகவும், ஆற்றலுடனும் இருக்க வேண்டும் என்றார். இந்தியாவின் மற்ற குடிமக்கள் எதைப் பெற்றாலும், தலித்துகளுக்கும் அதே உணவு, உடை, தங்குமிடம் கிடைக்க வேண்டும். "இது உங்கள் பிறப்புரிமை", "இதையெல்லாம் பெற நாங்கள் முன்வர வேண்டும், மேலும் உறுதியுடன் போராட வேண்டும்." என்றும் கூறினார்.

சில காரணங்களால், அவரது வழக்கறிஞர் பயிற்சி சரியாக நடக்கவில்லை. அவருடைய பொருளாதார நிலை முன்பு போல் நன்றாக இல்லை. எனவே, அதிக பணம் சம்பாதிக்க, அவர் ஜூன் 1925 முதல் மார்ச் 1928 வரை பாட்லிபோய் கணக்கியல் பயிற்சி நிறுவனத்தில் பகுதி நேர விரிவுரையாளராக பணியாற்றினார்.

அவரது மனைவி மற்றொரு மகனைப் பெற்றெடுத்தார், அவருடைய பெயர் ராஜ்ரதன் என்று வைக்கப்பட்டது. இந்த மகனுக்கு முன், அவள் ஒரு மகளையும் பெற்றெடுத்தாள், அவள் இறந்துவிட்டாள்

குழந்தைப் பருவம்.

1927ல், கோரேகானில் உள்ள போர் நினைவிடம் அருகே ஒரு பொதுக்கூட்டம் நடைபெற்றது. அந்த நேரத்தில், இந்த நினைவிடத்திற்கு அதிக முக்கியத்துவம் இருந்தது. இது இந்தியாவில் பிரிட்டிஷ் ஆட்சியாக இருந்தது, இது ஆங்கிலேயர்களின் விசுவாசமான வீரர்களின் நினைவுச்சின்னமாகும். டாக்டர் அம்பேத்கர் இங்கு மிகவும் சக்தி வாய்ந்த உரை நிகழ்த்தினார்.

டாக்டர் அம்பேத்கர் தனது உரையில், "பிராமணர்கள் தீண்டத்தகாதவர்களுடன் இழிவாக நடந்து கொள்ள வேண்டாம் என்று நான் அவர்களிடம் ஒரு வேண்டுகோள் விடுக்கிறேன். அவர்களை மரியாதையுடன் பார்க்க வேண்டும். அவர்களும் அவர்களின் சகோதரர்கள். சமூகமும் அரசாங்கமும் அந்த வேலைகளை வழங்க வேண்டும், தீண்டத்தகாத மாணவர்களுக்கு உணவு மற்றும் கல்வி உதவித்தொகை வழங்க வேண்டும், இறந்த விலங்குகளை தூக்கி எறிவது போன்ற இழிவான பணிகளைச் செய்யுமாறு கேட்கக்கூடாது, ஆனால் அவற்றை அவர்களே அழைத்துச் செல்ல ஏற்பாடு செய்ய வேண்டும். மது விற்பனைக்கு தடை விதிக்க வேண்டும், தீண்டத்தகாத ஏழை குழந்தைகளுக்கு இலவச கல்வி அளிக்க வேண்டும். இதுமட்டுமின்றி, " நாங்கள் இந்துக்களாக இருப்பதில் வெட்கப்படுகிறோம். இந்து மதத்தை பின்பற்றும் வரை அநீதிக்கு எதிராக

பேச முடியாது. அநீதிக்கு எதிராக பேசுவதற்கு அதிகாரம் தேவை - மக்கள் சக்தி, நிதி பலம் மற்றும் மன பலம். இந்து மதம் என்பது பல்வேறு வகை மக்களின் கொள்கையை அடிப்படையாகக் கொண்டது. இந்து மதம் என்னை ஈர்க்கவில்லை, ஏனென்றால் மனிதன் மதத்திற்காக படைக்கப்படவில்லை, ஆனால் மதம் மனிதனுக்காக படைக்கப்பட்டது. நமது மனித நேயத்தின் மதிப்பை புரிந்து கொள்ளாத மதம், இப்படிப்பட்ட மதத்தில் நாம் ஏன் இருக்க வேண்டும்? குடிக்க தண்ணீர் கூட கொடுக்க முடியாத மதம், இப்படிப்பட்ட மதத்தில் நாம் ஏன் இருக்க வேண்டும்?" என்று வெகுண்டார்.

தீண்டத்தகாதவர்களும் தங்களை மனிதர்களாகக் கருத வேண்டும் என்று டாக்டர் அம்பேத்கர் விரும்பினார். ஆனால், விரைவில் மனித உரிமைகளைப் பெற்றால் மட்டுமே இது சாத்தியமாகும். இந்த உரிமைகளை அடைவதற்கு தொடர்ச்சியான போராட்டமே ஒரே வழி என்று டாக்டர் அம்பேத்கர் நம்பினார். ஒத்துழையாமை இயக்கங்களுக்கும் (சத்யாகிரகங்கள்) முக்கியத்துவம் கொடுத்தார். அவர் தலைமையிலான கீழ்படியாமை இயக்கங்களில் இரண்டு மிகவும் பிரபலமானவை. முதலாவது மஹத்தின் 'வாட்டர் சிவில் ஒத்துழையாமை இயக்கம்', இரண்டாவது நாசிக்கின் 'மதக் கீழ்ப்படியாமை இயக்கம்'. 1923 ஆம் ஆண்டில், மகாராஷ்டிராவின் ஒரு சமூக சேவகர், ஸ்ரீ ஹெச்.கே. போலே, பாம்பே கவுன்சிலில் ஒரு முன்மொழிவை முன்வைத்தார், அதில் அவர் நீதிமன்றங்களைப் போன்ற பொதுப் பணத்தில் அரசாங்கத்தால் நடத்தப்படும் அமைப்புகளின் வளாகத்திற்குள் நுழைவதற்கும் அவற்றைப் பயன்படுத்துவதற்கும் தீண்டத்தகாதவர்களுக்கு அரசாங்கம் உரிமைகளை வழங்க வேண்டும் என்றும் கூறியிருந்தார்.

பள்ளிகள், மருத்துவமனைகள், அலுவலகங்கள், அனாதை இல்லங்கள், கிணறுகள், நீர்நிலைகள், ஆற்றங்கரைகள், ஏரிகள் போன்றவை. இந்த முன்மொழிவு ஆகஸ்ட் 4, 1923 இல் ஏற்றுக்கொள்ளப்பட்டது. பின்னர் அரசாங்கம் இந்த முன்மொழிவை செயல்படுத்துவதற்கான ஆணைகளை வெளியிட்டது.

இதன் விளைவாக, கொலாபா முனிசிபல் கவுன்சில் தீண்டத்தகாதவர்களுக்கு சாவ்தார் ஏரியில் இருந்து தண்ணீரை நிரப்புவதற்கான உரிமையை வழங்கியது. ஆனால், உயர் வகுப்பு இந்துக்கள் இதற்கு எதிர்ப்பு தெரிவித்தனர். எனவே, கொலாபா மாவட்டத்தில் உள்ள தீண்டத்தகாதவர்கள் 1927 மார்ச் 19 மற்றும் 20 தேதிகளில் டாக்டர் அம்பேத்கரின் தலைமையில் ஒரு கூட்டத்தை ஏற்பாடு செய்தனர். இந்த கூட்டத்தில் டாக்டர் அம்பேத்கர் உரையாற்றினார். சுதந்திரம் என்பது யாரிடமிருந்தும் பரிசாக பெறப்படுவதில்லை, அதற்காக

நாம் போராட வேண்டும் என்றார். சவ்தார் ஏரியில் இருந்து மார்ச் 20ஆம் தேதி சென்று தண்ணீர் எடுக்க முடிவு செய்தார். இதனால், பதற்றமான சூழல் உருவாகி, உயர் வகுப்பினர் மற்றும் தாழ்த்தப்பட்ட வகுப்பினர் போராட்டத்தில் ஈடுபடத் தயாராகினர். இருதரப்பு மக்களிடையே மோதல் ஏற்பட்டது. இந்தப் போராட்டத்தில் பி.என். ராஜ்போஜ் படுகாயமடைந்தார். டாக்டர் அம்பேத்கர் அவர்கள் மஹறத்தில் ஏற்பட்ட அவமானத்திற்குப் பழிவாங்கத் திட்டமிடத் தொடங்கினார்.

மஹாட்டின் உயர் வகுப்பு இந்துக்கள் சாவ்தார் ஏரியின் சுத்திகரிப்பு விழாவை நடத்தியபோது, டாக்டர் அம்பேத்கர் தனது 'பஹிஷ்கிருத பாரத்' என்ற பத்திரிகை மூலம் இதற்கு எதிர்ப்பு தெரிவித்தார். இதனுடன், கீழ்ப்படியாமை இயக்கத்தையும் தொடங்க முடிவு செய்தார். 'பஹிஷ்கிருத் ஹிட்கர்னி சபா' அலுவலகங்களில், இந்த சட்ட மறுப்பு இயக்கத்தில் பங்கேற்றவர்களின் பெயர்கள் எழுதப்பட்டன. 'மஹறத் சத்தியாக்கிரக சமிதி' உருவாக்கப்பட்டது. 1927 டிசம்பர் 24 அன்று, இயக்கத்தைத் தொடங்குவதற்கு முன் ஒரு கூட்டம் நடத்தப்பட்டது. இக்கூட்டத்தில், சாவதார் ஏரி தனியார் சொத்து என்றும், இது தொடர்பாக நீதிமன்றத்தில் வழக்கு நடந்து வருவதாகவும் மாவட்ட ஆட்சியர் எச்சரித்தார். நீதிமன்றத்தின் தீர்ப்புக்கு முன் அவர்கள் ஏதேனும் நடவடிக்கை எடுத்தால், நீதிமன்றத்தின் அவதூறு வழக்கை சந்திக்க நேரிடும்.

டாக்டர் அம்பேத்கரின் சட்ட மறுப்பு இயக்கத்தை நிறுத்துவதைத் தவிர வேறு வழியில்லை. தம் மக்களைச் சமாதானம் செய்து அவர்களின் வீடுகளுக்கு அனுப்பினார்.

மதம் மாறும் அறிவிப்பு

டாக்டர் அம்பேத்கரும் அவரது சகாக்களும் மஹாத் கூட்டத்தில் இருந்து உத்வேகத்தையும் வலிமையையும் பெற்றனர், அவர்கள் அதைச் செய்வதில் இருந்தாலும் சரி, இறந்தாலும் சரி என துணிந்து போராடத் தொடங்கினர்.

சாவ்தார் ஏரி அதன் அருகில் வாழும் மக்களுக்கு மிகப் பெரிய மற்றும் நல்ல நீர் ஆதாரமாக இருந்தது. ஆனால், பிரச்சனை என்னவென்றால் மஹர்களும் மற்றவர்களும் குறைந்த சாதி மக்கள். ஆகவே, அங்கிருந்து தண்ணீர் நிரப்ப தடை விதிக்கப்பட்டது.

டாக்டர் பீம்ராவ் அம்பேத்கர் இதை அறிந்ததும், இந்த எழுதப்படாத விதியை உடைக்க முடிவு செய்தார். மறுநாள் அவர்கள் ஏரியில் 'சத்யாகிரகம்' செய்வது என்றும், மஹர்கள் அங்கிருந்து தண்ணீர் குடிப்பது என்றும் மகாத் கூட்டத்தில் முடிவு செய்யப்பட்டது.

டாக்டர் அம்பேத்கர் மஹர்களுடன் சாவ்தார் ஏரிக்குச் சென்றபோது, ஸ்ரீ எஸ்.கே போன்ற உயர்தர இந்துக்கள் நிறைய இருந்தனர். இவருடன் போலே முதலியோர் இயக்கத்தை முன்னின்று நடத்தி வந்தனர். ஸ்ரீ எஸ்.கே. ”பொது இடங்கள் போன்றவற்றில் இருந்து தண்ணீர் நிரப்புவதற்கு தீண்டத்தகாதவர்களுக்கு எதிராக எந்தப் பாகுபாடும் இருக்கக்கூடாது” என்றும் கூறினார்.

அன்றைய சமூகச் சூழலில் இது ஒரு தனிச்சிறப்பு. இது மட்டுமின்றி, ஸ்ரீ போலே இந்த முன்மொழிவை பம்பாய் சட்டமன்றத்தில் முன்வைத்தபோது, அது அங்கு ஏற்றுக்கொள்ளப்பட்டது. டாக்டர் போலே மட்டுமல்ல, ஸ்ரீ ஜி.ஆர். சஹஸ்த்ரபுதேவும் டாக்டர் அம்பேத்கருக்கு இந்த முயற்சியில் உதவினார் மற்றும் இந்தப் போராட்டத்தில் அவருடன் தோளோடு தோள் நின்று போராடினார்.

டாக்டர் அம்பேத்கர் தலைமையில் மக்கள் ஊர்வலமாக சவ்தார் ஏரிக்கு சென்றனர். அங்கே முதலில் அவனே தன் கைகளில் தண்ணீரை நிரப்பிக் குடித்தான். அப்போது, அம்பேத்கர், “ உரிமைகள் வழங்கப்படவில்லை, உங்கள் உரிமைகளுக்காக வேறு யாரும் போராடவும் இல்லை. உங்களது உரிமைகளை நீங்கள் விரும்பினால், அவர்களுக்காக நீங்கள் போராட வேண்டும். அங்கு எப்படி ராணுவ வீரர்கள் சுதந்திரத்திற்காக போராடுகிறீர்களோ, அதே போல் உங்கள் உரிமைகளுக்காக சமூகத்திற்கும் அரசாங்கத்திற்கும் எதிராக போராட வேண்டும்.

டாகடர் அம்பேத்கருடன் ஊர்வலத்தில் இருந்த மக்கள் அனைவரும் சவ்தார் ஏரி நீரை அருந்தினர். அப்போது, டாக்டர் அம்பேத்கரின் உரையைக் கேட்டுவிட்டு, புரட்சியாளர்கள் வீரேஷ்வர் கோவிலுக்குச் சென்றனர். அங்கு சென்றதும் மஹர்கள் கோவிலுக்குள் நுழைந்து மீண்டும் வெளியே வந்தனர்.

பூசாரிகளாலும், ‘பாண்டாக்களாலும்’ இதைத் தாங்க முடியவில்லை. மஹர் புரட்சியாளர்கள் தங்கள் கூடாரத்தில் உணவு உண்ணும் நேரத்தில், பாதிரியார்களின் உத்தரவின் பேரில், அருகிலுள்ள கிராமங்களின் உயர்சாதி மக்கள் தடிகள், மற்றும் ஈட்டிகளால் அவர்களைத் தாக்கி, மஹர்களை அங்கிருந்து விரட்டியடித்தனர்.

ஆனால், மறுநாள், அம்பேத்கர் முழு ஆயத்தங்களைச் செய்து, சவ்தார் ஏரியைத் தன் கட்டுப்பாட்டுக்குள் கொண்டு வந்தார். வீரேஷ்வர் கோவிலில் நடந்த சம்பவத்திற்கு அவர்களை பழிவாங்கினார். இந்த கூட்டம் மகாராஷ்டிராவில் உள்ள தீண்டத்தகாதவர்களின் தூதராக டாக்டர் பீம்ராவ் அம்பேத்கரை நிறுவியது.

சாவ்தார் ஏரியில் மஹர்களின் கட்டுப்பாட்டிற்குப் பிறகு, டாக்டர் அம்பேத்கர் கூட்டத்தில் உரையாற்றினார், " நீங்கள் உண்மையிலேயே தைரியமானவர்கள் தான். உங்கள் உரிமைகளைப் பாதுகாக்க நீங்கள் போராடலாம். ஆழ்ந்த சிந்தனைக்குப் பிறகு சட்ட மறுப்பு இயக்கத்தை தற்காலிகமாக நிறுத்தியுள்ளோம். ஆனால், நாங்கள் எங்கள் போராட்டத்தை நிறுத்திவிட்டோம் என்று அர்த்தம் இல்லை. இந்த சவ்தார் ஏரியில் எங்களின் முழு உரிமை ஏற்கப்படும் வரை எங்களது போராட்டம் தொடரும்" என்றார்.

அப்போது, தனக்கு இந்து மதத்தில் நம்பிக்கை இல்லை என்று அறிவித்த அவர், " துரதிர்ஷ்டவசமாக, நான் இந்து சமுதாயத்தில் பிறந்தேன். இது என் அதிகாரத்தில் இருக்கவில்லை. ஆனால், இந்து சமுதாயத்தில் தொடர்ந்து இருக்க மறுப்பது என் அதிகாரத்தில் உள்ளது. நான் இந்துவாக சாக மாட்டேன் என்று மக்களுக்கு உறுதியளிக்கிறேன் என்றார்.

மேலே குறிப்பிட்டுள்ள இரண்டு புரட்சிகர இயக்கங்கள் 1926 மற்றும் 1927 ஆம் ஆண்டுகளில் நிகழ்ந்தன. 1927 ஆம் ஆண்டில், அவர் மிகவும் முக்கியமானதாகக் கருதப்படும் இந்திய நாணயத்திற்கான ராயல் கமிஷன் முன் சாட்சியம் அளித்தார். இதற்கு முன், அவரது புத்தகங்களில் ஒன்று "பிரிட்டிஷ் இந்தியாவில் மாகாண நிதியின் பரிணாமம்" என்ற அலையும் வெளியிடப்பட்டது. இதன் மூலம் அவருக்குப் பெரும் புகழும் கிடைத்தது.

இந்த புத்தகம் உண்மையில் டாக்டர் அம்பேத்கரின் ஆய்வுக் கட்டுரையாகும், அதன் அடிப்படையில் அவர் கொலம்பியா பல்கலைக்கழகத்தில் பட்டம் பெற்றார். முதலில், அதன் தலைப்பு, இந்தியாவின் தேசிய ஈவுத்தொகை - ஒரு வரலாற்று மற்றும் பகுப்பாய்வு ஆய்வு". இந்தக் கட்டுரையில் டாக்டர் அம்பேத்கர் பொது நிதி பற்றிய விரிவான விளக்கத்தை அளித்துள்ளார். இந்தியாவில் பிரிட்டிஷ் பேரரசின் ஏகாதிபத்திய ஏற்பாடுகளின் ஒரு பகுதியாக 1833 ஆம் ஆண்டின் சட்டத்திற்குப் பிறகு பொருளாதார ஏற்பாடுகளின் வரலாற்றை அவர் வெளிச்சம் போட்டுக் காட்டினார். இந்தியாவில் ஆங்கிலேயர்களின் கொள்கை பிரிட்டிஷ் தொழில்கள் மற்றும் தொழிலதிபர்களை மனதில் கொண்டு உருவாக்கப்பட்டதாகவும், இந்திய குடிமக்களின் நலன் மறக்கப்பட்டது அல்லது காலடியில் மிதிக்கப்பட்டது என்றும் அவர் எழுதினார். பிரிட்டிஷ் அரசாங்கம் பல அடக்குமுறை நடவடிக்கைகளை எடுத்தது. இந்தியர்களின் கருத்து சுதந்திரத்தின் மீது கட்டுப்பாடுகளை விதித்தது மற்றும் இந்திய குடிமக்களின் பிற உரிமைகளுக்கு எதிராக சட்டங்களை இயற்றியது.

1926 இல், அவர் பம்பாய் பிரசிடென்சி சட்ட மன்றத்தின் உறுப்பினராகத் தேர்ந்தெடுக்கப்பட்டார்.

டாக்டர் அம்பேத்கர் 1927 ஆம் ஆண்டு ஏப்ரல் 2 ஆம் தேதி மராத்தி இருவார இதழான "பஹிஷ்கிருத் பாரத்" வெளியிட்டார். நாட்டில் பல்வேறு வகையான அரசியல் மற்றும் சமூக மாற்றங்கள் நிகழ்ந்து வருவதே இதழைத் தொடங்கக் காரணம் என்றும், 1930 ல் பலவற்றை

உணர்ந்ததாகவும் கூறினார். அதன் மூலம் பெரிய அரசியல் முன்னேற்றங்கள் ஏற்படும் என எண்ணினார்.

அத்தகைய சூழ்நிலையில், இந்தியாவில் தீண்டத்தகாதவர்கள் எண்ணிக்கைக்கு ஏற்ப உரிமைகளைப் பெற வேண்டும். அவர்களின் அரசியல் உரிமைகள் மறுக்கப்படாத வகையில் அவர்களின் அரசியல் பாதுகாப்பிற்கு நல்ல ஏற்பாடுகள் செய்யப்பட வேண்டும். இதையெல்லாம் தீண்டத்தகாத சமூகம் அறிந்ததும் முற்போக்குக் கருத்தும் கொண்ட சொந்த இதழ் இருந்தால்தான் தெரிந்துகொள்ள முடியும். மேலும் தீண்டத்தகாத சமூகத்தில் மக்கள் தங்கள் பிரச்சனைகளை அறியாதவர்களாக இருந்தனர்; அவர்களின் பிரச்சனைகளை அவர்களுக்கு உணர்த்துவது மிகவும் அவசியம். அரசியல் முன்னேற்றங்கள் குறித்து இந்த சமூகத்தின் எண்ணங்கள் மற்றும் எதிர்வினைகள் என்ன? அவர்களை அரசாங்கத்தின் முன் நிறுத்த வேண்டியதும் அவசியம் தான்.

இந்த விஷயங்களை மனதில் வைத்து டாக்டர் அம்பேத்கர் 'பஹிஷ்கிருத பாரத்' என்ற இதழைத் தொடங்கினார், ஆனால் இந்த இதழ் தீண்டத்தகாத சமூகத்திற்காக மட்டுமே வெளியிடப்பட்டது என்று இதழின் பெயரிலிருந்து புரிந்து கொள்ள முடியாது.

இதற்கு முன் டாக்டர் அம்பேத்கர் 'மூக் நாயக்' பதிப்பையும் வெளியிட்டு வந்தார். அவர் அந்த இதழில் எந்த முறையான பதவியையும் வகிக்கவில்லை, ஆனால் கட்டுரைகளை எழுதி வாசகர்களைச் சென்றடையச் செய்யும் பொறுப்பை அவர் ஏற்றுக்கொண்டார். ஆனால், 'பஹிஷ்கிருத பாரதத்தில்' அவரே ஆசிரியராகவும் இருந்தார்.

சாவ்தார் ஏரியில் நடந்த நிகழ்வுகளில், ஸ்ரீ போலேவைக் குறிப்பிட்டோம். டாக்டர் அம்பேத்கர், ஸ்ரீ போலேவின் முன்மொழிவை நடைமுறைப்படுத்துவதற்கு ஆக்கபூர்வமான நடவடிக்கைகளை எடுக்க வேண்டும் என்று தனது பத்திரிகையான 'பஹிஷ்கிருத் பாரத்' மூலம் அரசாங்கத்தின் மீது அழுத்தம் கொடுக்கத் தொடங்கினார். போலேவின் முன்மொழிவை எதிர்த்தவர்கள் தண்டிக்கப்பட வேண்டும் என்றும் அவர் எழுதினார்.

டாக்டர் அம்பேத்கர் தனது போராட்டம் பிராமணர்களுக்கு எதிரானது அல்ல, என்றார். பல பிராமணர்கள் தனக்கு நல்ல நண்பர்கள் என்பதையும் ஏற்றுக்கொண்டார். லோகமான்ய திலகர் போன்ற அறிஞர், சமூக சேவகர், சுதந்திரப் போராட்ட வீரர் பற்றி ஓரிடத்தில் கூறியிருந்தார், மேலும் " திலகர் தீண்டத்தகாத குடும்பத்தில் பிறந்திருந்தால் சுதந்திரம் எனது பிறப்புரிமை என்ற முழக்கத்தை எழுப்பாமல் இருந்திருப்பார். "தீண்டாமையை நீக்குவது எனது பிறப்புரிமை" என்றார்.

* * *

சைமன் கமிஷன்

1928 மே மாதம் சைமன் கமிஷன் இந்தியா வந்தது. அந்த நாட்களில், பம்பாய் ஆங்கிலேயர்களின் நுழைவு வாயிலாக இருந்தது. எனவே, இந்தியா வருவதற்கு முதலில் பம்பாய்க்கு வரவேண்டியது அவசியமானது. அங்கிருந்து ஒருவர்

இந்தியாவில் எங்கு வேண்டுமானாலும் செல்லலாம்.

இந்த ஆணையத்தின் உண்மையான பெயர் 'இந்திய சட்ட ஆணையம்', ஆனால் அது சைமன் கமிஷன் எனப் புகழ் பெற்றது. சைமன் கமிஷன் கூட்டங்களில் டாக்டர் அம்பேத்கரும் கலந்து கொள்வார். ஒருமுறை, அவர் கமிஷன் உறுப்பினர்களிடம் தனது பின்னணி பற்றி கூறினார். சைமன் அவரைப் பற்றி அறிந்திருந்தார், எனவே அவர் பேச அனுமதித்தார். டாக்டர் அம்பேத்கர் தீண்டத்தகாதவர்கள் சார்பாக ஒரு நினைவுச் சின்னத்தை முன்வைக்க விரும்புவதாக கூறினார். குறிப்பை வழங்குவதற்கு முன் அதில் என்ன எழுதப்பட்டுள்ளது என்பதை அவரிடம் சொல்ல வேண்டும் என்று சைமன் அவரிடம் கூறினார். இதுவே சரியான வாய்ப்பாகக் கருதி, டாக்டர் அம்பேத்கர் தனது குறிப்பாணையின் முக்கிய விஷயங்களைக் கூறி, " இந்தியாவின் மொத்த மக்கள் தொகையில் ஐந்தில் ஒரு பகுதியினர் தீண்டத்தகாதவர்கள் மற்றும் தலித்துகள் ஆவர். அவர்களுக்கு குறைந்த பதவிகள் வழங்கப்பட்டு ஒவ்வொரு அடியிலும் சுரண்டப்பட்டு சிரமப்படுகின்றனர். இந்த தலித்துகள் மீது பிராமணர்களும் உயர்சாதி மக்களும் பெரும் கொடுமைகளை செய்கிறார்கள். அவர்கள் மனிதர்கள் என்று நினைக்கவில்லை, அவர்களால் கிணறுகளில் தண்ணீர் நிரப்பவோ, குழாய்களில் தண்ணீர் குடிக்கவோ, ஏரி, குளங்களுக்குச் செல்லவோ முடியாது. அவர்கள் மீது நடத்தப்படும் அட்டூழியங்கள் உடனடியாக நிறுத்தப்பட வேண்டும். இது மட்டுமின்றி, டாக்டர் அம்பேத்கரும், " தீண்டத்தகாதவர்கள், தலித்துகள் மற்றும் பழங்குடியினரை இந்துக்களிடமிருந்து பிரித்து சிறுபான்மையினராகக் கருத வேண்டும். மேலும் ஒவ்வொரு இளைஞர்களும் வாக்களிக்கும் உரிமையைப் பெற வேண்டும். மற்றும்,

தீண்டத்தகாதவர்களுக்கு தனி இடஒதுக்கீடு வேண்டும் என்ற கோரிக்கையையும் இதன் மூலம் தான் எழுப்பினார். டாக்டர் அம்பேத்கரின் பேச்சு ஜான் சைமன் மீது நல்ல தாக்கத்தை ஏற்படுத்தியது. அம்பேத்கர் சைமனுக்கு முன் தான் ஒரு இந்து என்பதையும், தீண்டத்தகாதவர்களும் இந்துக்கள் என்ற வகையிலும் வந்ததை ஏற்க வேண்டியிருந்தது. அவர்களுக்கென தனி இடஒதுக்கீடு கேட்டுள்ளார். மே 1926 இல், டாக்டர் அம்பேத்கர் சைமன் கமிஷன் முன் ஆஜரானார். ஜூன் 1928 இல், அவர் பம்பாய் அரசாங்க சட்டக் கல்லூரியில் பேராசிரியராக நியமிக்கப்பட்டார்.

நாசிக் கீழ்ப்படியாமை இயக்கம்

முந்தைய பக்கங்களில், கொலாபாவில் உள்ள வீரேஷ்வர் கோவிலுக்குள் நுழைந்தது மற்றும் சாவ்தார் ஏரியில் தண்ணீர் குடிப்பது

பற்றி படித்தோம். அப்போது, சைமன் கமிஷனின் உறுப்பினராகவும், பம்பாய் அரசு சட்டக் கல்லூரியில் பேராசிரியராகவும் இருந்த டாக்டர் அம்பேத்கர், நாசிக்கில் உள்ள கலா ராம் கோவிலில் 'சத்யாகிரகம்' செய்து பொதுமக்களின் கவனத்தை ஈர்க்க ஒரு வாய்ப்பை நினைத்தார். கோவிலுக்குள் நுழைய 'சத்யாகிரகம்' செய்ய முடிவு செய்தார்.

சர்வஸ்ரீ பி.ஜி. கைர் மற்றும் ஸ்ரீ பி.ஆர். காலேஷ்வர் டாக்டர் அம்பேத்கரின் நோக்கங்களைப் பற்றி அறிந்தார், அவர்களும் இந்த சட்ட மறுப்பு இயக்கத்தில் பங்கேற்க முடிவு செய்தனர். இப்படியே உயர்சாதி இந்துக்களும் டாக்டர் அம்பேத்கரை ஒவ்வொரு அடியிலும் ஆதரித்து வந்தனர். இதனால், டாக்டர் அம்பேத்கருக்கு உயர்சாதி இந்துக்கள் மற்றும் தீண்டத்தகாதவர்களும் கூட அவரது ஒரே வார்த்தையில் தங்கள் உயிரைக் கொடுக்கத் தயாராக இருந்தனர். 1930 ஆம் ஆண்டு மார்ச் 30 ஆம் தேதி, கீழ்ப்படியாமை இயக்கம் தொடங்கப்பட்டது. ஆனால், இங்கு டாக்டர் அம்பேத்கரும் அவரது சகாக்களும் தோல்வியை சந்திக்க நேரிட்டது என்பது தான் வருத்தமான விஷயம். மேலும் பிரிட்டிஷ் அரசாங்கத்தின் அதிகாரிகளோ, காவல்துறையோ அவருக்கு ஆதரவளிக்கவில்லை.

நாசிகி இந்துக்களின் புகழ்பெற்ற புனிதத் தலமாகும். ஸ்ரீ ராமச்சந்திரா தனது 14 வருட வனவாச காலத்தின் பெரும்பகுதியை கழித்த புகழ்பெற்ற காடு இங்கு அமைந்துள்ளது. சூர்ப்பனகாவின் மூக்கு வெட்டப்பட்டதும், சீதையை ராவணன் கடத்திச் சென்றதும் இங்கு நடந்ததாக நம்பப்படுகிறது. இங்கு புகழ்பெற்ற 'காலா ராம்' கோயில் உள்ளது. ராமர் சிலை கருப்புக் கல்லால் ஆனதால், இந்த கோவிலுக்கு காலா ராமர் கோவில் என்று பெயர் வந்தது. ராம நவமியை முன்னிட்டு இங்கு 14 நாட்கள் திருவிழா நடைபெற்றது. இதையொட்டி, ரத யாத்திரை நடத்தப்பட்டது. கோதாவரி நதியில் குளித்த பிறகு, இந்துக்கள் ராமச்சந்திர பகவானின் ரதத்தை இழுத்தனர். தீண்டததகாதவர்கள் இதைச் செய்ய அனுமதிக்கப்படவில்லை. 1929 ஆம் ஆண்டு முதல், தீண்டத்தகாதவர்கள், ராமச்சந்திர பகவானின் வாகனத்தையாவது தொட அனுமதிக்கவும், ஆற்றில் குளிக்கவும், கோவிலுக்குள் சென்று பிரார்த்தனை செய்யவும் அனுமதிக்க வேண்டும் என்று முயற்சி செய்து வந்தனர்.

அவர்களின் முயற்சியில் வெற்றி கிடைக்காததால், அங்குள்ள தீண்டத்தகாத தலைவர்கள் டாக்டர் அம்பேத்கரை அங்கு அழைத்தனர். டாக்டர் அம்பேத்கர் அங்கு வந்து முழு வளிமண்டலத்தையும் ஆய்வு செய்தார். சிவில் ஒத்துழையாமை இயக்கத்தைத் தொடங்குவதற்கு முன், 2 மார்ச் 1930 அன்று, 3 மணிக்கு அவரது தலைமையில் ஒரு கூட்டம் நடத்தப்பட்டு, கீழ்ப்படியாமை இயக்கத்தின் தொடக்கமாக அறிவிக்கப்பட்டது.

புரட்சியாளர்களின் இந்த ஊர்வலம் தொடங்கியது. மேளம் அடிப்பவர்கள் முன்னால் சென்று கொண்டிருந்தனர். ஊர்வலம் வருவதை பார்த்ததும் கோவில் நிர்வாகிகள் கோவில் கதவுகளை மூடினர். மூடிய கதவுகளைப் பார்த்ததும் ஊர்வலம் கோதாவரி நதியை நோக்கித் திரும்பியது. அங்கு மீண்டும் கூட்டம் நடைபெற்றது. பிரிவு 144 விதிப்படி

அரசாங்கம் அதை அறிவித்தது, ஆனால் இன்னும் ஒத்துழையாமை இயக்கம் தொடர்ந்தது, புரட்சியாளர்கள் அங்கே அமர்ந்தனர். ராம நவமியையொட்டி அங்கு வந்திருந்த திரளான மக்களுடன் கலந்து பேசி, தீண்டத்தகாதவர்களும் கோயிலுக்குள் சென்றடைந்தனர். ஆனால், அடையாளம் கண்டு அடித்து உதைத்தனர். தீண்டத்தகாத பக்தர்கள் மீது காவல்துறையும் இந்த தடியடியில் ஈடுபட்டதாக டாக்டர் அம்பேத்கரின் ஆதரவாளர்கள் தெரிவித்தனர்.

மேலும், ரத யாத்திரை தொடங்கிய பிறகு, டாக்டர் அம்பேத்கர் தனது ஆதரவாளர்களை அழைத்துக் கொண்டு அங்கு சென்றார். தாதா சாஹப் கெய்கேவாட் அம்பேத்கரிடம், அங்கு தனது உயிருக்கு ஆபத்து இருப்பதாகவும், உடனே அவர் அங்கிருந்து செல்ல வேண்டும் என்றும் கூறினார். ஆனால் அம்பேத்கர் இதற்கு உடன்படவில்லை. அப்போது திடீரென சில வாலிபர்கள் அவரை தாக்கியதால் சில இளைஞர்கள் 'ரத்'வை எடுத்துக்கொண்டு ஓடிவந்து அருகில் உள்ள குறுகலான தெருவில் 'ரத்'வை நிறுத்தினர். ஆயுதம் ஏந்திய போலீசார் 'ரத்'க்கு பாதுகாப்பு அளித்தனர். டாக்டர் அம்பேத்கர் தனது ஆதரவாளர்களில் சிலரை அழைத்துக்கொண்டு அங்கு சென்றபோது, அவர் தனது பணியில் வெற்றிபெற அனுமதிக்கவில்லை. "ரத்" இழுக்கவோ, காலா ராம் கோவிலுக்குள் நுழையவோ அனுமதிக்கப்படவில்லை. இந்த விஷயம் முக்கியத்துவம் பெற்றதால. ஓராண்டாக, கோவில் கதவுகள் மூடியே கிடந்தன. "ரத யாத்திரை" நாள் வரும்போதெல்லாம், தீண்டத்தகாதவர்கள் தங்கள் கோரிக்கைகளுடன் அங்கு சென்றடைவார்கள். இறுதியில், மாவட்ட ஆட்சியர் "ரத யாத்திரை" பாரம்பரியத்தை நிறுத்தினார். அந்தச் சிலை இப்போது 'ரத்' இல்லாமல் குளிப்பதற்கு எடுத்துச் செல்லப்பட்டது. ஆனால், 1931ல் இதுவும் தடைசெய்யப்பட்டது. மெதுவாக, இயக்கம் வேகம் பெற்றது மற்றும் அக்டோபர் 1935 இல், தீண்டத்தகாதவர்களுக்கும் காலா ராம் கோவிலின் கதவுகள் திறக்கப்பட்டன.

* * *

வட்ட மேசை மாநாடு (முதல்)

1930 ஆம் ஆண்டு மார்ச் மாதம் காலா ராம் கோவில் இந்த சம்பவம் நடந்தது. அதே ஆண்டு நவம்பரில் லண்டனில் வட்டமேசை மாநாடு நடத்தப்பட்டது. இதில், இந்தியாவின் அனைத்து சமூகங்கள் மற்றும் மதங்களை பிரதிநிதித்துவப்படுத்தும் தலைவர்கள் அழைக்கப்பட்டனர். முதலில், காங்கிரஸ் கட்சியின் பிரதிநிதியாக மகாத்மா காந்தி இதில் பங்கேற்க மறுத்துவிட்டார், ஆனால் பின்னர் அவரும் அதில் பங்கேற்க ஒப்புக்கொண்டார். முஸ்லீம் லீக்கில் இருந்து, முகமது அலி ஜின்னா மற்றும் பிற முஸ்லிம் தலைவர்கள் அதற்கு அழைக்கப்பட்டனர். மேலும் மற்ற இந்து முன்னணியினரும் கலந்து கொண்டனர்

சர் தேஜ் பகதூர் சப்ரு மற்றும் சமன் லால்.

1930 ஆம் ஆண்டு நவம்பர் 12 ஆம் தேதி, பிரிட்டிஷ் பிரதமர் ராம்சே மெக்டொனால்டின் தலைமையில், முதல் வட்ட மேசை மாநாடு நடைபெற்றது. மாநாட்டில் மொத்தம் 89 பிரதிநிதிகள் இருந்தனர், 53 பேர் பிரிட்டிஷ் இந்தியாவிலிருந்தும், 20 பேர் இந்தியாவின் சமஸ்தான மாநிலங்களிலிருந்தும், 16 பிரிட்டிஷ் கட்சிகளின் பிரதிநிதிகள் இருந்தனர். இந்த மாநாட்டில் டாக்டர் அம்பேத்கர் தனது கருத்தை முன்வைத்து, " நான் பிரதிநிதித்துவப்படுத்தும் மக்கள், அவர்களின் மக்கள் தொகை இந்தியாவின் மொத்த மக்கள்தொகையில் ஐந்தில் ஒரு பங்கு, அதாவது இங்கிலாந்து அல்லது பிரான்சின் மக்கள்தொகைக்கு சமம். ஆனால், இன்று அவர்கள் அடிமை நிலைக்கும், வறுமை நிலைக்கும் தள்ளப்பட்டுள்ளனர். ஆங்கிலேயர் ஆட்சிக்கு முந்தைய இந்தியச் சமூகச் சூழலுடன் நமது இன்றைய நிலையை ஒப்பிட்டுப் பார்க்கும் போது, முன்னேற்றம் அடையும் இடத்தில் நாம் நேரத்தை எண்ணிக கொண்டிருப்பதைக் காண்கிறோம். ஆங்கிலேய ஆட்சிக்கு முன், நாங்கள் மிகவும் மோசமான நிலையில் இருந்தோம். நமது நிலையை மேம்படுத்த பிரிட்டிஷ் அரசு ஏதாவது செய்திருக்கிறதா? ஆங்கிலேயர் ஆட்சிக்கு முன், கிராமத்தில் உள்ள கிணற்றில் தண்ணீர் நிரப்ப முடியவில்லை. இந்த உரிமையை பிரிட்டிஷ் அரசு நமக்கு வழங்கியிருக்கிறதா? ஆங்கிலேயர் ஆட்சிக்கு முன், நாம் கோவில்களுக்குள் நுழைய முடியாது. இப்போது கோவில்களுக்குள் நுழையலாமா? காவல் துறைக்குள் நுழையவும் எங்களுக்கு அனுமதி மறுக்கப்பட்டது. பிரித்தானிய அரசாங்கம் இப்போது எங்களைக் காவல்துறையில் சேர்க்குமா? ஆங்கிலேயர் ஆட்சிக்கு முன், நாங்கள் ராணுவத்தில் சேர்க்கப்படவில்லை. நாங்கள் இப்போது இராணுவத்தில் சேர அனுமதிக்கப்படுவார்களா?

இந்த கேள்விகளுக்கு நேர்மறையான பதில் எதுவும் இருக்க முடியாது. ஆங்கிலேயர் ஆட்சி திணிக்கப்பட்டு 150 ஆண்டுகள் கடந்துவிட்ட போதிலும், எங்களுடைய பிரச்சனைகள் ஆரம்பகாலத்தில் இருந்ததைப் போலவே இருக்கின்றன. அவை இன்று வரை தீர்க்கப்படவில்லை.

இப்படிப்பட்ட அரசாங்கம் நமக்கு பயன்படுமா? எமது பிரச்சினைகளை எம்மைத் தவிர வேறு எவராலும் அகற்ற முடியாது, அரசியல் அதிகாரத்தின் ஆட்சி எமது கைகளுக்கு வரும் வரை அவற்றை அகற்ற முடியாது. தலித்துகள் அரசாங்கத்தின் சில அதிசயங்களைக் காண பல வருடங்கள் காத்திருந்தனர். இப்போது, நாம் இன்னும் காத்திருக்க முடியாது. இந்தியாவின் சிறுபான்மை தலித்துகள் சுதந்திர இந்தியாவின் எந்த அரசியலமைப்புக்கும் தங்கள் ஆதரவை வழங்க மாட்டார்கள் என்பதில் உறுதியாக உள்ளனர்.

அக்காலத்தில் டாக்டர் அம்பேத்கர் தீண்டத்தகாதவர்களின் தலைவராக வலம் வந்தார். சைமன் கமிஷன் முன் தன் குணங்களை நிரூபித்திருந்தார். அதனால்தான் அவர் இந்த மாநாட்டிற்கு தீண்டத்தகாதவர்களின் பிரதிநிதியாக அழைக்கப்பட்டிருந்தார். சீக்கியர்களின் பிரதிநிதியாக சர்தார் உஜ்வல் சிங் மாநாட்டில் கலந்து கொண்டார். ஒரு கிறிஸ்தவ பிரதிநிதி மற்றும் சமஸ்தானங்களின் மன்னர்களும் மாநாட்டில் கலந்து கொண்டனர். காஷ்மீர், பாட்டியாலா, பரோடா, ஆல்வார், பிகானேர் முதலான மன்னர்கள் அங்கு இருந்தனர்.

அந்த நாட்களில், ஜார்ஜ் ஏ இங்கிலாந்து மற்றும் இந்தியாவின் பேரரசராக இருந்தார். ஒரு விழாவில், அழைப்பாளர்கள் பேரரசருக்கு அறிமுகப்படுத்தப்பட்டனர். இந்தியாவின் தீண்டத்தகாத சமூகத்தின் பிரதிநிதியாக டாக்டர் அம்பேத்கர் அறிமுகப்படுத்தப்பட்டார். சக்கரவர்த்தி அனைவருக்கும் அங்கு ஏதாவது சொல்ல வாய்ப்பு அளித்து பொறுமையாகக் கேட்டார்.

இந்த விழாவில், டாக்டர் அம்பேத்கர் சக்கரவர்த்தியை சந்தித்து வட்டமேசை மாநாட்டில் வெளிப்படுத்திய தனது எண்ணங்களை திரும்பத் திரும்பச் சொல்லி, "ஐயா, உங்கள் ஆட்சியின் போது இந்தியாவில் தீண்டத்தகாதவர்கள் எந்த முன்னேற்றமும் அடைய முடியவில்லை என்பதை நான் வருத்தத்துடன் கூறுகிறேன். இதுகுறித்து புகார் தெரிவிக்கவே இந்த மாநாட்டுக்கு வந்துள்ளேன். தீண்டாமைப் பிரச்சனை இந்தியாவில் இருந்து ஒழிக்கப்படுமா என்று நான் கேட்க விரும்புகிறேன். இந்தியாவின் தீண்டத்தகாதவர்கள் ஏரிகளில் இருந்து தண்ணீரை நிரப்ப அனுமதிக்கப்படவில்லை. அவர்கள் கிணறுகளுக்கு செல்ல முடியாது; அவர்கள் ஒரு குழாயைத் தொட்டால், அது தூய்மையற்றதாகிவிடும். கோவிலுக்குச் சென்றால், அது தீட்டு என்று கருதப்படுகிறது. அவர்கள் காவல்துறையிலோ அல்லது இராணுவத்திலோ அனுமதிக்கப்படுவதில்லை. இவை அனைத்தையும் தவிர, அவர்கள் வேறு வழிகளிலும் சிரமப்படுகிறார்கள்.

டாக்டர் அம்பேத்கரின் இந்தப் பேச்சு விரும்பிய விளைவை ஏற்படுத்தியது. இதனுடன், அவருக்கு ஜார்ஜ் ஏ. டாக்டர் அம்பேத்கரின் அறிமுகம் கிடைத்தது, மகிழ்ச்சியான மனிதராக இந்தியா திரும்பினார், மீண்டும் தனது பணியைத் தொடங்கினார்.

நவம்பர் மாதம் லண்டனில் இருந்து திரும்பிய பிறகு, டிசம்பர் 1930 இல், சர்வஸ்ரீ தேவ்ராவ் நாயக் மற்றும் பி.ஆர். காத்ரேர்கர், டாக்டர் அம்பேத்கர் பம்பாயிலிருந்து 'ஜனதா' வார இதழைத் தொடங்கினார்.

'ஜனதா' வெளியாவதற்கு முன்னரே 'சமத்துவம்' என்ற பெயரில் இன்னொரு கட்டுரையை வெளியிட்டார் என்பதை இந்தச் சூழலில் சொல்ல வேண்டும் என்று நினைக்கிறோம். இது ஒரு ஆங்கில பேப்பர் ஆகும்.

'மூக் நாயக்' என்றால் அந்த லட்சக்கணக்கான மக்களின் தலைவன், வாயில் நாக்கு இருந்தாலும், அறிவும் கல்வியும் இல்லாததால் ஊமையாக இருக்கிறான்.

'பஹிஷ்கிருத பாரத்' என்பது இந்தியாவின் மிகப் பெரிய பகுதி, இது இந்தியாவின் பிற பகுதிகளால் ஒதுக்கப்பட்டிருக்கிறது. சமூகம் அதைத் தன்னிடமிருந்து வெட்டிப் புறக்கணித்தது. இதன் பொருள், இந்த மக்கள் இந்தியாவைச் சேர்ந்தவர்கள், ஆனால் இன்னும் இந்தியாவின் மற்ற குடிமக்களைப் போலவே அவர்களுக்கும் வசதிகள் மற்றும் உரிமைகள் உள்ளன. இவர்களுக்குத்தான் டாக்டர் அம்பேத்கர் 'பஹிஷ்கிருத பாரத்' என்று பெயர் வைத்தார்.

'சமத்துவம்' என்றால் சமமாக இருப்பது. இந்த உலகில் உள்ள அனைத்து மனிதர்களுக்கும் சமத்துவம் என்ற செய்தியை பரப்பும் தாள். மனித நேயத்தையும் ஒழுக்கத்தையும் பரப்பும் தாள், யாரும் சிறியவர் இல்லை பெரியவர் இல்லை தாழ்ந்தவர் இல்லை, மனிதர்கள் அனைவரும் சமம் என்ற செய்தியை பரப்புகிறது.

'ஜனதா' என்றால் குடிமக்கள். இதன் பொருள் இந்தியாவில் வாழும் கோடிக்கணக்கான மனிதர்கள். பல நூற்றாண்டுகளாக, தலைமுறை தலைமுறையாக இங்கு வாழும் அந்த மனிதர்கள்; அதன் கடந்த காலத்துடன் தொடர்புடையவர்கள்; யாரை சிலர் "ஆதிவாசிகள்" என்றும் சிலர் பூர்வீக குடிகள் என்றும், நான்கு வகுப்பு முறைப்படி, நான்காம் வகுப்பு அல்லது தீண்டத்தகாதவர்கள் என்றும் அழைக்கிறார்கள். அவர்களை குடிமக்களில் சேர்க்க, அவர்களும் குடிமக்களாக கருதப்பட வேண்டும் என்பதற்காக, டாக்டர் அம்பேத்கர் 'ஜனதா' பதிப்பகத்தைத் தொடங்கினார்.

மகாத்மா காந்திக்கும் அம்பேத்கருக்கும் இடையிலான உரையாடல்

1930 இல், முதல் வட்ட மேசை மாநாடு நடந்தது. 1931 இல், இரண்டாவது வட்ட மேசை மாநாடு ஏற்பாடு செய்யப்பட்டது. டாக்டர் அம்பேத்கர் முதல் வட்ட மேசை மாநாட்டில் பங்கேற்றார். இரண்டாவது மாநாட்டிற்கும் அழைக்கப்படுவார் என்பதில் உறுதியாக இருந்தார். இந்த மாநாட்டில் காந்திஜியும் பங்கேற்கவிருந்தார். மாநாட்டில் பங்கேற்பதற்கு முன், டாக்டர் அம்பேத்கரை சந்தித்து பேச விரும்பினார். தலித்துகளுக்கு தன்னை விட பெரிய தலைவர் உலகில் இருக்க முடியாது என்று காந்திஜி நம்பினார்.

அந்த நாட்களில், காந்திஜி பம்பாய் மணிபவனில் தங்கியிருந்தார். டாக்டர் அம்பேத்கர் அங்கு சென்றதும், காந்திஜி அவரிடம் மிகுந்த பெருந்தன்மையுடன் கூறினார்

தீண்டத்தகாதவர்களின் நலனுக்காக 24 லட்சம் ரூபாய் செலவழித்த காங்கிரஸ், பிறகு டாக்டர் அம்பேத்கர் ஏன் காங்கிரஸ் மீது கோபமாக இருந்தார்? டாக்டர் அம்பேத்கர் யாரை "தீண்டத்தகாதவர்கள்" என்று அழைக்கிறார்களோ, அவர்களை காந்திஜியே "ஹரிஜனங்கள்" என்று அழைக்கிறார் என்றும் காந்திஜி கூட கூறினார்.

டாக்டர் அம்பேத்கர் தனது பதிலில் காந்திஜி பேசும் 24 லட்சம் ரூபாயை, தீண்டத்தகாதவர்கள் அல்லது 'ஹரிஜனங்கள்' என்று அவர் அழைப்பது போல் பகிர்ந்தளித்தால், அவர்கள் அவருக்கு அதிக நன்றியுள்ளவர்களாக இருந்திருப்பார்கள் என்று கூறினார். அந்த பணத்தை ஹரிஜனங்களின் நலனுக்காக செலவழித்ததாகச் சொல்லும் வேளையில் வேறு பணிகளுக்குச் செலவு செய்ததாக அவர் கூறினார். இது மட்டுமின்றி, டாக்டர் அம்பேத்கரும், காங்கிரஸார் காதி அணிவது அவசியமானது போல, தீண்டத்தகாதவர்களை தீண்டத்தகாதவர்களாகக் கருதக்கூடாது என்று காங்கிரஸார் எந்த உத்தரவையும் காந்திஜி இயற்றியிருக்கிறாரா? டாக்டர் அம்பேத்கர் நாசிக் காலா ராம் கோவிலுக்குள் நுழைவதற்காக சட்டமறுப்பு இயக்கத்தை நடத்தியபோது, நாசிக் காங்கிரஸ் தலைவர் அவரை எதிர்த்தது காந்திஜிக்கு தெரியுமா? அம்பேத்கர் காந்திஜியிடம் தன் மீதும், காங்கிரஸ் கட்சியின் மீதும் நம்பிக்கை இல்லை என்று தெளிவாகக் கூறினார்.

காந்திஜி இந்த தலைப்பில் மேலும் பேச முயன்றபோது, அம்பேத்கர் வட்டமேஜை மாநாட்டில் முஸ்லிம்களுக்கு தனி பிரதிநிதித்துவத்தை காங்கிரஸ் ஏற்றுக்கொண்டதாகவும், ஆனால் தீண்டத்தகாதவர்களுக்கு தனி பிரதிநிதித்துவத்தை ஏன் ஏற்கவில்லை என்றும் கேட்டார். காந்திஜி தனது பதிலில், தீண்டத்தகாத சமூகத்தினருக்கு தனி அரசியல் உரிமை வழங்குவதை எதிர்ப்பதாகத் தெளிவாகக் கூறினார், ஏனெனில் அது ஒருவகையில் இந்துக்களுக்கு தற்கொலைச் செயலாகும்.

காந்திஜிக்கும் டாக்டர் அம்பேத்கருக்கும் இடையிலான இந்த சந்திப்பு 1931 ஆம் ஆண்டின் தொடக்கத்தில் நடந்தது. அதே மாதத்தில், அதாவது ஆகஸ்ட் 24 ஆம் தேதி, காந்திஜி பண்டிட் மதன் மோகன் மாளவியா மற்றும் சரோஜினி நாயுடு ஆகியோரை அழைத்துக் கொண்டு இரண்டாவது வட்டமேசை மாநாட்டில் பங்கேற்க லண்டன் சென்றார். அந்த மாநாட்டில் காந்தியடிகள், காங்கிரஸ் கட்சி தொடக்கத்தில் இருந்தே தீண்டத்தகாதவர்களின் நலனுக்காக பாடுபட்டு வருவதாகக் கூறினார். அங்கும், தீண்டத்தகாதவர்களுக்காக காங்கிரஸ் 24 லட்சம் ரூபாய் செலவழித்ததாக மீண்டும் கூறினார். தீண்டாமை ஒழிப்பை காங்கிரஸ் தனது அரசியல் திட்டத்தில் சேர்த்துள்ளதாகவும் அவர் கூறினார்.

டாக்டர் அம்பேத்கரின் இயல்பிற்கு உண்மையாகப் பேசும் முறை வந்தபோது, அவர் முதல் மாநாட்டில் சொன்னதையே திரும்பத் திரும்பச்

சொன்னார். இந்த மாநாட்டில் அவர் தனது கோரிக்கைகள் அடங்கிய கடிதத்தை அளித்தார். முதல் முன்நிபந்தனை

அந்த கடிதத்தில், தீண்டத்தகாதவர்களுக்கு பிராந்திய சட்டமன்றங்கள் மற்றும் மத்திய குழுக்களில் அவர்களின் எண்ணிக்கைக்கு ஏற்ப பிரதிநிதித்துவம் வழங்கப்பட வேண்டும். அவரது இரண்டாவது முன்நிபந்தனையில், தீண்டத்தகாதவர்களுக்கு தனி வாக்காளர் தொகுதியைக் கேட்டார். அவரது மூன்றாவது முன்நிபந்தனையில், தீண்டத்தகாதவர்களுக்கு 20 ஆண்டுகள் இடஒதுக்கீடு வேண்டும் என்று கேட்டார்.

அம்பேத்கரின் கோரிக்கைகளை காந்திஜி கடுமையாக எதிர்த்தாலும், பேரரசர் இதில் கவனம் செலுத்தவில்லை. அவர் டாக்டர் அம்பேத்கரின் அனைத்து கோரிக்கைகளையும் ஏற்றுக்கொண்டு, ”டாக்டர் அம்பேத்கரின் அனைத்து கோரிக்கைகளும் இதன்மூலம் ஏற்கப்படுகின்றன, மேலும் இந்தியாவின் தீண்டத்தகாதவர்களுக்கும் தனித் தொகுதிகள் மற்றும் இடஒதுக்கீடு வழங்கப்படும்” என்றார்.

பூனா ஒப்பந்தம்

20 ஆகஸ்ட் 1932 அன்று, பிரிட்டிஷ் பிரதமர் தீண்டத்தகாதவர்களுக்காக தனித் தொகுதிகளை அறிவித்து அவர்களுக்கு தேர்தலில் போட்டியிடும் உரிமையை வழங்கினார். டாக்டர் அம்பேத்கரின் விருப்பமும் நிறைவேறியது.

இரண்டாவது வட்டமேஜை மாநாட்டிற்குப் பிறகு மகாத்மா காந்தி இந்தியா வந்தடைந்தபோது, ஆங்கிலேய அரசு உடனடியாக அவரைச் சிறையில் அடைத்து எர்வாடா சிறைக்கு அனுப்பியது. எர்வாடா சிறைச்சாலையில், அவர் பிரிட்டிஷ் பிரதமரின் அறிவிப்பைப் படித்தார், மேலும் சிறையிலிருந்தே அவர் வைஸ்ராயின் செய்திக்கு தனது எதிர்வினை பற்றி எழுதினார். பிரிட்டிஷ் பிரதமருக்குக் கடிதம் எழுதி, தீண்டத்தகாதவர்களுக்கு வழங்கிய உரிமைகளை பிரிட்டிஷ் பிரதமர் திரும்பப் பெறாவிட்டால், அந்த உரிமைகள் திரும்பப் பெறும் வரை உண்ணாவிரதப் போராட்டம் நடத்தப் போவதாகக் கூறினார். காந்திஜிக்கு திருப்திகரமான பதில் கிடைக்காததால், 20 செப்டம்பர் 1932 அன்று அவர் உண்ணாவிரதப் போராட்டத்தைத் தொடங்கினார். நாடு முழுவதும், மக்கள் இந்த உரிமைகளைப் பற்றி விவாதிக்கவும் தொடங்கினர், ஒரு வகையில், நாட்டில் ஒரு பெரிய சர்ச்சை எழுந்தது.

நாடு முழுவதும் பீதி பரவியபோது, காந்திஜியின் உயிரைக் காப்பாற்ற ஒரு பொதுக்கூட்டம் ஏற்பாடு செய்யப்பட்டது. இந்த மாபெரும் கூட்டம் பம்பாயில் ஏற்பாடு செய்யப்பட்டிருந்தது. இந்தக் கூட்டத்தில் பேச டாக்டர் பீம்ராவ் அம்பேத்கரும் அழைக்கப்பட்டார். அவர் தெளிவான வார்த்தைகளில் கூறினார், “ காந்திஜியின் உயிரைக் காப்பாற்ற அனைத்து முயற்சிகளும் செய்யப்பட வேண்டும், ஆனால் தலித்துகள் மற்றும் தீண்டத்தகாதவர்களின் நலனில் இருந்து நான் விலகுவேன் என்று என்னிடம் எதிர்பார்க்கக்கூடாது. தனித் தொகுதிகளைப் பெற்ற பிறகும், அனைத்து

தீண்டத்தகாதவர்களும் தொடர்ந்து இந்து மதத்தின் ஒரு பகுதியாக இருப்பார்கள், இதில் எந்த சந்தேகமும் இல்லை என்று கூறினார்.

டாக்டர் அம்பேத்கர் தனது முடிவில் உறுதியாக இருந்தபோது, காங்கிரஸ் தலைவர்கள் மற்றொரு தீர்வை யோசித்தனர். காங்கிரஸுக்கும் காந்தியடிகளுக்கும் தனித் தொகுதிகளுக்கு ஆட்சேபணை இருப்பதாகவும், ஆனால் அவர்கள் இடஒதுக்கீடு கொள்கை சரியானது என்றும் அவர்கள் கருதினர். மாளவியா ஜியும் டாக்டர் அம்பேத்கரை எப்படியாவது தனித் தொகுதிகளை மறக்கடிக்க முயன்றார். டாக்டர் அம்பேத்கர் மாளவியாவிடம் அவர்கள் சொல்வதை எல்லாம் ஒப்புக்கொண்டதாகவும், ஆனால் தலித்துகளின் நலனில் இல்லாத எதையும் தன்னால் செய்ய முடியாது என்றும் கூறினார். காந்திஜி இவ்வளவு சிறிய விஷயத்துக்காக இவ்வளவு பெரிய உண்ணாவிரதப் போராட்டம் நடத்தினார் என்று டாக்டர் அம்பேத்கர் தெளிவாகச் சொன்னார். தேசத்தின் சுதந்திரத்திற்காக அவர் உண்ணாவிரதம் இருந்திருந்தால், ஒட்டுமொத்த தேசமும் அவருடன் இருந்திருக்கும்.

பம்பாய் சந்திப்பின் போது, காந்திஜி எர்வாடா சிறையில் இருந்து எழுதிய கடிதம் கூட்டத்தில் வாசிக்கப்பட்டது. அந்தக் கடிதத்தில், " அன்புள்ள டாக்டர் அம்பேத்கர்! தேசத்தை துண்டு துண்டாக பிரிக்க வேண்டாம். இந்து சாதியை காப்பாற்றுங்கள். நான் உன்னுடன் இருக்கிறேன். என் அனுதாபங்கள் உங்களுடன் உள்ளன. என் வாழ்க்கை உங்கள் கையில் உள்ளது, இனி நீங்கள் நினைப்பது போல் செய்யலாம்.

இந்தக் கடிதத்தை எடுத்துக்கொண்டு கஸ்தூரிபாய் காந்தி தானே டாக்டர் அம்பேத்கரிடம் வந்தார். அவரது மகன் தேவதாஸ் காந்தியும் உடன் இருந்தார். காந்திஜியுடன் சமரசம் செய்துகொண்டு அவரது உயிரைக் காப்பாற்றுமாறு தாயும் மகனும் டாக்டர் அம்பேத்கரிடம் வேண்டுகோள் விடுத்தனர்.

மாளவியாஜியும் டாக்டர் அம்பேத்கரை பலமுறை சந்தித்து காந்திஜியுடன் சமரசம் செய்து கொள்ளுமாறு கேட்டுக் கொண்டார். சக்ரவர்த்தி ராஜகோபாலாச்சாரியாரும் இதற்கான முயற்சிகளை மேற்கொண்டார். இறுதியில், டாக்டர் அம்பேத்கர் ஒரு சமரசத்திற்கு ஒப்புக்கொண்டார். சமரசத்திற்கு, அவர் சில முன்நிபந்தனைகளை வகுத்தார், அவை:

1. சட்டப் பேரவையில், 'ஹரிஜன்'களுக்கான இடங்களின் எண்ணிக்கையை 78ல் இருந்து 148 ஆக உயர்த்த வேண்டும்.
2. இந்த இடங்களுக்கான தேர்தல் சட்டப்படி நடைபெறும்.
3. மத்திய சட்டமன்றத்தில் கூறப்பட்ட சட்டமன்றத்தில் பிரிட்டிஷ் இந்தியாவிற்கான பொது வாக்காளர்களுக்கு ஒதுக்கப்பட்ட இடங்களில் 18% தாழ்த்தப்பட்ட வகுப்பினருக்கு ஒதுக்கப்படும்.
4. மத்திய சட்ட சபையில், ஹரிஜனங்களின் பிரதிநிதிகள் கூட்டு வாக்காளர்களின் கொள்கையின் அடிப்படையில் தேர்ந்தெடுக்கப்படுவார்கள்.

5. பரஸ்பர உடன்படிக்கையின் மூலம் விரைவில் முடிவடையாத பட்சத்தில், மத்திய மற்றும் மாகாண சட்டப் பேரவை தேர்தலுக்கான வேட்பாளர் குழுவிற்கான முதன்மைத் தேர்தல் முறையானது, முதல் பத்து ஆண்டுகளுக்குப் பிறகு முடிவடையும்.
6. இந்த தீர்வில் சம்பந்தப்பட்ட சமூகங்களுக்கிடையில் பரஸ்பர உடன்படிக்கையின் மூலம் தீர்மானிக்கப்படும் வரை மாகாண மற்றும் மத்திய சட்டமன்றங்களில் ஒதுக்கப்பட்ட இடங்களின் மூலம் தாழ்த்தப்பட்ட வகுப்பினரின் பிரதிநிதித்துவ முறை தொடரும்.
7. தாழ்த்தப்பட்ட வகுப்பினரின் மத்திய மற்றும் மாகாண சட்டமன்றங்களுக்கான உரிமையானது லோதியன் கமிட்டி அறிக்கையில் குறிப்பிடப்பட்டுள்ளபடி இருக்க வேண்டும்.
8. அரசு மற்றும் நிரந்தர வேலைகளில், ஹரிஜனங்களுக்கு எதிரான பாகுபாடு இருக்காது.
9. ஒவ்வொரு மாநிலத்திலும் தீண்டத்தகாதவர்களின் கல்விக்காக அதிகபட்ச மானியம் வழங்கப்படும்.
10. நாட்டில் தீண்டாமை விரைவில் ஒழிக்கப்படும்.

இந்தக் கோரிக்கைகள் மற்றும் நிபந்தனைகள் அனைத்தும் கூட்டத்தில் வாசிக்கப்பட்டு இந்துக்கள் சார்பில் பண்டிட் மதன் மோகன் மாளவியா கையெழுத்திட்டார். தீண்டத்தகாத சமூகத்தின் சார்பாக, டாக்டர் அம்பேத்கர் அதில் கையெழுத்திட்டார்.

அந்த ஒப்பந்தம் கையெழுத்தான பிறகு, டாக்டர் அம்பேத்கர் காந்திஜியைச் சந்திக்க எர்வாடா சிறைக்குச் சென்றார்.

அதன்பிறகு, காந்திஜி சிறையிலிருநது விடுவிக்கப்பட்டார், ஆனால் வெளியே வந்த பிறகு அவர் எந்த அரசியல் பணியும் செய்யக்கூடாது என்று அவருக்கு கட்டுப்பாடு விதிக்கப்பட்டது. சிறையிலிருந்து விடுதலையானவுடன், காந்திஜி இந்தியா முழுவதும் சுற்றுப்பயணம் செய்து தீண்டத்தகாதவர்களின் நலனுக்காக நன்கொடைகளை வழங்கினார். ஹரிஜனங்களின் நலனைக் கருத்தில் கொண்டு, 'ஹரிஜன் சேவக்' என்ற பத்திரிகையை வெளியிடத் தொடங்கினார். ஹரிஜனங்களின் நலனுக்காக அனைத்து நாட்டு மக்களிடமும் நன்கொடை அளிக்குமாறு காந்திஜி வேண்டுகோள் விடுத்தார், ஆனால் அவரால் சேகரிக்க முடிந்தது ரூ. 8 லட்சம் மட்டும் தான் என ஒப்பந்தம் செய்யப்பட்டது, இப்போது இருவரும் அவரவர் வழியில் தங்கள் வேலையைத் தொடங்கினார்கள். இந்த நேரத்தில், டாக்டர் அம்பேத்கர் உறுப்பினராக நியமிக்கப்பட்டார்

'இந்திய அரசியலமைப்புச் சீர்திருத்தக் கூட்டுக் குழு'. பெயரில் இருந்தே தெளிவாகிறது, இந்த குழு அரசியலமைப்பு சீர்திருத்தங்களுக்காக உருவாக்கப்பட்டது.

24 செப்டம்பர் 1932 அன்று தலைவர்கள் பூனா ஒப்பந்தத்தில் கையெழுத்திட்டனர். தலித் தரப்பில் இருந்து டாக்டர் அம்பேத்கர் கையெழுத்திட்டார், உயர் சாதியினர் தரப்பில் பண்டிட் மதன் மோகன் மாளவியா மற்றும் பலர் கையெழுத்திட்டனர். ராஜகோபாலாச்சாரி உணர்ச்சிவசப்பட்டு அம்பேத்கருடன் பேனாக்களை பரிமாறி

கையெழுத்திட்டார். இந்த ஒப்பந்தம் குறித்த செய்தி விரைவில் பிரதமரிடம் கொடுக்கப்பட்டது. செப்டம்பர் 25 அன்று, பம்பாயில் நடைபெற்ற ஒரு பொதுக்கூட்டத்தில், பண்டிட் மதன் மோகன் மாளவியா, பிறப்பிலிருந்தே யாரும் தீண்டத்தகாதவர்களாகக் கருதப்படக்கூடாது என்றும், இந்தியாவில் இருந்து தீண்டாமையை அகற்ற வேண்டும் என்றும் அறிவித்தார். இந்தச் சந்தர்ப்பத்தில், டாக்டர் அம்பேத்கர் ஒரு விஷயத்திற்காக மட்டுமே வருந்துவதாகவும், அதனால்தான் மகாத்மா காந்தி இந்த கருத்தை வட்டமேசை மாநாட்டில் ஏற்றுக்கொள்ளவில்லை என்றும் கூறினார். ”அந்த நேரத்தில் என் கருத்தைப் புரிந்துகொள்ள அவர் முயற்சி செய்திருந்தால், இன்று அவர் வீணாக இவ்வளவு கஷ்டப்பட வேண்டியிருக்காது.”

இக்கூட்டத்தில், தீண்டாமை ஒழிப்பு தீர்மானம் நிறைவேற்றப்பட்டு, “தீண்டாமை ஒழிப்பு குழு“ அமைக்கப்பட்டது. எதிர்காலத்தில், இது ‘ஹரிஜன் சேவா சங்கம்’ எனப் புகழ் பெற்றது. ‘சங்கத்தின்’ மத்திய குழுவில் டாக்டர் அம்பேத்கர், ஸ்ரீ எம்.சி. ராஜா, மற்றும் ராய் பகதூர் ஸ்ரீனிவாசன் ஆகியோர் தலித் பிரதிநிதிகளாக இருந்தனர். இந்த சங்கத்தின் அமைச்சர் அம்ரித் லால் தக்கரும் தலித் சாதியைச் சேர்ந்தவர்.

28 செப்டம்பர் 1932 அன்று, பம்பாயில் ஒரு பெரிய கூட்டத்தில்; 18 அக்டோபர் அன்று பெலாசிஸ் சாலையில், பம்பாய் கூட்டத்திலும், 28 அக்டோபர் 1932 அன்று ஜஹாங்கீர் ஹாலில், பம்பாய் கூட்டத்திலும் ரஷ்ய சமுதாயம் அவருக்கு ஒரு மரியாதைக் கடிதத்தை வழங்கிய சந்தர்ப்பத்தில், டாக்டர் அம்பேத்கர் தனது தீண்டத்தகாத நண்பர்களிடம் கூறினார்-

“ கோயிலுக்குள் நுழைந்ததன் நோக்கம் நல்லதே. ஆனால், ஆன்மீக முன்னேற்றத்திற்கு பதிலாக, பொருளாதார முன்னேற்றத்தில் கவனம் செலுத்த வேண்டும். உங்களிடம் பணம் இல்லையென்றால், உண்பதற்கு உணவு, உடுத்த உடைகள், உங்கள் குழந்தைகளின் படிப்புக்கான பணம் மற்றும் மருந்துகளைப் பெற யாரும் உங்களுக்கு உதவ மாட்டார்கள்.

உங்கள் கழுத்தில் உள்ள நெக்லஸ், பணம் கொடுப்பவரின் பிடியில் இருந்து உங்களை காப்பாற்றாது. நீங்கள் ராமரைப் புகழ்ந்து பாடல்களைப் பாடுவதால், உங்களுக்கு விரைவில் நில உரிமையாளர்களிடமிருந்து எந்த கமிஷனும் கிடைக்காது, உங்கள் துக்கமும் துன்பங்களும் முன்கூட்டியே தீர்மானிக்கப்பட்டவை என்ற உங்கள் முட்டாள்தனமான நம்பிக்கையை நீங்கள் கைவிட வேண்டும்.

உனது ஏழ்மை முன்னறிவிக்கப்பட்டது, அதை அகற்ற முடியாது என்ற எண்ணம் முற்றிலும் தவறானது. உன்னை தாழ்ந்தவன் என்றும் அடிமை என்றும் நினைக்க வைக்கும் மனநிலையை உதறிவிடு” என ஆலோசனை கூறினார்.

* * *

புதிய பெயர், பாபா சாஹப்

இந்த நேரத்தில், டாக்டர் அம்பேத்கரின் மனைவி நோய்வாய்ப்பட்டார். சிறந்த மருத்துவர்களால் அவருக்கு சிகிச்சை அளிக்கப்பட்டது, ஆனால் அவரது உடல்நிலை மோசமடைந்தது. இறுதியில், அவர் மே 1935 இல் இறந்தார்.

அவரது மனைவியின் மரணம் டாக்டர் அம்பேத்கரை மிகவும் ஆழமாக பாதித்ததாக கூறப்படுகிறது. அவர் எல்லாவற்றிலிருந்தும் ஒதுங்கி இருக்க ஆரம்பித்தார். பின்பு காவி உடை அணிய ஆரம்பித்தார் என்றும் சிலர் கூறுகின்றனர். சகல சௌகரியங்களையும் தியாகம் செய்து எளிமையான வாழ்க்கையை வாழத் தொடங்கினார். அப்போதிருந்து, மக்கள் அவரை பாபா சாஹப் என்று அழைக்கத் தொடங்கினர்.

ஆனால், அதிர்ஷ்டவசமாக, அந்த நேரத்தில், அவர் பம்பாய் அரசு சட்டக் கல்லூரியில் பேராசிரியராக நியமிக்கப்பட்டார். இப்பதவிக்கு நியமிக்கப்பட்டதும், அவரது பற்றின்மை கொஞ்சம் கொஞ்சமாக குறைந்து, கற்பித்தல் மற்றும் படிப்பில் அதிக கவனம் செலுத்தத் தொடங்கினார். நேரம் தான் ஒரு சிறந்த மருந்தாக, காலப்போக்கில், டாக்டர் அம்பேத்கர் தனது மனைவியின் மரணத்தால் ஏற்பட்ட துக்கத்தில் இருந்து வெளியே வந்து சாதாரண வாழ்க்கையை நடத்தத் தொடங்கினார்.

யெவ்லா மாநாடு

செப்டம்பர் 1935 இல், நாசிக் மாவட்டத்தில் யெவ்லா என்ற இடத்தில் ஒரு மாநாடு ஏற்பாடு செய்யப்பட்டது. அதற்கு டாக்டர் அம்பேத்கர் அழைக்கப்பட்டிருந்தார். மனைவி இறந்த பிறகு அவர் பொதுக்கூட்டத்தில் பங்கேற்பது இதுவே முதல் முறை அதனுடைய ஏற்பாட்டாளர்கள் அவரை அழைத்ததாலும், அவர் பங்கேற்க சம்மதித்ததாலும், மாநாட்டில் பங்கேற்பது அவசியம் என்று அவர் கருதினார்.

அங்கு சென்றதும், அவரை விழாவின் தலைவராக ஏற்பாட்டாளர்கள் அறிவித்தனர். டாக்டர் அம்பேத்கருக்கு மாலை அணிவிக்கப்பட்டது. டாக்டர் அம்பேத்கர் தனது ஜனாதிபதி உரையில் பல விஷயங்களைத் தொடுத்தார். மேலும் தீண்டத்தகாதவர்களின் பிரச்சனைகள் மற்றும் அவற்றுக்கான தீர்வுகள் குறித்து விரிவாக தனது கருத்துக்களில் வெளிப்படுத்தினார். விரைவில் மதம் மாறப் போவதாகவும் அறிவித்தார்.

இந்துக் குடும்பத்தில் பிறந்ததாக பலமுறை கூறியிருந்தார். இது அவருடைய அதிகாரத்தில் இருக்கவில்லை. ஆனால், அவர் இந்துவாக இறக்க வேண்டிய அவசியம் இல்லை. யெவ்லா மாநாட்டில், மதம் மாறப் போவதாகத் தெளிவாகச் சொன்னார்.

மாநாட்டில் அவர் பேசுகையில், “ உலகில் இதைவிட மோசமான மதம் இல்லை. எனவே, நீங்கள் இந்த மதத்தை கைவிட வேண்டும். இந்த மதத்தில், மக்கள் விலங்குகளை விட மோசமாக கருதப்படுகிறார்கள். மக்கள் எல்லா மதங்களையும் நல்லவர்கள் என்கிறார்கள். ஆனால், இந்த

மதத்தில், தீண்டத்தகாதவர்கள் சமூகத்திலிருந்து தனித்தனியாகக் கருதப்படுகிறார்கள், அதேசமயம் அவர்கள் சமூகத்திற்கு பல வழிகளில் சேவை செய்கிறார்கள்.

நாசிக் மாவட்டத்தின் ஒரு சிறிய கிராமத்தில் 10,000 பலமான பார்வையாளர்கள் இருந்தனர், டாக்டர் அம்பேத்கரின் அறிவிப்பு இடி போல் இருந்தது. பார்வையாளர்கள் அனைவரும் அமைதியாகிவிட்டனர். அவர்களால் அவர்கள்காதுகளையே நம்ப முடியவில்லை. டாக்டர் அம்பேத்கரும் இது தொடர்பாக ஒரு முன்மொழிவை வைத்திருந்தார். இந்த முன்மொழிவின் முக்கிய சாராம்சம், ”சுதந்திரம் மற்றும் சமத்துவத்தைப் பெறுவதற்கான ஒரே வழி “மத மாற்றம்“ ஆகும்.

இந்தியாவின் அனைத்து மஹர்களும் மதம் மாறப் போவதாக இங்கு அறிவித்து வருவதால், இந்த மாநாட்டை வரலாற்றுச் சிறப்புமிக்கதாகக் கருத வேண்டும் என்றார் டாக்டர் அம்பேத்கர். அம்பேத்கர் மஹர்களிடம் இந்து பண்டிகைகளைக் கொண்டாடுவதை நிறுத்த வேண்டும் என்று கூறினார். அவர்கள் இந்துக் கடவுள்களையும், தெய்வங்களையும் வழிபடக் கூடாது, கோயில்களுக்கும் செல்லக் கூடாது. அவர்களுக்கு மரியாதையும் கண்ணியமும் கொடுக்கப்படாத இடத்தில், அத்தகைய மதத்தை விட்டு வெளியேறுவது நல்லது என கூறினார்.

யெவ்லா மாநாடு 13 அக்டோபர் 1935 அன்று நடைபெற்றது. இதற்கு முன், மே மாதத்தில், டாக்டர் அம்பேத்கரின் முதல் மனைவி இறந்துவிட்டார். அவரது மனைவி இறந்த பிறகு, டாக்டர் அம்பேத்கர் தனிமையில் இருந்துவிட்டார் என்றும், அதன் பிறகு அவர் பகிரங்கமாக வெளியில் வந்த முதல் சந்தர்ப்பம் இது என்றும் அவரைப் பின்பற்றுபவர்கள் நம்புகிறார்கள். இந்த மாநாட்டில், ஸ்ரீ ரன்காம்பே வரவேற்புக் குழுவின் தலைவராக இருந்தார். இந்த மாநாட்டில் டாக்டர் அம்பேத்கர் இரண்டு பகுதிகளாக தனது உரையை ஆற்றினார். இறுதியில், அங்கிருந்த இந்துக்களுக்கு இந்து மதத்தை விட்டு வெளியேற வேண்டும் என்று அறிவுரை வழங்கினார், அதனால் அவர்கள் திருப்தியும் மரியாதையும் பெறும் வேறு மதத்திற்குள் செல்ல முடிந்தது. ஆனால், ஆழ்ந்த சிந்தனைக்குப் பிறகே புதிய மதத்தைத் தேர்ந்தெடுக்கும்படி அறிவுறுத்தினார்.

இந்நாளில் டாக்டர் அம்பேத்கர் வெள்ளை ஆடைகளை அணியத் தொடங்கினார். அவரைப் பின்பற்றுபவர்கள் அவரை ‘பாபா சாஹாப்’ என்று அழைக்கத் தொடங்கினர். இந்த மாநாட்டிற்குப் பிறகு,

அவர் இந்த பெயரால் அழைக்கப்பட ஆரம்பித்தார்.

யெவ்லாவிலிருந்து திரும்பும் போது, டாக்டர் சதானந்த் கல்வான்கரின் இல்லத்தில் தங்கினார். அங்கு அவர் தீண்டத்தகாதவர்களின் நலனுக்காக பாடுபடும் இந்து மிஷனரி மற்றும் சமூக சேவகர் ஸ்ரீ மசூர்கர் மகாராஜை சந்தித்தார். தீண்டத்தகாதவர்களின் நலனுக்காகவும், சுத்திகரிப்புக்காகவும் மசூர்கர் மகாராஜ் நாளுக்கு நாள் பிரபலமடைந்து வந்தார். சில நாட்களுக்கு முன்பு, அவர் கோவாவில் உள்ள 10,000 கிறிஸ்தவர்களை மீண்டும் இந்து மதத்திற்கு மாற்றினார். இருவரும் மூன்று

மணி நேரம் நீண்ட விவாதம் நடத்தினர். டாக்டர் அம்பேத்கரை மதம் மாறக் கூடாது என்று மசூர்கர் மகாராஜ் அறிவுறுத்தினார். அப்போது, டாக்டர் அம்பேத்கர், மசூர்கர் மகாராஜுக்கு தெளிவான பதில் அளித்தார். அவர் மதமாற்றத்தை தடுப்பது இந்துக்களின் கையில் உள்ளது என்றார். மேலும், இந்துக்களிடம் மனமாற்றம் ஏற்படும் என்று தாம் நம்பவில்லை என்றும், தனது மதமாற்றத்தை தடுக்க எந்த முயற்சியும் எடுப்பார்கள் என்றும் அவர் கூறினார். அவரது வாதம் என்னவென்றால், தீண்டத்தகாத தொழிலாளியான ஸ்ரீ கே.கே. சமய நூல்களையும், வேதங்களையும் அறியாத சங்கரருக்கு சங்கராச்சாரியார் என்ற பட்டம் வழங்கி, உண்மையான சங்கராச்சாரியாருக்கு இருந்த அதே மரியாதையும் வழங்கப்பட வேண்டும். இந்த திரிக்கப்பட்ட தர்க்கத்திற்கு மசூர்கர் மகராஜிடம் பதில் இல்லை, ஏனென்றால் மத புத்தகங்கள் மற்றும் சாஸ்திரங்களை அறிந்த அந்த மனிதன் மட்டுமே சங்கராச்சாரியார் ஆக்கப்பட்டான் என்பதை மசூர்கர் மஹராஜ் அறிந்திருந்தார்.

டாக்டர் அம்பேத்கர் சமய நூல்கள் மற்றும் வேதங்களை அறிந்த சில அறிஞர்களின் பெயரை எடுத்திருந்தால், ஒருவேளை மசூர்கர் மகாராஜ் இதற்கான முயற்சிகளை மேற்கொண்டிருப்பார். ஆனால், தீண்டத்தகாதவர்களை இழிவுபடுத்திய மதத்தை அவமதிக்க வேண்டும் என்று டாக்டர் அம்பேத்கர் மனதில் ஒரே ஒரு விஷயம் இருந்தது, அதைச் செய்வதிலும் அவர் உறுதியாக இருந்தார். மேலும், அவர் மாட்டிறைச்சி உண்பதையும் ஆதரித்தார்.

பாபா சாஹாப் தனது முடிவில் இருந்து அசையாமல் இருந்தார், ஜனவரி 1936 இல், "மகாராஷ்டிரா அஸ்ப்ராஷிய யுவக் பரிஷத்" (மகாராஷ்டிரா தீண்டத்தகாத இளைஞர் கட்சி) ஏற்பாடு செய்த ஒரு விழாவில், அவர் தெளிவாக கூறினார், "எல்லா தெய்வங்களும் என் முன் தோன்றி கேட்டாலும் நான் இந்த மதத்தை விட்டு வெளியேற மாட்டேன், நான் அவர்களுக்கும் கீழ்ப்படிய மாட்டேன் என்று தான கூறுவேன் என்றார்.

இந்தச் சூழலில் தலித்துகளுக்கு எச்சரிக்கை விடுத்து டாக்டர் அம்பேத்கர், " நாம் மதம் மாறினால், தீண்டத்தகாதவர்கள் சந்திக்கும் பிரச்சனைகளில் இருந்து உடனடியாக விடுதலை பெற்று, அவர்கள் உடனடியாக உலகிற்கு வந்துவிடுவார்கள் என்ற தவறான எண்ணத்தை உதறித்தள்ள வேண்டும். மேலும். அவர்கள் எந்த மதத்தை ஏற்றுக்கொண்டாலும், அவர்கள் சமத்துவத்திற்காக தொடர்ந்து போராட வேண்டும் எனக் கூறினார்.

சுதந்திரம். இஸ்லாமோ, சீக்கியமோ, கிறித்தவமோ எந்த மதமாக இருந்தாலும் சரி, நமது சமத்துவத்திற்காக நாம் பெரும் முயற்சிகளை மேற்கொள்ள வேண்டும் என்ற உண்மையை நாம் முழுமையாக அறிவோம். இஸ்லாத்தை ஏற்றுக்கொண்டால் நாம் ஒவ்வொருவரும் நவாப் ஆகிவிடுவோம், அல்லது கிறித்தவத்தை ஏற்றுக்கொண்டால் அனைவரும் போப் ஆகிவிடுவோம் என்று நினைப்பது முட்டாள்தனம் ஆகும். நாங்கள் எந்த மதத்தை ஏற்றுக்கொண்டாலும் தொடர்ந்து போராட வேண்டியிருக்கும்" என்றார்.

* * *

சாதி வெறிக்கு எதிராகப் போராடுங்கள்

1935 டிசம்பரில், டாக்டர் அம்பேத்கர் 'ஜாத்-பாத் தோடக் மண்டல்' (சாதி மதத்தை உடைக்கும் கட்சி)க்கு தலைமை தாங்கினார். இந்த விருந்தின் அமைப்பாளராக ஸ்ரீ சாந்த் ராம் இருந்தார். இந்த விழாவில் அம்பேத்கர் ஆற்றிய உரை இந்தியா முழுவதும் பேசப்பட்டது. பின்னர், அம்பேத்கர் இதை மாற்றினார் மேலும் அவரது

பேச்சு ஒரு சிறு புத்தகமாக வெளியிடப்பட்டது.

'ஜாதி அழித்தல்' என்பதற்கு மொழிபெயர்ப்பாளர்களால் 'ஜாதிவாட் கா விச்சேத்' என்று பெயர் சூட்டப்பட்டது. 'ஜாத்-பாத் தோடக் மண்டல்' விழாவுக்குச் செல்வதற்கு முன், அவர் தனது உரையின் நகலை அமைப்பாளர்களிடம் கொடுத்தார். இந்த உரையில் டாக்டர் அம்பேத்கர் இந்து வேதங்களை கடுமையாக விமர்சித்திருந்தார்.

டாக்டர் அம்பேத்கர் தனது "அனிஹிலேஷன் ஆ.ஃ.ப் காஸ்ட்" என்ற புத்தகத்தில் எழுதியுள்ளார்- "பேஷ்வாக்களின் ஆட்சியின் போது, ஒரு உயர்சாதி இந்து சாலையில் நடந்து கொண்டிருந்தால், தாழ்த்தப்பட்ட இந்துக்கள் சாலையில் நடக்க அனுமதி இல்லை. அவர்களுடைய நிழல் அவன்மேல் படுவதால் அவன் தூய்மையற்றவனாக மாறாதபடிக்கு அதே பாதை தேவை. உயர்சாதி இந்துக்கள் அவரை அடையாளம் கண்டு, தவறுதலாகத் தொடாமல் இருக்க, ஒவ்வொரு இந்துவும் தனது மணிக்கட்டில் அல்லது கழுத்தில் கருப்பு நூலைக் கட்டுவது அவசியம் என்றனர். பேஷ்வாக்களின் தலைநகரான பூனாவில், தீண்டத்தகாதவர்கள் இடுப்பில் துடைப்பம் கட்டிக்கொண்டு நடக்க வேண்டும் என்பதே அரச ஆணையாகும், அதனால் தரையில் பதிந்திருந்த அவர்களின் கால்தடங்கள், உயர் சாதியினரின் கால்தடங்கள் துடைப்பத்தால் அகற்றப்படும் இந்துக்கள் அந்த கால்தடங்களில் விழுந்திருந்தால் அவர்கள் தூய்மையற்றவர்களாக மாறியிருப்பார்கள். அதுமட்டுமல்ல, பூனாவில் தீண்டத்தகாதவர்கள் கழுத்தில் ஒரு மண் பானையை மாட்டிக்கொண்டு நடக்க வேண்டியிருந்தது. அதன் மீது அவர்கள் தூய்மையற்றவர்களாக ஆகியிருப்பார்கள்."

டாக்டர் அம்பேத்கரின் உரை லாகூர் கூட்டத்தின் ஏற்பாட்டாளர்களுக்கு சென்றடைந்ததும், அவர்கள் இந்து மதத்தின் மீதான விமர்சனத்தைப் படித்ததும், அவர்கள் அதை டாக்டர் அம்பேத்கரின் உரையிலிருந்து நீக்குமாறு கேட்டுக் கொண்டனர்.

இந்து மத நூல்கள் பற்றி விரிவாகவும், இந்த கடிதத்தில் கூறப்பட்டுள்ளது. இதன் விளைவாக லாகூர் கூட்டம் ஒத்திவைக்கப்பட்டது.

இந்த கடிதப் பரிமாற்றத்தின் போது, அமைப்பாளர்கள் டாக்டர் அம்பேத்கருக்கு இந்த வேதங்களைப் பற்றிய சில தகவல்களை அளித்தனர். இந்த தகவலின் அடிப்படையில், டாக்டர் அம்பேத்கர் தனது உரையின் சில பகுதிகளை நீக்கியதால், சந்திப்பு எதிர்காலத்தில் திட்டமிடப்பட்டது.

டாக்டர் அம்பேத்கர் தனது உரையில், இந்திய சமூகம் அடிப்படையில் நான்கு வகுப்புகளாகப் பிரிக்கப்பட்டுள்ளது, அவை 'சதுர்வர்ணம்' (நான்கு வர்க்க அமைப்பு) என்று அழைக்கப்படுகின்றன. 'சதுர்வர்ணம்' என்பது ஒரு சமூகத்தில் பிராமணர்கள், க்ஷத்திரியர்கள், வைசியர்கள் மற்றும் சூத்திரர்கள் என்ற நான்கு வகை மக்கள் இருக்கும் ஒரு அமைப்பாகும். வெவ்வேறு வகுப்புகளுக்கு வெவ்வேறு பணிகள் அமைக்கப்பட்டுள்ளன, இது ஒரு வகையில் சமூக அநீதி. தான் செய்ய விரும்பும் வேலையைத் தேர்ந்தெடுத்து அதைச் செய்வது ஒருவரின் தனிப்பட்ட விஷயம் ஆகும். எனவே, ஒவ்வொரு மனிதனின் வேலையைத் தீர்மானிக்கும் உரிமை சமூகத்திற்கு இல்லை. இந்திய சமூகம் நிச்சயமாக ஒரு தொழிற்சாலை அல்லது ஆலை அல்ல. அப்படியானால், சமுதாயத்தில் வேலை ஏற்பாடுகளுக்கு ஒரு வடிவம் கொடுக்க முயற்சிக்கும் இந்த அமைப்பாளர்கள் எங்கிருந்து வந்தார்கள்? இவர்களுக்கு இந்தப் பொறுப்பை யார் கொடுத்தது?

ஒவ்வொரு மனிதனின் இயல்பும் வேறுபட்டது. பிறகு, ஒரு மனிதனை அவனது பலம் மற்றும் அறிவுக்கு ஏற்ப வேலை செய்வதை எப்படி இந்த அமைப்பாளர்கள் தடுக்க முடியும்?

அம்பேத்கர் மேலும் கூறுகையில், இவர்கள் தங்கள் தேவைக்கேற்ப வேதத்தை கையாளும் காலம் கடந்துவிட்டது. புதிய விடியலுடன், நீங்கள் ஒரு புதிய வாழ்க்கையை, ஒரு புதிய தொடக்கத்தைப் பற்றி பேச வேண்டும். ஒவ்வொரு காலையும் ஒரு புதிய காலை; ஒவ்வொரு அடியும் ஒரு புதிய படி. புதிய உறுதியுடன் முன்னேறத் துடிக்கும் ஒரு அடி மட்டும் திரும்பிப் பார்க்காது.

வைஸ்ராய் கவுன்சிலில்

அப்போது வைஸ்ராய் பம்பாய்க்கு வந்திருந்தார். இந்த வாய்ப்பைப் பயன்படுத்திக் கொள்ள அம்பேத்கர் முடிவு செய்தார். தனக்கு அப்பாயின்ட்மென்ட் நிர்ணயம் செய்யுமாறு ஆளுநரிடம் கேட்டுக்கொண்டார். மேலும் கவர்னர் இதைச் செய்தார்.

நியமிக்கப்பட்ட நாளில், டாக்டர் அம்பேத்கர் வைஸ்ராயைச் சந்திக்கச் சென்றார். சில சம்பிரதாயங்களுக்குப் பிறகு, வைஸ்ராய் அம்பேத்கரின் வருகைக்கான காரணத்தைக் கேட்டார். இங்கு பிரதிநிதித்துவம் இல்லை என்ற உண்மையை அம்பேத்கர் மீண்டும் கூறினார்

தீண்டத்தகாதவர்கள், குறிப்பாக வைஸ்ராய் கவுன்சிலில் உள்ள மஹர்கள். வைஸ்ராய் அவரது கோரிக்கையை உடனடியாக ஏற்றுக்கொண்டு, " டாக்டர். அம்பேத்கர் வைஸ்ராய் கவுன்சில் உறுப்பினராக நியமிக்கப்பட்டார்.

டாக்டர் அம்பேத்கர் மிகவும் மகிழ்ச்சியடைந்தார். ஆனால், தீண்டத்தகாதவர்களின் மக்கள்தொகைக்கு ஏற்ப, வைஸ்ராய் கவுன்சிலில் குறைந்தது மூன்று உறுப்பினர்களாவது எடுக்கப்பட வேண்டும் என்றும் அவர் கூறினார். அதுபற்றி யோசிப்பதாக வைஸ்ராய் கூறினார்.

இதற்குப் பிறகு, அரசுப் பணிகளில் தீண்டத்தகாதவர்களுக்கு வயது தளர்வு மற்றும் போட்டித் தேர்வுகளில் பங்கேற்பதற்கான கட்டணத் தளர்வு ஆகியவற்றை அம்பேத்கர் வலியுறுத்தினார். வைஸ்ராயும் இந்தக் கோரிக்கைகளை ஏற்றுக்கொண்டார். டாக்டர் அம்பேத்கர் வைஸ்ராய் கவுன்சிலுக்கு நியமிக்கப்பட்டார் என்பதை தீண்டத்தகாதவர்களும் மஹர்களும் அறிந்ததும், மகிழ்ச்சி அலை எங்கும் பரவியது, அவருக்கு ஆதரவாக பல இடங்களில் ஊர்வலங்கள் நடத்தப்பட்டன. கூட்டங்கள் ஏற்பாடு செய்யப்பட்டன. டாக்டர் அம்பேத்கரின் உற்சாகமும் பார்க்கத் தக்கது. அவரது இதயப்பூர்வமான ஆசை நிறைவேறியது, மேலும் அவரது மற்ற கோரிக்கைகள் நிறைவேற்றப்படும் என்ற உறுதியும் நம்பிக்கையும் அவருக்கு கிடைத்தது.

* * *

அரசியல் ஸ்திரமின்மை

1945 ஆம் ஆண்டு கடந்து 1946 ஆம் ஆண்டு வந்தது. இந்த ஆண்டில் இந்தியாவில் மட்டுமல்லாது, உலகின் பிற நாடுகளிலும் அரசியல் ஏற்ற தாழ்வுகள் அதிகம். அதனால், நிலையற்ற நிலை ஏற்பட்டது.

பிரித்தானியப் பிரதமர் திரு. அட்லீ, பெரும்பான்மை மக்களின் பாதையில் சிறுபான்மையினரைத் தடையாக இருக்க விடமாட்டோம் என்று 16 மார்ச் 1946 அன்று அறிவித்தார். இதைப் படித்த டாக்டர் அம்பேத்கர் உஷாரானார். அவர் மகாராஷ்டிராவில் சுற்றுப்பயணம் செய்து தீண்டத்தகாதவர்களை எச்சரித்தார்.

அமைச்சரவை பணி

24 மார்ச் 1946 அன்று, கேபினட் மிஷன் இந்தியா வந்தது. இது இந்தியாவின் முக்கிய தலைவர்களை சந்தித்தது. இந்தச் சந்தர்ப்பத்தில், அது குறிப்பாக மாஸ்டர் தாரா சிங் மற்றும் டாக்டர் அம்பேத்கரை சந்தித்தது. டாக்டர் அம்பேத்கர் புதிய அரசியலமைப்பில் தனித் தேர்தல்கள், தனி இடவசதி மற்றும் தீண்டத்தகாதவர்களின் உரிமைகளின் பாதுகாப்பு ஆகியவற்றைக் கேட்டார். ஆனால், கேபினட் மிஷன் புதிய அரசியல் நிர்ணய சபை மற்றும் புதிய அரசாங்கத்தின் உள்கட்டமைப்பு ஆகியவற்றை அறிவித்தபோது, தலித் கூட்டமைப்பின் கோரிக்கைகள் நிறைவேற்றப்பட்டன. இதனையடுத்து கூட்டமைப்பு உறுப்பினர்கள் ஒன்று திரண்டு இதற்கு எதிர்ப்பு தெரிவித்து போராட்டம் நடத்தினர். பல ஊர்வலங்கள் நடத்தப்பட்டன. டாக்டர் அம்பேத்கரின் பாரத் பூஷன் அச்சகம் எரிக்கப்பட்டது. தலித்துகளின் இயக்கம் வேகம் பிடித்தது, பல இடங்களில் ஊர்வலங்களும் கூட்டங்களும் நடத்தப்பட்டன.

16 ஜூன் 1946 அன்று, காங்கிரஸின் ஐந்து பிரதிநிதிகள், ஒரு காங்கிரஸ் “ஹரிஜன்“, ஐந்து முஸ்லீம் லீக் மற்றும் பார்சிகள், சீக்கியர்கள் மற்றும் கிறிஸ்தவர்களின் தலா ஒரு பிரதிநிதி ஆகியோரை அமைச்சரவைக் குழு அழைத்துச் சென்றது. இதை காங்கிரசும், முஸ்லிம் லீக்கும் ஏற்கவில்லை. இதன் விளைவாக, ஜூன் 29 அன்று வைஸ்ராய் 80% ஆங்கிலேயர்களைக் கொண்ட இடைக்கால அரசாங்கத்தை அறிவித்தார். இடைக்கால அரசில் டாக்டர் அம்பேத்கருக்கு பிரதிநிதித்துவம் இல்லை. எனவே, அவரும் இந்த அரசை ஆதரிக்கவில்லை. அப்போது அவர் இதனை அறிவித்தார்

தலித்துகளுக்கு இழைக்கப்பட்ட இந்த அநீதிக்கு எதிராக தீண்டத்தகாதவர்கள் அகிம்சை வழியில் போராட வேண்டும்.

இறுதியில், ஆகஸ்ட் 24 அன்று, இடைக்கால காங்கிரஸ் ஆட்சி அமைந்தது. இந்த அரசில் பாபு ஜக்ஜீவன் ராம் ஹரிஜனங்களின் பிரதிநிதியாக எடுத்துக் கொள்ளப்பட்டார். டாக்டர் அம்பேத்கர், ஹரிஜனங்கள் அரசாங்கத்தில் குறைந்தது இரண்டு பிரதிநிதிகளாவது இருக்க வேண்டும் என்று பிரதமர் அட்லீக்கு தந்தி அனுப்பினார்.

ஏப்ரல் 1946 இல் டாக்டர் அம்பேத்கர் சித்தார்த் கல்லூரியைத் திறந்து வைத்தார். அந்த நேரத்தில், அவர் புத்த மதத்தின் மீதும் புத்தர் மீதும் ஈர்க்கப்பட்டார். சித்தார்த் என்பது புத்தரின் பழைய பெயர். அதன்படி கல்லூரிக்கு அவர் பெயர் சூட்டப்பட்டது.

அந்த நாட்களில், டாக்டர் அம்பேத்கரின் மனதில் 'தீண்டத்தகாதவர்களுக்கு ஒரு தனி பிரதிநிதித்துவம்' வேண்டும் என்ற ஆசை மீண்டும் வளர ஆரம்பித்தது. ஆனால், இந்தப் பணியில் அவருக்கு வெற்றி கிடைக்கவில்லை. அம்பேத்கரின் மனதில் ஒருவித மனத் தடை ஏற்பட்டது. உயர்சாதி இந்துக்கள் முஸ்லிம்களின் கோரிக்கைகளை ஏற்றுக்கொண்டனர், ஆனால் அவர்கள் தீண்டத்தகாதவர்களின் கோரிக்கைகளை ஏற்க மறுத்துவிட்டனர். முஸ்லீம்கள் முன் தலை குனிந்த அதே தலைவர்கள் தீண்டத்தகாதவர்களுடன் மனிதாபிமானத்துடன் நடந்துகொள்ளக்கூட மறுத்துவிட்டனர். ஒவ்வொரு அடியிலும் தீண்டத்தகாதவர்களுக்கு அநீதி இழைக்கப்படுவதாக அம்பேத்கர் உணர்ந்தார். இதனால் அம்பேத்கர் இந்துத் தலைவர்கள் மீது கோபமாக இருந்தார்.

4 ஜூன் 1946 அன்று, என். சிவராஜ் தலைமையில், 'தலித் ஜாதி கூட்டமைப்பு' (தலித் ஜாதி கூட்டமைப்பு) கூட்டம் ஏற்பாடு செய்யப்பட்டது. இந்த கூட்டத்தில், தீண்டத்தகாதவர்களுக்கு தனி பிரதிநிதித்துவம் வழங்க வேண்டும் என்ற கோரிக்கையை எழுப்பினார். இது இல்லாமல் சட்டப் பேரவைகள் மற்றும் சட்டப் பேரவைகளில் தீண்டத்தகாதவர்களுக்கு இடம் கிடைக்காது என்றார்.

ஜூன் 1946 இல், காங்கிரஸ் இடைக்கால அரசாங்கம் ஆட்சி செய்தது. இடைக்கால அரசாங்கம் இந்துக்களுக்கும் முஸ்லிம்களுக்கும் சமமான பிரதிநிதித்துவத்தை ஏற்றுக்கொண்டது, ஆனால் தீண்டத்தகாதவர்களுக்கு ஒரு தனி பிரதிநிதித்துவம் பற்றி யாரும் சிந்திக்கவில்லை. இடைவிடாத போராட்டத்திற்குப் பிறகு அம்பேத்கருக்குக் கிடைத்தது 6 முதல் 6.5 கோடி ஆகும்.

தலித் அறக்கட்டளை காங்கிரஸும் முஸ்லீம் லீக்கும் தங்களுக்குள் சில ஏற்பாட்டை செய்து கொண்டதாக உணர ஆரம்பித்தது. தீண்டத்தகாதவர்களின் உரிமைகள் முற்றிலும் புறக்கணிக்கப்பட்டதாக அவர்கள் கருதினர். இப்போது, என்ன செய்ய முடியும்? இது மிகப் பெரிய பிரச்சனையாக இருந்தது. அப்போது அவர்களுக்கு காந்திஜியின் நினைவு வந்தது

மேலும், இதேபோல் அகிம்சை இயக்கத்தைத் தொடங்க முடிவு செய்தனர். இதற்காக பம்பாயிலும் பூனாவிலும் தீண்டத்தகாதவர்களின் மாபெரும் ஊர்வலங்களை நடத்தினர். அவர்களின் வெற்றியால் மகிழ்ச்சியுடன் வார்தாவிலும் ஊர்வலம் நடத்தப்பட்டது. தீண்டத்தகாதவர்கள் இப்போது பிளவுபடவில்லை, முற்றிலும் ஒன்றுபட்டுள்ளனர் என்பதை நிரூபிக்க விரும்பினர். அவர்களின் கோரிக்கைகளை இப்படி அலட்சியப்படுத்த முடியாது என்றும் கருதினார்.

அங்கு காங்கிரசும், முஸ்லிம் லீக்கும் இறுதி ஆட்சி அமைப்பது குறித்து வாக்குவாதத்தில் ஈடுபட்டன. டாக்டர் அம்பேத்கருக்கு ஒரு வாய்ப்பு கிடைத்தது. இதை ஒரு சதி என்று நினைத்து பிரிட்டிஷ் பிரதமருக்கு இதை எதிர்த்து தந்தி அனுப்பினார். இதில், அரசு அமைக்கும் முழு நடைமுறையையும், இதற்காக நடக்கும் பேரம் குறித்தும் விரிவாக எழுதினார். இதனுடன், தீண்டத்தகாதவர்களுக்கு அமைச்சரவையில் குறைந்தது இரண்டு இடங்களாவது இருக்க வேண்டும் என்றும் எழுதினார்.

டாக்டர் அம்பேத்கர் தனது முயற்சியில் வெற்றியும் பெற்றார். அவரது கோரிக்கையை ஏற்றுக்கொண்ட ஆங்கிலேய அரசு, அதை நிறைவேற்றுவதாக உறுதி அளித்தது.

26 ஜூலை 1946 அன்று, சர்தார் வல்லபாய் படேல் சட்டப் பேரவையில் ஒரு மசோதாவை தாக்கல் செய்தார், அதில் யாரையும் தீண்டத்தகாதவர்களாகக் கருதுவது குற்றம் என்று கூறியது. இந்த மசோதா 'தீண்டாமை ஒழிப்பு' மசோதா என்று அழைக்கப்படுகிறது. இந்த மசோதாவை தான் சட்டப் பேரவை நிறைவேற்றியது.

அதே ஆண்டில், ஜூலை 1946 இல், டாக்டர் அம்பேத்கர் வைஸ்ராய் கவுன்சில் உறுப்பினர் பதவியை ராஜினாமா செய்தார்.

மறுமணம்

டாக்டர் பீம்ராவ் சமூகத்தின் தீமைகளை அகற்றுவதில் தனது உடல் மற்றும் மன வலிமையை அதிகம் செலவிட வேண்டியிருந்தது. அவரது முதல் மனைவி இறந்த பிறகு, அவரது வாழ்க்கை மிகவும் தனிமையாக மாறியது. மேலும் உறங்குவதற்கும் சாப்பிடுவதற்கும் அவருக்கு நிலையான நேரம் இல்லை. இதனால், அவர் மிகவும் பலவீனமடைந்தார். அவருக்கு சர்க்கரை நோயாளி என மருத்துவர்கள் அறிவித்தனர். அவரை மருத்துவமனையில் சேர்க்க வேண்டியதாயிற்று. ஸ்ரீ கிருஷ்ணாராவ் பி. கபீரின் மகள் டாக்டர் சாரதா கபீரிடம் அவரது சிகிச்சைக்கான பொறுப்பு வழங்கப்பட்டது. அங்கு அவர்களுக்குள் நெருக்கம் வளர்ந்தது. 1948ல் இருவரும் நீதிமன்றத்தில் திருமணம் செய்து கொண்டனர்.

அவரது புத்தகத்தில், 'டாக்டர். அம்பேத்கர் - ஆளுமை மற்றும் படைப்புகள்', டாக்டர். ஆர். ஜாதவ் தனது திருமணம் பற்றிய விளக்கத்தை அளித்துள்ளார், அது பின்வருமாறு -"ஒருபுறம், டாக்டர் அம்பேத்கர் புதிதாக கட்டப்பட்ட 'ராஜ்கிரஹ்'விற்குள் செல்வதில் மகிழ்ச்சி அடைந்தார்.

வீடு, மறுபுறம், அவர் மனைவி இறந்த சோகத்தை தாங்க வேண்டியிருந்தது. ஆனால், பாபா சாஹாப் தனது தனிமையை தனது துரதிர்ஷ்டமாக கருதவில்லை. மேலும் அவர் படிப்பதிலும் புத்தகங்கள் எழுதுவதிலும் மூழ்கினார் மற்றும் இரவும் பகலும், அவர் தனது இலக்கிய நடவடிக்கைகளில் மூழ்கி இருந்தார் அச்சமயம் தனிமையும் அவருக்கு ஒரு வரமாக இருந்தது.

இந்த துறவி போன்ற மனிதர் 1935 முதல் 1947 வரை பிரம்மச்சாரி வாழ்க்கை வாழ்ந்தார். ஆனால் பெரிய மனிதர்கள் சிறந்த மனம் கொண்டவர்கள் தான். மேலும் டாக்டர்கள் அவருக்கு மீண்டும் திருமணம் செய்து கொள்ள வேண்டும் என்று பரிந்துரைத்தனர், அதுவும் அவரை சரியாக கவனிக்கக்கூடிய ஒரு பெண் மருத்துவராக இருந்தால் இது, அவருக்கு சாதகமாக இருக்கும். அவருடைய தனிப்பட்ட தேவைகளைப் பார்த்துக்கொள்ள அவர் வீட்டில் யாரும் இல்லை. அவர் சர்க்கரை நோயாளியாக இருந்ததால், தினமும் இன்சுலின் ஊசி போட வேண்டியிருந்தது. வீட்டில் ஒரு பெண் மருத்துவர் இருந்திருந்தால், அவருடைய பிரச்சனைகள் குறைந்திருக்கும் என தோன்றியது.

அவருக்கு மருத்துவமனையில் சிகிச்சை அளித்து வந்த மிஸ் டாக்டர் கபீருக்கு சுமார் 40 வயது இருக்கும். டாக்டர் மவ்லாங்கர் மீண்டும் டாக்டர் அம்பேத்கரிடம் அவர் ஒரு பெண் மருத்துவரை திருமணம் செய்து கொள்ள வேண்டும் என்று பரிந்துரைத்தார். இது மட்டுமின்றி, அவர் மிஸ் டாக்டர் சாரதா கபீரின் பெயரையும் பரிந்துரைத்தார். டாக்டர் அம்பேத்கரை டாக்டர் சாரதா கபீர் ஒரு வாரம் முழுவதும் மருத்துவமனையில் கவனித்துக் கொண்ட விதம் அவரைக் கவர்ந்தது. அவள் தனக்கு நல்ல மனைவியாக இருப்பாள் என்று உணர்ந்தார்.

டாக்டர். அம்பேத்கரைப் பின்பற்றுபவர்கள் மற்றும் ஆதரவாளர்கள் சிலரின் கூற்றுப்படி, மிஸ் டாக்டர் கபீர் அவருக்கு மனைவியைத் தேர்ந்தெடுப்பதில் சரியானவர் அல்ல, ஏனெனில் முதலில் அவர் ஜாதியால் பிராமணர், இரண்டாவதாக, அவர் வயது முதிர்ந்தவர். டாக்டர் அம்பேத்கர் அவரை யார் பார்த்துக் கொள்வார்கள் என்று கேட்டபோது, டாக்டர் கெய்க்வாட் அவரைப் பார்த்துக் கொள்ள அண்ணியை அனுப்புவதாகக் கூறியிருந்தார். அவள் படித்த மஹர் பெண். இதை டாக்டர் அம்பேத்கர் மறுத்திருந்தார். டாக்டர் வி.கே. கெய்க்வாட் டாக்டர் அம்பேத்கருடன் தனது மைத்துனியின் திருமணத்தின் முன்மொழிவையும் வைத்திருந்தார். ஆனால், டாக்டர் அம்பேத்கர், டாக்டர் சாரதா கபீரை மணக்க ஏற்கனவே முடிவு செய்திருந்தார்.

இந்த சம்பவத்தால் மகாராஷ்டிராவில் பதற்றமான சூழல் நிலவியது. தீண்டத்தகாதவன் ஒரு பிராமணப் பெண்ணை மணக்கப் போகிறான். இதற்கு எதிர்ப்பு தெரிவித்து மகாராஷ்டிரா முழுவதும் போராட்டம் நடந்தது. படேல் மற்றும் நேருவால் கூட எதுவும் செய்ய முடியவில்லை. இந்த வரலாற்று திருமணம் முன்னரே தீர்மானிக்கப்பட்டது.

டாக்டர் கபீர் 11 மணிக்கு விமானம் மூலம் டெல்லியை அடைந்தார். 14 ஏப்ரல் 1948 அன்று, சரியாக மதியம் 2:30 மணிக்கு, அவர்களது திருமணம் நடைபெற்றது. இவர்களோடு, துணை

டெல்லி கமிஷனர், திரு. ராமேஷ்வர் தயாள், ஒரு பதிவாளராக அங்கு இருந்தார்.

டாக்டர் அம்பேத்கரின் கூற்றுப்படி, இந்த திருமணத்தால் அவருக்கு எந்த சிறப்புப் பலனும் கிடைக்கவில்லை. ஆனால், அதற்கு பதிலாக,

அவரது உடல் மற்றும் மன பிரச்சினைகள் மட்டுமே அதிகரித்தன. காலப்போக்கில், அவரது இந்த பிரச்சனைகள் சண்டை வடிவில் "ராஜ்கிரஹ்"வில் எதிரொலித்தன.

திருமதி டாக்டர் அம்பேத்கர் (டாக்டர் கபீர்) டாக்டர் அம்பேத்கரின் ஆதரவாளர்கள் மற்றும் ஆதரவாளர்களிடம் கடுமையாக நடந்து கொண்டார். அவர்களில் சிலரை அவள் வீட்டிற்குள் வர அனுமதிக்கவில்லை. இவர்களில் மஹர் சாதியைச் சேர்ந்த சுதாமா என்ற சிறுவனும் இருந்தான். திருமதி அம்பேத்கரும் அவரை துஷ்பிரயோகம் செய்தார். டாக்டர் அம்பேத்கர் அந்தப் பையனை மிகவும் நேசித்தார்.

ஒரு நாள், டாக்டர் அம்பேத்கரின் பொறுமையின் எல்லைகள் உடைந்து, அவர் திருமதி அம்பேத்கரிடம் கூறினார் - " நீங்கள் கும்பமேளாவைப் பார்க்க வந்தீர்களா அல்லது என்னைக் கவனிக்க வந்தீர்களா? என் உணவையும், நீ பார்த்துக் கொள்வதாக உறுதியளித்திருந்தாய். ஆனால், நான் இல்லாத நேரத்தில், அற்ப செயல்களில் உங்கள் நேரத்தை வீணடிக்கிறீர்கள். நீங்கள் அனைவரும் என்னை ஏமாற்றி விட்டீர்கள். உனக்குப் படிக்கவோ எழுதவோ பிடிக்காது, என்னைப் பார்த்துக் கொள்ள உனக்கு நேரமும் இல்லை. நீ மகிழ்வதற்காகவே இங்கு வந்திருக்கிறாய்."

டாக்டர் அம்பேத்கரின் அகால மரணத்திற்குக் காரணம் அவரது கொந்தளிப்பான திருமண வாழ்க்கைதான் என்று சிலர் மெதுவான குரலில் கூறுகிறார்கள்.

அரசியலமைப்பின் விதிகள்

பாபா சாஹேப் பீம்ராவ் அம்பேத்கர் அரசியலமைப்புச் சபையால் வரைவுக் குழுவிற்கு நியமிக்கப்பட்டார், அது 29 ஆகஸ்ட் 1947 அன்று அவரைத் தலைவராகத் தேர்ந்தெடுத்தது. 30 ஆகஸ்ட் 1947 அன்று, பாபா சாஹேப் அரசியலமைப்பில் பட்டியல் சாதிகள் மற்றும் பழங்குடியினருக்கான இந்த புள்ளிகளை உள்ளடக்கினார்:

சமூகத்தின் நலிந்த பிரிவினருக்கு, குறிப்பாக தாழ்த்தப்பட்ட சாதிகள் மற்றும் பழங்குடியினருக்கு, கல்வியை அரசு வழங்கும் மற்றும் அவர்களின் பொருளாதார உரிமைகள் அவர்களின் முன்னேற்றத்தை கவனிக்கும். அரசு அவர்களை சுரண்டல் மற்றும் பிற வகையான அநீதிகளிலிருந்தும் பாதுகாக்கும் என நம்பினர்.

கல்வி: சமூக அநீதி, வெறுப்பு, தீண்டாமை மற்றும் பாகுபாடு ஆகியவற்றால் தாழ்த்தப்பட்ட சாதிகள் மற்றும் பழங்குடியினருக்கு கல்வி நிறுவனங்களின் கதவுகள் மூடப்பட்டன. பிரிவு 29(2) இல் பின்வரும் விதி சேர்க்கப்பட்டுள்ளது:

மேலும் "மதம், இனம், ஜாதி, மொழி அல்லது அவற்றில் ஏதேனும் ஒன்றைக் காரணம் காட்டி, அரசால் பராமரிக்கப்படும் எந்தவொரு கல்வி நிறுவனத்திலும் நுழையவோ அல்லது அரசின் நிதியிலிருந்து உதவி பெறவோ எந்தக் குடிமகனுக்கும் அனுமதி மறுக்கப்படக்கூடாது." என்றனர்.

இடஒதுக்கீடு: " யூனியன் அல்லது மாநிலத்தின் விவகாரங்கள் தொடர்பாக சேவைகள் மற்றும் பதவிகளுக்கான நியமனங்களைச் செய்வதில், நிர்வாகத்தின் செயல்திறனைப் பேணுதல், பட்டியல் சாதிகள் மற்றும் பழங்குடியினரின் உறுப்பினர்களின் கோரிக்கைகள் தொடர்ந்து கவனத்தில் கொள்ளப்படும். (பிரிவு 335)".

அரசியலமைப்பின் 330வது பிரிவின்படி மக்களவையிலும், 332வது பிரிவின்படி மாநில சட்டப் பேரவைகளிலும் தாழ்த்தப்பட்ட சாதிகள் மற்றும் பழங்குடியினருக்கு இடங்கள் ஒதுக்கப்பட்டுள்ளன.

வாய்ப்புகளின் சமத்துவம்: பிரிவு 15 இல், மதம், இனம், சாதி, பாலினம், பிறந்த இடம் அல்லது இவற்றில் ஏதேனும் ஒன்றின் அடிப்படையில் பாகுபாடு காட்டுவது தடைசெய்யப்பட்டுள்ளது. அரசியலமைப்புச் சட்டம் நடைமுறைப்படுத்தப்படுவதற்கு முன்பு, தாழ்த்தப்பட்ட சாதிகள் மற்றும் பழங்குடியின மக்கள் தங்கள் சாதிகள் காரணமாக பாகுபாடுகளைச் சந்திக்க வேண்டியிருந்தது. இவர்களுடைய தாழ்ந்த சாதி என்று சொல்லப்படுபவர்கள் அவர்களை மனிதர்களை விடவும் தாழ்வாகச் செய்து பல ஆண்டுகளாக அடிமைச் சங்கிலியில் அடைத்து வைத்தனர். இந்த ஜாதிப் பாகுபாடு இப்போது சட்டப்பூர்வமாக முடிவுக்குக் கொண்டுவரப்பட்டுள்ளது.

பட்டியல் சாதியினர் மற்றும் பழங்குடியினருக்கு முன்பு இல்லாத சமவாய்ப்பு இப்போது வழங்கப்பட்டுள்ளது. பிரிவு 16 இல், பின்வரும் ஏற்பாடு இருந்தது: (1) வேலை அல்லது அரசின் கீழ் உள்ள எந்த அலுவலகத்திற்கும் நியமனம் தொடர்பான விஷயங்களில் அனைத்து குடிமக்களுக்கும் சம வாய்ப்பு இருக்க வேண்டும். (2) எந்தக் குடிமகனும் மதம், இனம், சாதி, பாலினம், வம்சாவளி, பிறந்த இடம், வசிப்பிடம் அல்லது அவற்றில் ஏதேனும் ஒன்றின் அடிப்படையில் மட்டுமே மாநிலத்தின் கீழ் உள்ள எந்தவொரு வேலையிலும் அலுவலகம் தொடர்பாக தகுதியற்றவராகவோ எண்ணி பாகுபாடு காட்டவோ கூடாது.

அனைத்து குடிமக்களுக்கும் பிரிவு 19(1) மூலம் உரிமை வழங்கப்பட்டுள்ளது:

(அ) பேச்சு மற்றும் கருத்து சுதந்திரம்;

(ஆ) அமைதியான முறையில் ஆயுதங்கள் இல்லாமல் கூடுவது;

(இ) சங்கங்கள் அல்லது தொழிற்சங்கங்களை உருவாக்குதல்;

(ஈ) இந்தியாவின் எல்லை முழுவதும் சுதந்திரமாக நடமாடுவது;

(உ) எந்தப் பகுதியிலும் வசிக்கவும், குடியேறவும் உரிமை வழங்கப்பட்டது

இந்தியாவின் பிரதேசம்; (க) எந்த ஒரு தொழிலையும் கடைப்பிடிப்பது, அல்லது எந்த ஒரு தொழில், வர்த்தகம் அல்லது வியாபாரத்தை மேற்கொள்வது ஆகும்.

இந்த அரசியலமைப்புச் சட்டப் பிரிவு அமல்படுத்தப்படுவதற்கு முன்பு, பட்டியல் சாதியினர் மற்றும் பழங்குடியினருக்கு இந்த உரிமைகள்

இல்லை. பஞ்சாபில், தாழ்த்தப்பட்ட சாதிகள் மற்றும் பழங்குடியின மக்களுக்கு நிலம் வாங்க உரிமை இல்லை. இந்தியாவின் பல மாநிலங்களிலும் இது போன்ற பல கட்டுப்பாடுகள் இருந்தன. தாழ்த்தப்பட்ட சாதிகள் மற்றும் பழங்குடியினர் தங்கள் விருப்பப்படி ஒரு தொழிலில் ஈடுபட முடியாது. அவர்கள் இறந்த உடல்களை எடுப்பது, இறந்த விலங்குகளின் தோலை அகற்றுவது, குப்பைகளை எடுப்பது, சாலைகளை சுத்தம் செய்வது, கொத்தடிமைகளாக வேலை செய்வது போன்ற வேலைகளை செய்ய வேண்டியிருந்தது. தலித்துகள் - பட்டியல் சாதியினருக்கு அவர்களின் வாழ்வாதாரம் மற்றும் முன்னேற்றத்திற்கான புதிய வழிகளை சட்டப்பிரிவு 19 திறந்து விட்டது, மற்றும் அவர்கள் அட்டவணைப்படுத்தப்பட்ட பழங்குடியினர் ஆவர்.

சிறப்பு அதிகாரி நியமனம்: சட்டப்பிரிவு 338ன் படி, குடியரசுத் தலைவரால் தாழ்த்தப்பட்ட சாதிகள் மற்றும் பழங்குடியினருக்கான சிறப்பு அதிகாரியை நியமிப்பதற்கான ஏற்பாடு செய்யப்பட்டது.

தீண்டாமை ஒரு குற்றம்: அரசியலமைப்பின் 17வது பிரிவு மூலம் தீண்டாமைக்கு முற்றுப்புள்ளி வைக்கப்பட்டுள்ளது. தீண்டாமையை எந்த வேலைக்கும் தகுதியற்றதாகக் கருதுவது என்பது குற்றமாகக் கருதப்பட்டு அவை சட்டப்படி தண்டனைக்குரியது, என கருதப்பட்டது.

கொத்தடிமை உழைப்பு முடிவுக்கு வந்தது: மனிதர்கள் மற்றும் “பிச்சைக்காரர்“ மற்றும் பிற கட்டாய உழைப்பு முறைகள் தடைசெய்யப்பட்டுள்ளன, மேலும் இந்த விதியை மீறுவது சட்டத்தின்படி தண்டனைக்குரிய குற்றமாகும்.

சுரண்டலுக்கு எதிரான சட்டம்: அரசியலமைப்பின் 24 வது பிரிவின் படி - ”பதினான்கு வயதுக்குட்பட்ட குழந்தைகளை எந்த தொழிற்சாலையிலும் அல்லது சுரங்கத்திலும் வேலை செய்யவோ அல்லது வேறு எந்த அபாயகரமான வேலையில் ஈடுபடவோ செய்தல் கூடாது.” என்பதாகும்.

பாபா சாஹேப் அம்பேத்கரின் அயராத முயற்சியால்தான் இந்தியாவின் மற்ற குடிமக்களுக்கு சமமான அடிப்படை உரிமைகள் மற்றும் அரசியலமைப்பில் உள்ள அனைத்து உரிமைகளும் பட்டியலிடப்பட்ட சாதிகள் மற்றும் பழங்குடியினருக்கு கிடைத்தன.

நாட்டிற்கான சேவைகள் (1)

நாட்டின் சுதந்திரத்திற்காக பலர் பங்களித்துள்ளனர் மற்றும் தியாகமும் செய்துள்ளனர். ஆனால், பாபா சாஹேப் பீம்ராவ் அம்பேத்கரும் சுதந்திரப் போராட்டத்தில் பங்களித்துள்ளார் என்பதையும், அதற்காக அவர் என்ன முயற்சிகளை மேற்கொண்டார் என்பதையும் இங்கு சொல்ல விரும்புகிறோம். பாபா சாஹேப் பீம்ராவ் அம்பேத்கர் ஒரு சிறந்தவர் ஆவார்.

மேலும், அவர் சோசலிஸ்ட், கல்வியாளர் மற்றும் தத்துவவாதி ஆவார். அவர் தனது சமூகம் மற்றும் நாட்டின் மீது முழு மரியாதை கொண்டிருந்தார். பாபா சாஹேப் தேசத்தின் வரையறையை இவ்வாறு

வழங்குவார் - "சமூகம் மற்றும் தேசம் போன்ற வார்த்தைகள் கடினமாக இல்லை என்றாலும், அவை நிச்சயமாக வெவ்வேறு அர்த்தங்களைக் கொண்டுள்ளன. "தேசம்" என்பது ஒரு சொல், ஆனால் அது பல குழுக்களைக் கொண்டுள்ளது. ஒரு தத்துவக் கண்ணோட்டத்தில், ஒரு தேசத்தை ஒரு யூனிட்டாகக் கருதுவது சரியாக இருக்கும், ஆனால் சமூகவியல் கண்ணோட்டத்தில் அல்ல, ஏனெனில் ஒரு நாடு என்பது பல குழுக்களின் தொகுப்பாகும். தேசத்தின் சுதந்திரத்திற்கு ஒரு உண்மை வடிவம் கொடுக்க வேண்டுமானால், அந்த தேசத்தில் வாழும் பல்வேறு வர்க்க மக்கள், குறிப்பாக அடிமைகளாக அல்லது ஒடுக்கப்பட்ட வகுப்பைச் சேர்ந்த மக்களின் சுதந்திரமும் பேணப்பட வேண்டும். பாபா சாஹேப் தனது வார்த்தைகளில் தேசத்தை விளக்கினார், "இதுதான் கூட்டு மற்றும் நிரந்தர உணர்வு ஆகும், அது யாரில் காணப்படுகிறதோ, அவர்கள் தான் உண்மையான சகோதர சகோதரிகள் என்று அனைவரையும் உணர வைக்கிறது." என்று விளக்கினார்.

அவ்வாறே, அவர் தனது வார்த்தைகளில் தேசியவாதத்தை விவரித்தார், மேலும், " இது சொந்தம் என்ற உணர்வு, அது யாரில் காணப்படுகிறதோ, அவர்களை ஒன்றாக இணைக்கிறது, மேலும் இது மிகவும் வலுவானது, மற்றும் எல்லா வகையான பாகுபாடுகளும் பிறக்கின்றன. அதன் மூலம் நிதிப் போராட்டம் அல்லது சமூக அந்தஸ்து அகற்றப்படுகிறது. பாபா சாஹேப்பின் அரசியல் பார்வையின்படி, உண்மையான தேசியவாதத்திற்கு தேவையான இரண்டு விஷயங்கள் உள்ளன: (1) தேசத்தின் சூழலில், தேசியவாதம் நிரந்தரமாக இருக்க முடியாது. (2) சர்வதேசப் பகுதியில், தேசியவாதத்தின் அடிப்படையானது மனிதகுலத்தின் முன்னேற்றம் மற்றும் நலன்களாக இருக்க வேண்டும், இல்லையெனில் குறுகிய தேசியவாதம் போராட்டத்தையும், போர்களையும் தோற்றுவிக்கும்.

தேசிய உணர்வு: பாபா சாஹேப் இந்த தலைப்பில் தனது கருத்துக்களை பின்வருமாறு வெளிப்படுத்துகிறார். அரசியல் என்பது காலத்தின் விஷயம் அல்ல, ஏனென்றால் வெளியில் எதையும் சேர்த்து ஒற்றுமையை அடைய முடியாது. சமூக ஒற்றுமை இல்லாமல், அரசியல் ஒற்றுமையை அடைவது கடினம், நாம் அதை அடைந்தாலும், இது ஒரு சிறிய காற்றினால் தரையில் இருந்து பிடுங்கப்படும் மேலும் அது அந்த பருவகால தாவரத்தைப் போல இருக்கும்.

தேசபக்தியின் வரையறையை அளித்து, தேசியவாதத்திற்கு, கலாச்சார மற்றும் புவியியல் ஒற்றுமை அவசியம் என்று பாபா சாஹேப் கூறியுள்ளார். பாபா சாஹப் தேசபக்தியை இவ்வாறு வரையறுத்துள்ளார், " இந்தியாவில், மனிதர்களுக்கு பொருந்தாத சக மனிதர்களை தங்கள் திறந்த கண்களால் பார்க்கும் மக்கள் தேசபக்தர்களாகவும் தேசியவாதிகளாகவும் கருதப்படுகிறார்கள், ஆனால் யாருடைய மனிதநேயம் இதற்கு எதிராக கிளர்ச்சி செய்யவில்லை என்றும் ஆண்களும் பெண்களும் தங்களின் அடிப்படை மனித உரிமைகள் எந்த தவறும் இல்லாமல் பறிக்கப்படுகிறார்கள் என்பதையும் அவர் அறிந்திருக்கிறார், ஆனால் இன்னும் அவரது குடியுரிமை உணர்வு

விழித்துக்கொண்டு அவர்களுக்கு உதவுவதில்லை. பலருக்கு பொது வேலை வாய்ப்புக்கான கதவுகள் மூடப்பட்டிருப்பதை அவர் காண்கிறார், ஆனால் இன்னும் அவரது நீதி மற்றும் நல்ல உணர்வு எழவில்லை. மனிதர்களுக்கும் சமூகத்திற்கும் வலியை ஏற்படுத்தும் நூற்றுக்கணக்கான மனிதாபிமானமற்ற நடத்தை சம்பவங்களை அவர் காண்கிறார், ஆனால் இந்த தீமைகள் அவருக்கு எவ்வித அதிருப்தியையும் ஏற்படுத்தாது. இந்த வகை தேசபக்தர்களுடன் எனக்கு எந்த தொடர்பும் இல்லை என்பதில் நான் மகிழ்ச்சியடைகிறேன். உண்மையான தேசபக்தர்களில் ஒரே ஒரு வகை மட்டுமே உள்ளது, அது அவர்களின் வர்க்கத்திற்கு மேலும் மேலும் அதிகாரத்தை விரும்புகிறது. அதே வழியில், பாபா சாஹாப் பீம்ராவ் அம்பேத்கர் சிறையில் தங்குவதைப் பற்றி பின்வருமாறு விவரிக்கிறார்: “ இந்தியாவில், சிறையில் இருப்பது தியாகச் செயலாகக் கருதப்படுகிறது. மேலும் சிறைக்குச் செல்வது தேசபக்தியாக மட்டும் கருதப்படுவதில்லை, ஆனால் அது ஒரு துணிச்சலான செயலாகவும் கருதப்படுகிறது. யாருக்குமே தெரியாத பலர் இருக்கிறார்கள், யாருக்காக அவர்கள் மோசமான குணம் கொண்டவர்கள் என்று சொல்லலாம், அரசியலை தங்கள் கடைசி முயற்சியாக எடுத்துக் கொண்டனர். அப்படிப்பட்ட பலர் சிறைக்குச் சென்று இப்போது தியாகிகளாகி அவர்கள் பெற்ற பெயரும் புகழும் வியக்கத்தக்கவை. இப்போதெல்லாம் ஜெயிலில் தங்குவது பற்றி பயப்பட ஒன்றுமில்லை. இது ஒரு வகையான சிறைப்பிடிப்பு மட்டுமே தான். இன்று அரசியல் கைதிகள் குற்றவாளிகள் போல் நடத்தப்படுவதில்லை. அவை தனி பிரிவில் வைக்கப்பட்டுள்ளன. இப்போது மேலும் சிறையில் இருப்பதற்கு வாழ்க்கையில் துன்பமோ, அசௌகரியமோ இல்லை, கௌரவக் குறைவும் இல்லை, சுகபோகமும் இல்லை. மேலும் சிறையில் இருப்பதற்கும் துணிச்சல் இல்லை.

ஆங்கிலேயர் ஆட்சியுடன் போராடுங்கள்

1930-ல் லண்டனில் நடந்த வட்டமேசை மாநாட்டில், இந்திய சுதந்திரப் போராட்டத்தில் முதன்முறையாக இந்தியர்களுக்கு இந்தியாவின் சுதந்திரம் மற்றும் அதன் எதிர்கால அரசியலமைப்பு குறித்து கேள்வி எழுப்பும் வாய்ப்பும் வழங்கப்பட்டது.

இந்திய தேசிய காங்கிரஸ் முதல் வட்ட மேசை மாநாட்டை எதிர்த்தது, ஆனால் இரண்டாவது வட்டமேஜை மாநாட்டில் தனது பிரதிநிதியாக மகாத்மா காந்தியை அனுப்பியது. அந்த நேரத்தில், காங்கிரஸும் மகாத்மா காந்தியும் இந்த மாநாட்டிற்குச் செல்வதில் ஒரே ஒரு நோக்கத்தைக் கொண்டிருந்தனர் - இந்தியா ஒரு ஆதிக்க நாடு என்ற அந்தஸ்தைப் பெற வேண்டும்.

ஆதிக்க அரசு என்றால் என்ன? மாநில அரசுகளின் ஆட்சிக் கடிவாளம் இந்தியர்களின் கைகளில் இருக்கும், ஆனால் மத்திய அரசு ஆங்கிலேயர்களின் கைகளில் இருக்கும் என்பதே இதன் அரசியல் பொருள். காங்கிரஸும் காந்திஜியும் இதை ஒப்புக்கொண்டனர், ஆனால் பாபா சாஹாப் பீம்ராவ் அம்பேத்கர் இல்லை.

இதை ஏற்கத் தயாராக இருந்த அவர், இந்தியாவின் அரசியல் எதிர்காலத்தைத் தீர்மானிக்கும் உரிமையை பிரிட்டிஷ் அரசுக்கு வழங்க மறுத்துவிட்டார். 1930 ஆம் ஆண்டு நடந்த வட்டமேசை மாநாட்டில் ஆங்கிலேய அரசுக்கு சவால் விடுத்த பாபா சாஹூப் பீம்ராவ் அம்பேத்கர், “ எங்களுக்கு வெளிப்படையாக அநீதி இழைக்கப்படுகிறது என்றும், 150 ஆண்டுகள் ஆங்கிலேயர் ஆட்சி கடந்தும் அவை இன்னும் அகற்றப்படவில்லை என்றும் கூறினார். இப்படிப்பட்ட அரசாங்கம் யாருக்காக? வசதி படைத்தவர்கள் தொழிலாளிகளுக்கு நல்ல சம்பளமோ, நல்ல பணிச்சூழலோ தருவதில்லை என்பதும், நிலப்பிரபுக்கள் சாமானிய குடிமக்களின் ரத்தத்தை உறிஞ்சுவதையும் அறிந்த அரசு இது. ஆனால், இன்னும் பல நூற்றாண்டுகளாக தலித்துகளின் வாழ்க்கையைச் சூழ்ந்திருக்கும் இந்த சமூகக் கொடுமைகளுக்கு அது முற்றுப்புள்ளி வைக்கவில்லை. இந்தச் சமூகக் கொடுமைகளுக்கு முற்றுப்புள்ளி வைக்கும் சட்டப்பூர்வ அதிகாரம் அரசிடம் இருந்தும், இப்படிச் செய்வதால் தங்கள் ஆட்சிக்கு எதிராகப் போராட்டம் வந்துவிடுமோ என்று அஞ்சியதால், சமூக, நிதி விதிகளை இன்னும் மாற்றவில்லை என்றும், அதிகாரத்தில் இருப்பவர்கள் நாட்டின் நலனுக்காக பிரிக்க முடியாத விசுவாசத்தை வெளிப்படுத்தும் அத்தகைய அரசாங்கத்தை நாங்கள் விரும்புகிறோம். கீழ்ப்படிதல் எங்கிருந்து முடிவடைகிறது, எதிர்ப்புத் தொடங்குகிறது என்பதை அறிந்திருந்தும் அதிகாரத்தில் இருப்பவர்கள் நீதி மற்றும் முன்னேற்றத்தின் நலன்களுக்காக சமூக மற்றும் பொருளாதார வாழ்க்கை விதிகளில் திருத்தங்களைச் செய்ய தயங்காத அத்தகைய அரசாங்கத்தை நாங்கள் விரும்புகிறோம் என்றனர். பிரிட்டிஷ் அரசாங்கம் இந்தப் பாத்திரத்தை ஒருபோதும் வகிக்க முடியாது. எனவே, சுதந்திர இந்தியாவின் அரசியலமைப்புச் சட்டத்தில் மட்டுமே அதிகாரப் பதவிகளை வகிக்க வாய்ப்பு வழங்கப்படும். சுதந்திரம் இல்லாமல், ஜாதி வெறியிலிருந்து நம்மை விடுவிக்க முடியாது. இந்தியாவில், அதிகாரத்துவத்திற்கு பதிலாக, மக்களால், மக்களுக்காக ஒரு அரசாங்கம் இருக்க வேண்டும், அதாவது மையத்தில், பிரிட்டிஷ் அரசாங்கத்திற்கு பதிலாக இந்தியர்களால் ஒரு அரசாங்கம் இருக்க வேண்டும்.

1937: இங்கு, தனது ‘சுதந்திர மஜ்தூர் கட்சி’ (சுதந்திர தொழிலாளர் கட்சி) பற்றி பேசுகையில், பாபா சாஹூப் அம்பேத்கர், “ இந்தியாவின் சுதந்திரம் உடனடித் தேவை. இதை எந்த வகையிலும் தாமதப்படுத்த முடியாது” என்றார்.

1938: ஜனவரி 29, 1939 அன்று, வட்ட மேசை மாநாட்டின் போது, அவர் தனது கோரிக்கைகளை தனது உரையில் மீண்டும் கூறினார்: “ பொறுப்பை மையத்தில் காற்றில் தொங்க விடுவதில் எந்த அர்த்தமும் இல்லை, மாநிலங்களில் சுதந்திரமும் இல்லை. மத்தியில் (அரசாங்கம்) பொறுப்பு இல்லாமல், மாநிலங்களில் சுதந்திரம் என்பது வெறும் கண்துடைப்பாக இருக்கும் என்று எனக்கு முழு நம்பிக்கை உள்ளது.

பாபா சாஹூப் பீம்ராவ் அம்பேத்கர் பல பிரச்சனைகளில் பிரிட்டிஷ் அரசுடன் போராடினார். இந்த அதிகார பரிமாற்றம் அனைத்துப் போராட்டங்களின்

விளக்கமும் பிரிட்டிஷ் அரசாங்கத்தால் வெளியிடப்பட்ட ஒரு புத்தகத்தில் கொடுக்கப்பட்டுள்ளது-'

பாபா சாஹாப் பீம்ராவ் அம்பேத்கர் தனது பல உரைகளிலும் அறிக்கைகளிலும் இந்த உணர்வுகளை பலமுறை திரும்பத் திரும்பக் கூறியிருக்கிறார்: " நாட்டில் எனது நிலைமை முழுமையாகப் புரிந்து கொள்ளப்படவில்லை என்பதை நான் அறிவேன். பொதுவாக, இது தவறாகப் புரிந்து கொள்ளப்படுகிறது. எனவே, இந்தச் சந்தர்ப்பத்தில் எனது கருத்தைத் தெளிவுபடுத்த விரும்புகிறேன். எனது தனிப்பட்ட நலனுக்கும் நாட்டின் நலனுக்கும் இடையே மோதல் ஏற்படும் போதெல்லாம், நான் எப்போதும் நாட்டின் நலனையே முதன்மையாக வைத்துள்ளேன் என்பதை மட்டும் கூறுகிறேன். கேள்வியைப் பொறுத்தவரை எனக்கென்று தனிப்பட்ட திருப்தியின் பாதையை நான் ஒருபோதும் பின்பற்றவில்லை என்றார்.

நாட்டின் நலனுக்காக, நான் எனது கடமையிலிருந்து ஒருபோதும் தவறியதில்லை. இதன் மூலம், பாபா சாஹாப் பீம்ராவ் அம்பேத்கர் பல்வேறு மன்றங்களில் நாடு முழுவதுமாக சுதந்திரம் பெற வேண்டும் என்ற கோரிக்கையை தொடர்ந்து எழுப்பி, பல சந்தர்ப்பங்களில் ஆங்கிலேய அரசுக்கு எதிராகக் குமுறல்களை எழுப்பினார்.

ஒற்றுமையின் கொடியை ஏந்தியவர்

பாபா சாஹாப் பீம்ராவ் அம்பேத்கர் நாட்டின் ஒற்றுமை மற்றும் ஒருமைப்பாட்டுக்கு ஆதரவாக இருந்தார், அதற்கான எடுத்துக்காட்டுகள் பின்வருமாறு:

(1) பாகிஸ்தானுக்கான திட்டம் குறித்து பாபா சாஹப் பின்வருமாறு தனது கருத்தைத் தெரிவித்தார்: " 1939 இல், ஸ்ரீ ஜின்னா பாகிஸ்தானுக்கு ஆதரவாக ஒரு சாத்தானியத் தீர்மானத்தை நிறைவேற்றி, முஸ்லிம்களைப் பிரிப்பதற்கான ஆபத்தான மற்றும் அழிவுகரமான கொள்கையின் வரையறைகளைத் தயாரித்தார். இந்த பிரிவினைக்கு என்ன காரணம்? எந்த காரணமும் இல்லை, ஆனால் முஸ்லீம்கள் ஒரு தனி தேசம், மக்கள் தனி ஜாதி அல்ல என்ற கருத்து வேறுபாடு மட்டுமே. முஸ்லிம்கள் ஒரு தேசம் அல்லது ஒரு ஜாதி என்று இந்த தலைப்பில் யாரும் சண்டையிடக்கூடாது. அரசியல் பிரிவினை என்பது பாதுகாப்பான மற்றும் தர்க்கரீதியான கொள்கையின் வெளிப்பாடாகும். ஆனால் முஸ்லீம்களை பிரதிநிதித்துவப்படுத்தும் ஒரே அமைப்பாக முஸ்லீம் லீக்கை மாற்றியதன் மூலம் திரு.ஜின்னாவுக்கு என்ன கிடைத்தது என்பதை முஸ்லிம்கள் சிந்திக்க வேண்டும். முஸ்லிம் லீக்கின் அரசியல் வியூகம் போல் எந்த அரசியல் உத்தியும் தவறாக இருக்க முடியுமா? முஸ்லீம் லீக் சிறுபான்மை முஸ்லிம்களுக்கு உதவத் தொடங்கியது, பின்னர் பெரும்பான்மையான

முஸ்லிம்களின் நலனைக் கருத்தில் கொண்டு இதை நிறுத்தியது. முஸ்லீம் லீக்கின் அடிப்படை இலக்குகள் எப்படி மாறிவிட்டன, முஸ்லீம் லீக் எப்படி உயர்ந்த நிலையில் இருந்து சிரிக்கக்கூடிய நிலைக்குத் தள்ளப்பட்டது! இந்து ஆட்சியுடன் ஒப்பிடும்போது, தனி நாடு என்ற விருப்பம் மோசமானது.

(2) பாகிஸ்தானை உருவாக்கும் திட்டத்தை நிராகரித்த பிறகு, 1947 இல், பாபா சாஹேப் நாட்டை ஒருங்கிணைக்க இரண்டாவது முயற்சியை மேற்கொண்டார். 1946ல் அமைக்கப்பட்ட அகில இந்திய முஸ்லீம் லீக் அரசியல் நிர்ணய சபையின் முதல் கூட்டத்தில், பாபா சாஹேப் அம்பேத்கர் அவர்கள் இந்திய அரசியலமைப்புச் சட்டத்தை உருவாக்குவதில் பங்களிக்குமாறு கேட்டுக் கொண்டார். கமிட்டியில் உரையாற்றிய பாபா சாஹேப் கூறியதாவது: தேசத்தின் எதிர்காலத்தை தீர்மானிக்கும் நேரத்தில், குடிமக்களின் பெருமை, தலைவர்களின் கௌரவம், அரசியல் கட்சிகளின் முக்கியத்துவம் எதையும் கருத்தில் கொள்ளக்கூடாது. தேசத்தின் மாண்பை மட்டுமே கருத்தில் கொள்ள வேண்டும். பின்னர் பாபா சாஹேப் மேலும் கூறுகிறார், " இந்தியப் பிரிவினைக்காக முஸ்லீம் லீக் தொடங்கியுள்ள இயக்கம் இருந்தபோதிலும், ஒருங்கிணைக்கப்பட்ட இந்தியா அனைவரின் நலனிலும் உள்ளது என்பதை அவர்களும் உணரும் ஒரு நாள் வரும் என்று சொல்வதில் எனக்கு எந்தத் தயக்கமும் இல்லை.

(3) பாபா சாஹேப் இந்தியாவின் பிளவைத் தடுக்க மேலும் ஒரு முயற்சியை மேற்கொண்டார், அதில் அவர் பிரிட்டிஷ் அரசாங்கம், இந்துக்கள் மற்றும் முஸ்லிம்கள் முன் ஒரு திட்டத்தை முன்வைத்தார். மூன்று தரப்பினரின் வசதிக்காக, அவர் இந்த திட்டத்தை ஒரு மசோதா வடிவில் முன்வைத்தார், அதன் பெயரில் அவர் 'இந்துஸ்தான் அரசு (முதன்மை விதிகள்) சட்டத்தை வைத்திருந்தார்.' இந்த மசோதாவில், அவர் பின்வரும் விஷயங்களை பரிந்துரைத்திருந்தார்:

அ. அரசாங்கத்தால் முன்கூட்டியே தீர்மானிக்கப்பட்ட தேதியில் மற்றும் ஆறு மாதங்களுக்குள், வடமேற்கு எல்லைப்புற மாகாணம், பஞ்சாப், சிந்து மற்றும் வங்காளத்தின் பெரும்பான்மையான முஸ்லிம்கள் உள்ள பகுதிகளை இந்தியாவிலிருந்து பிரிக்க வேண்டும் என்று பிரிட்டிஷ் அரசாங்கம் முஸ்லீம்களுக்கும் முஸ்லிம் அல்லாதவர்களுக்கும் தனித்தனி வாக்கெடுப்பு செய்தது.

ஆ. முஸ்லிம்கள் பெரும்பான்மையாக உள்ள பகுதிகள் இந்தியாவிலிருந்து பிரிவதற்கு ஆதரவாக இருந்தால்; மற்றும் முஸ்லீம் அல்லாத மக்கள் பிரித்தானிய இந்தியாவிலிருந்து பிரிவதற்கு எதிராக உள்ளனர், பின்னர் முஸ்லிம்கள் பெரும்பான்மையாக உள்ள பகுதிகளைக் கண்டறிய ஒரு எல்லைக் குழு அமைக்கப்படும். அத்தகைய பகுதிகள் மாவட்டங்களாக பிரிக்கப்படும். இந்த மாவட்டங்கள் 'திட்டமிடப்பட்ட மாவட்டங்கள்' என்று

அழைக்கப்படும். மேற்கு பட்டியலிடப்பட்ட மாவட்டங்களுக்கு மேற்கு பாகிஸ்தான் என்றும், வடக்கு மாவட்டங்களுக்கு வடக்கு பாகிஸ்தான் என்றும் பெயரிடப்படும்.

இ. பட்டியலிடப்பட்ட மாவட்டங்களில், உடனடியாக பிரிந்து செல்வதற்கு ஆதரவாக உள்ளதா இல்லையா? என்பதை அறிய மேலும் ஒரு வாக்கெடுப்பு நடத்தப்படும். என்றும்,

இந்தியா மற்றும் பாகிஸ்தான் ஆகிய இரு நாடுகளுக்கான அரசியலமைப்பு. பொது வாக்கெடுப்பு உடனடியாக பிரிவதற்கு ஆதரவாக இருந்தால், இந்தியாவும் பாகிஸ்தானும் இரண்டு தனித்தனி அரசியலமைப்பைக் கொண்டிருக்கும்.

ஈ. இந்தியாவுக்கும் பாகிஸ்தானுக்கும் இடையே அமைதியான உறவை ஏற்படுத்த, ஒரு குழு அமைக்கப்படும், இது இந்தியா மற்றும் பாகிஸ்தான் ஆகிய இரு நாடுகளின் மக்களவைகளால் தேர்ந்தெடுக்கப்படும்.

உ. இந்த திட்டம் செயல்படுத்தப்பட்டு 10 ஆண்டுகள் வரை எந்த மாற்றமும் ஏற்றுக்கொள்ளப்படாது.

குறைந்தபட்சம் 10 ஆண்டுகளுக்கு இந்தியாவும் பாகிஸ்தானும் ஒரு ஒன்றியமாக இருக்க வேண்டும் என்பது தான் பாபா சாஹாப்பின் திட்டம் ஆகும். ஆனால், 10 ஆண்டுகளுக்குப் பிறகும், பாகிஸ்தான் தனிநாடு என்ற தனது எண்ணத்தை இன்னும் மாற்றவில்லை என்றால், அது இந்தியாவிலிருந்து முற்றிலும் பிரிக்கப்பட வேண்டும். பாகிஸ்தான் உருவாகி பல ஆண்டுகளுக்குப் பிறகு, டாக்டர். ராம் மனோகர் லோஹியா மற்றும் ஸ்ரீ ஜெய்பிரகாஷ் நாராயண் ஆகியோர் மீண்டும் ஒருமுறை இந்தியா மற்றும் பாகிஸ்தானை ஒன்றிணைக்கும் பாபா சாஹாப்பின் திட்டத்தை புதுப்பிக்க முயன்றனர், ஆனால் அதற்குள் அது மிகவும் தாமதமானது.

(4) நாட்டின் பெரிய, புகழ்பெற்ற தலைவர்கள் வகுப்புவாதத்தின் முன் தோல்வியை ஏற்றுக்கொண்டபோது, மீண்டும் பாபா சாஹாப் அம்பேத்கர் இந்தியாவிற்குள் முடிந்தவரை அதிக பரப்பளவை வைத்திருக்க முயற்சித்தார். இதற்காக, அவர் எல்லைக் குழுவின் முன் உண்மைகளை முன்வைத்தார் மற்றும் சீக்கியர்களையும் ஊக்குவித்தார், மேலும் ஆங்கில அரசாங்கத்திற்கு எவ்வளவு முடியுமோ அவ்வளவு நிலத்தை தக்க வைத்துக் கொள்ள வேண்டும் என்று சீக்கியர்களை ஊக்கப்படுத்தினார்.

(5) பாபா சாஹாப் நாட்டை ஒற்றுமையாக வைத்திருக்க தொடர் முயற்சிகளை மேற்கொண்டார். ஆனால், எப்பொழுது பாகிஸ்தான் உருவானதோ அப்போது அவரது சிறந்த முயற்சிகள் இருந்தபோதிலும், மக்களை (மக்கள் தொகையை) மாற்றுவது பற்றிய கேள்வி வந்தது.

அப்போது பாபா சாஹாப் பீம்ராவ், மக்களை மாற்றுவது, அதாவது பாகிஸ்தானில் இருந்து இந்துக்களை மாற்றுவது, இந்தியாவில் இருந்து முஸ்லிம்களை மாற்றுவது போன்றவற்றை அரசு அமைதியான முறையில் செய்ய வேண்டும் என்று ஒரு ஆலோசனையை முன்வைத்தார். ஆனால், இதற்கு சில தலைவர்கள் சம்மதிக்கவில்லை, இதன் விளைவாக வகுப்புவாத கலவரங்களால் பலர் வீடுகளை இழக்க நேரிட்டது, ஆயிரக்கணக்கான வீடுகள் எரிக்கப்பட்டது, லட்சக்கணக்கான மக்கள் நாசமாயினர்! ஆயிரக்கணக்கானோர் கொல்லப்பட்டனர், ஆயிரக்கணக்கான இளம் பெண்கள் பாலியல் பலாத்காரம் செய்யப்பட்டு, துன்புறுத்தப்பட்டு, மனிதகுலம் வெட்கப்படும் அளவுக்கு மனிதாபிமானமற்ற அட்டூழியங்கள் இந்த வகுப்புவாத கலவரங்களில் நடந்தன; மேலும் அனைத்து தலைவர்களாலும் இந்த பேய் கலவரங்களை நிராதரவாக பார்த்துக் கொண்டிருப்பதைத் தவிர வேறு எதுவும் செய்ய முடியவில்லை. ஆனால், பாபா சாஹாப் அம்பேத்கர், ஆட்களை மாற்றும் விஷயத்திலும் வலுவான நடவடிக்கைகளை எடுத்தார். அவர்

பிரதமருக்கு கடிதம் எழுதி, மக்கள் மற்றும் பத்திரிக்கையாளர்களின் முன் இந்த முழுப் பிரச்னையையும் கொண்டுவந்தார். பின்னர் அங்கிருந்து மக்களை அமைதியாகவும் பாதுகாப்பாகவும் வெளியே கொண்டு வர ராணுவம் பாகிஸ்தானுக்கு அனுப்பப்பட்டது. இந்த பணியில் மஹர் படைப்பிரிவு பாராட்டத்தக்க அளவிற்கு பங்காற்றியது.

பாபா சாஹாப் அம்பேத்கர் நாட்டின் ஒற்றுமைக்கும், ஒருமைப்பாட்டுக்கும் ஆற்றிய பங்களிப்பு, அவரது ஒவ்வொரு முயற்சியிலிருந்தும், அவரது தேசபக்தி உணர்வை வெளிப்படுத்துகிறது. அதுமட்டுமின்றி, லட்சக்கணக்கான மக்களுக்கு பாதுகாப்பு அளிக்க யாரும் இல்லாத போது உதவியும் செய்துள்ளார். அவரது இந்த முயற்சிகள் இந்தியர்களால் எப்போதும் பெருமையுடனும் மரியாதையுடனும் நினைவுகூரப்படும்.

சமஸ்தானங்களை இந்தியாவுடன் இணைத்தல்

சமஸ்தானங்களை இந்தியாவுடன் இணைக்க பாபா சாஹாப் பலமுறை கோரிக்கை வைத்தார்.

1931: 1931 ஆம் ஆண்டு, செப்டம்பர் 16, லண்டனில் நடைபெற்ற வட்டமேசை மாநாட்டின் ஒன்றியக் கட்டமைப்புக் குழுக் கூட்டத்தில், பாபா சாஹாப் சமஸ்தானங்களின் பலவீனமான நிர்வாகக் கட்டமைப்பை விமர்சித்து, இந்த மாநிலங்களில் வாழும் மக்களுக்கும் வழங்கப்பட வேண்டும் என்று கோரினார். தேர்தல் மூலம் தங்கள் சொந்த பிரதிநிதியை

தேர்ந்தெடுக்கும் உரிமையையும். பாபா சாஹுப், இந்த மாநிலங்களின் அரசர்கள் எதேச்சதிகார முறையில் நிர்வாகத்தை நடத்தினார்கள், அதில் அவர்கள் தங்களை உயர்ந்தவர்களாகக் கருதி, தங்கள் விருப்பப்படி நிர்வாகத்தை நடத்தினார்கள், இது சரியல்ல என்று கூறினார்.

இதன் காரணமாக பாபா சாஹுப் பீம்ராவ் அம்பேத்கர் கூட்டத்தில் பிகானீர் மன்னருடன் நேரடி மோதல் ஏற்பட்டது. ஆனால், மனம் கலங்காமல், சமஸ்தான அரசர்களின் அட்டூழியங்களை வெளிக்கொணர்ந்தார்.

1939: ஜனவரி 29, 1939 அன்று பூனாவின் கோகலே ஹாலில் பாபா சாஹுப் பீம்ராவ் ஆற்றிய உரையில், " 627 சமஸ்தானங்களில் 10 மாநிலங்கள் மட்டுமே ஆண்டு வருமானம் 1 கோடி ரூபாய்க்கு மேல் உள்ளன. இந்த 10 மாநிலங்களின் ஆண்டு வருமானம் 2 முதல் 2.15 கோடி வரை உள்ளது. ஒரு மாநிலத்தின் வருமானம் 3.15 கோடி, மற்றொரு மாநிலத்தின் வருமானம் 8 கோடி. 1 கோடியே 50 லட்சம் வரை வருமானம் உள்ள ஒன்பது சமஸ்தானங்கள் உள்ளன. 50 லட்சத்தில் முதல் 25 லட்சம் வரை வருமானம் உள்ள இருபது மாநிலங்கள் உள்ளன. மூன்று மாநிலங்களின் வருமானம் 10 லட்சம் முதல் 25 லட்சம் வரை. 30 மாநிலங்களின் வருமானம் 25 லட்சம் முதல் 10 லட்சம் வரைக்கும். மீதமுள்ள 565 சமஸ்தானங்களின் வருமானம் ஆகும். அவை குறைவாகவே உள்ளது

10 லட்சம் ரூபாய்க்கு மேல். இதிலிருந்து ஆண்டு வருமானம் 10 லட்சத்துக்கும் குறைவான மாநிலங்கள் எவ்வளவு சிறியவை என்று கற்பனை செய்து பார்க்க முடியாது, எனவே சில எடுத்துக்காட்டுகள் கொடுக்கப்பட்டுள்ளன. இந்த 565 சமஸ்தானங்களில் இருந்து, 500 ரூபாய் வருமானம் மற்றும் 206 மக்கள் தொகை கொண்ட ஒரு மாநிலம் உள்ளது. மற்றொரு மாநிலத்தின் மக்கள் தொகை 125 மற்றும் வருமானம் 165, மற்றொரு மாநிலத்தின் வருமானம் 136 மற்றும் மக்கள் தொகை 147 பேர், மற்றொரு மாநிலத்தின் வருமானம் 80 ரூபாய் மற்றும் மக்கள் தொகை 27. ஏன இந்த சமஸ்தானங்கள் அனைத்தும் தன்னாட்சி பெற்றவை. "சீர்கேடு" மற்றும் "தவறான ஆட்சி" என்ற சொற்கள் இந்த சமஸ்தானங்களின் நிர்வாகத்திற்கு முற்றிலும் பொருந்துகின்றன. இந்த மாநிலங்களின் மன்னர்களுக்கு ஓய்வூதியம் (தனியார் பணப்பைகள்) வழங்கப்பட வேண்டும் மற்றும் அவர்களின் சமஸ்தானங்கள் மாநிலங்களுடன் இணைக்கப்பட வேண்டும். அரசர்களுக்கு பிரைவி பர்ஸ் கொடுக்க வேண்டும் என்ற பரிந்துரை புரட்சிகரமானது அல்ல. அரசர்களுக்கு ஓய்வூதியம் வழங்குவதும் அவர்களின் சமஸ்தானங்களை அரசில் இணைப்பதும் சட்டப்பூர்வமான முறையாகும். இந்த ஏற்பாட்டிற்கு எதிரானவர்கள், அரசனுக்கு ஆட்சி செய்யும் உரிமை முக்கியமா அல்லது மக்கள் நலமா? என கேட்டனர்.

1947: 1947 இல், ஹைதராபாத் மாநிலத்தின் நிஜாமை விமர்சித்து, பாபா சாஹாப் அம்பேத்கர் கூறினார்: ”நிஜாமின் சொந்த நலன்களுக்காக அவர் தனது சமஸ்தானத்தை இந்தியாவுடன் இணைத்தார்.” நிஜாம் இதைச் செய்யவில்லை என்று சாக்குப்போக்கு சொல்ல முற்பட்டபோது, பாபா சாஹாப் பீம்ராவ், தாழ்த்தப்பட்ட சாதிகள் மற்றும் பழங்குடியினருக்கு ஒரு ஆலோசனையை வழங்கினார், “ ஹைதராபாத் நிஜாமைப் போன்ற சமூக தேச விரோதியை ஆதரித்து எங்கள் மீது கரும்புள்ளி வைக்கக் கூடாது. பாபா சாஹாப் பீம்ராவ் அம்பேத்கர் அனைத்து சமஸ்தானங்களின் ஆட்சியாளர்களிடமும் இதே அணுகுமுறையைக் கடைப்பிடித்தார், மேலும் அவர் சமஸ்தானங்களை இந்தியாவுடன் இணைக்க பின்வரும் ஆலோசனையை வழங்கினார் இந்த மாநிலங்களின் ஆட்சியாளர்களுக்கு ஓய்வூதியம் வழங்கப்பட வேண்டும் மற்றும் அவர்களின் மாநிலங்கள் இந்தியாவுடன் இணைக்கப்பட வேண்டும். . அவரது வாதத்தை ஆதரித்து, “ சமஸ்தானங்களின் மறு உருவாக்கம் பற்றிய கேள்வி அரசியல் பிரச்சினை அல்ல. என்னால் புரிந்து கொள்ள முடிந்தவரை, இந்தக் கேள்வியைத் தீர்ப்பது அல்ல, இந்த சமஸ்தானங்களில் வாழும் லட்சக்கணக்கான மக்களைத் தண்டிப்பது என்பதும் நிரந்தர பாதுகாப்பின்மை மற்றும் அவல நிலையில் வாழ்கிறது. நான் கூறிய முறை புரட்சிகரமானது அல்ல. அரசர்களுக்கு ஓய்வூதியம் வழங்குவதும் அவர்களின் மாநிலங்களை இந்தியாவுடன் இணைத்துக்கொள்வதும் சட்டப்படியான முறையாகும்.

பாபா சாஹாப்பின் பரிந்துரையின் பேரில், இந்தியாவில் உள்ள அனைத்து சமஸ்தானங்களின் அரசர்களுக்கும் தனிப்பட்ட பணப்பைகள் வழங்கப்பட்டு அவர்களின் மாநிலங்கள் இந்தியாவில் இணைக்கப்பட்டன. பாபா சாஹாப் லட்சக்கணக்கான மக்களை அடிமைத்தனத்திலிருந்து விடுவித்தார்.

மன்னர்கள் மற்றும் நூற்றுக்கணக்கான சமஸ்தானங்களை இந்தியாவுடன் இணைப்பதில் இருந்து, பாபா சாஹாப் இந்தியாவின் ஒருமைப்பாட்டைப் பற்றி மட்டும் சிந்திக்காமல், அதை நடைமுறைப்படுத்துவதற்கான பரிந்துரைகளையும் செய்தார் என்பது தெளிவாகிறது. நாட்டின் ஒற்றுமையையும் ஒருமைப்பாட்டையும் தம்மை விட அதிகமாக விரும்பி முழு அர்ப்பணிப்புடன் பாடுபடுபவர்கள் வேறு யாரும் இருக்க முடியாது என்பதை தனது பேச்சாலும், செயலாலும் இரு வழிகளிலும் காட்டினார்.

நாடு நோக்கிய சேவைகள் (2)

”அரசியலமைப்புச் சட்டத்தின் நோக்கம் ஆளும் வர்க்கத்தை அதிகாரத்தில் இருந்து அகற்றுவதும், அது எப்போதும் ஆளும் வர்க்கமாக நீடிப்பதைத் தடுப்பதும் ஆகும்.”

பல்வேறு மதங்கள் மற்றும் ஆயிரக்கணக்கான சாதிகள் மற்றும் துணை ஜாதிகள் மற்றும் பல்வேறு சித்தாந்தங்களைக் கொண்ட பல அரசியல் கட்சிகள் உள்ள இந்தியா போன்ற ஒரு பெரிய நாட்டிற்கு அரசியலமைப்பை உருவாக்குவது எளிதான காரியமல்ல. அரசியலமைப்புச் சட்டத்தை உருவாக்க பல முயற்சிகள் மேற்கொள்ளப்பட்டன. 1927 இல், முதல் அரசியலமைப்பு உருவாக்கப்பட்டது, அதன் பெயர் "நேரு அரசியலமைப்பு" ஆகும். ஆனால் இது ஏற்றுக்கொள்ளப்படவில்லை. இதற்குப் பிறகு, 1930 இல் லண்டனில் நடந்த வட்ட மேசை மாநாட்டில் இந்தியர்களுக்கு வாய்ப்பு கிடைத்தது, ஆனால் தங்களுக்குள் ஏற்பட்ட மோதல்களால் அவர்கள் வெற்றிபெறவில்லை. பின்னர், அரசியலமைப்பை உருவாக்க ஸ்பாஷ்ட் குழு மற்றொரு முயற்சியை மேற்கொண்டது, ஆனால் இந்த முயற்சியும் தோல்வியடைந்தது. இந்திய அரசியலமைப்புச் சட்டத்தை உருவாக்கும் பணி எளிதான ஒன்றல்ல. பின்னர், பாபா சாஹாப் இந்திய அரசியலமைப்புச் சட்டத்தை உருவாக்கும் சவாலை ஏற்றுக்கொண்டார். பாபா சாஹாப் அரசியலமைப்பை உருவாக்கியது மட்டுமின்றி, அரசியலமைப்பை பாராளுமன்றத்தில் நிறைவேற்றி 114 நாட்களுக்குள் நடைமுறைப்படுத்தினார்.

தலைமை கட்டிடக்கலைஞர்: பாபா சாஹாப் அம்பேத்கர் வங்காள சட்டமன்றத்தில் இருந்து 1946 ஜூலை 20 அன்று அரசியல் நிர்ணய சபையின் உறுப்பினராக தேர்ந்தெடுக்கப்பட்டார். அவர் 29 ஆகஸ்ட் 1947 அன்று அரசியலமைப்பின் வரைவுக் குழுவின் தலைவராகத தேர்ந்தெடுக்கப்பட்டார். இந்தக் குழுவில் ஏழு உறுப்பினர்கள் இருந்தனர். பாபா சாஹாப் அம்பேத்கர் தவிர, மற்ற உறுப்பினர்கள் ஆலடி கிருஷ்ண சுவாமி, என். கோபால் சுவாமி ஐயங்கார், கே.எம். முன்ஷி, பி.எல். மிஸ்ரா, டி.பி. கைதான், சையத் முஹம்மது சாஹூல்லா. அரசியல் சட்டத்தை உருவாக்கும் பணி தொடங்கும் முன்பே பாபா சாஹாப்பின் பிரச்சனைகள் தொடங்கின. ஒரு உறுப்பினர், பி.எல். மிஸ்ரா, 13 அக்டோபர் 1947 அன்று ராஜினாமா செய்தார். அவருக்குப் பதிலாக, என். மாதவராவ் தேர்ந்தெடுக்கப்பட்டார். இதன் பிறகு டி.பி. கைதான் இறந்தார். அவருக்குப் பதிலாக டி.டி.கிருஷ்ணமாச்சாரி எடுக்கப்பட்டார். அப்போது, உறுப்பினர் ஒருவர் ராஜினாமா செய்து, அவருக்கு பதிலாக மற்றொரு உறுப்பினர் பதவி விலகினார்

அங்கு, ஒரு உறுப்பினர் இறந்தார், அதனால் அவரது பதவி காலியாக இருந்தது; மற்றொரு உறுப்பினர் வெளிநாடு சென்றார், அவரது பதவியும் காலியாக இருந்தது. மற்றொரு உறுப்பினர் தனது மாநில வேலையில் மும்முரமாக இருந்தார், சில உறுப்பினர்கள் டெல்லியில் இருந்து விலகி இருந்தனர், சில உறுப்பினர்கள் உடல்நிலை காரணங்களால் சேர்க்கப்படவில்லை. அதன் விளைவாக அரசியலமைப்புச்

சட்டத்தை உருவாக்கும் முழுப் பொறுப்பும் பாபா சாஹூப் அம்பேத்கரின் தோள்களில் வந்தது, அவர் இந்தப் பணியை மிகவும் போற்றத்தக்க வகையில் செய்தார், இன்று முழு தேசமும் இதற்காக அவருக்கு நன்றிக்கடன் பட்டிருக்கிறது.

சாஹூப் தனது சித்தாந்தத்தின்படி அரசியலமைப்பை உருவாக்க இயலவில்லை என்றாலும், சமூகத்தில் சமூக மற்றும் பொருளாதார சமத்துவத்தை நிலைநாட்டும் வகையில் அரசியலமைப்பை தயாரித்தார்.

அரசியலமைப்பின் சில பகுதிகள்

பாபா சாஹூப் அம்பேத்கர் அரசியலமைப்புச் சட்டத்தை அமல்படுத்துவதன் மூலம் இந்தியாவில் ஒரு புதிய சகாப்தத்தின் தொடக்கத்தை அறிவித்தார். அரசியலமைப்பின் முதல் அத்தியாயமே அடிப்படை உரிமைகளைப் பற்றி பேசுகிறது. இது பின்வருமாறு:

அடிப்படை உரிமைகளுக்கு முரணான அல்லது இழிவுபடுத்தும் சட்டங்கள்-

1. இந்த அரசியலமைப்புச் சட்டம் தொடங்குவதற்கு முன்பே இந்தியாவில் நடைமுறையில் உள்ள அனைத்துச் சட்டங்களும், இந்தப் பகுதியின் விதிகளுக்கு முரணாக இருக்கும் வரை, அத்தகைய முரண்பாட்டின் அளவிற்கு, செல்லாததாக இருக்கும்.
2. இந்த பகுதியால் வழங்கப்பட்ட உரிமைகளை பறிக்கும் அல்லது குறைக்கும் எந்தவொரு சட்டத்தையும் அரசு உருவாக்காது, மேலும் இந்த விதிக்கு முரணாக உருவாக்கப்பட்ட எந்தவொரு சட்டமும், அத்து மீறலின் அளவிற்கு, செல்லாது என்றனர்.
3. இந்த கட்டுரையில், சூழல் இல்லையெனில் தேவைப்படாவிட்டால்-

   அ. ”சட்டம்” என்பது இந்தியப் பிரதேசத்தில் சட்டத்தின் வலுவைக் கொண்டிருக்கும் எந்தவொரு கட்டளை, ஒழுங்கு, துணைச் சட்டம், விதி, ஒழுங்குமுறை, அறிவிப்பு, வழக்கம் அல்லது பயன்பாடு ஆகியவற்றை உள்ளடக்கியது;

   ஆ. ”செயல்பாட்டில் உள்ள சட்டங்கள்” என்பது இந்த அரசியலமைப்பின் தொடக்கத்திற்கு முன்னர் இந்தியப் பிரதேசத்தில் ஒரு சட்டமன்றம் அல்லது பிற தகுதிவாய்ந்த அதிகாரத்தால் நிறைவேற்றப்பட்ட அல்லது உருவாக்கப்பட்ட சட்டங்களை உள்ளடக்கியது மற்றும் முன்னர் ரத்து செய்யப்படவில்லை, இருப்பினும் அத்தகைய சட்டத்தின், பொருட்டு அதன் எந்தப் பகுதியும் செயல்பாட்டில் இல்லாவிட்டாலும் அனைத்தும் குறிப்பிட்ட பகுதிகளில்.

பாபா சாஹூப் அம்பேத்கர் தொடங்கிய புரட்சியின் அடிப்படையே அங்கு மேற்கண்ட விதியாக அமைந்தது.

பாகுபாடுகளுக்கு முற்றுப்புள்ளி: இந்திய எல்லைக்குள் சட்டத்தின் முன் சமத்துவம் அல்லது சட்டங்களின் சம பாதுகாப்பை அரசு எவருக்கும் மறுக்கக் கூடாது.

கட்டுரை 15 இல், பின்வரும் வார்த்தைகளில் இன்னும் கடுமையான ஏற்பாடு செய்யப்பட்டுள்ளது:

1. மதம், இனம், சாதி, பாலினம், பிறந்த இடம் அல்லது அவற்றில் ஏதேனும் ஒன்றைக் கொண்டு மட்டும் எந்தக் குடிமகனுக்கும் எதிராக அரசு பாகுபாடு காட்டக் கூடாது.
2. எந்தவொரு குடிமகனும், மதம், இனம், சாதி, பாலினம், பிறந்த இடம் அல்லது அவற்றில் ஏதேனும் ஒன்றைக் கொண்டு மட்டும், எந்தவொரு இயலாமை, பொறுப்பு, கட்டுப்பாடு அல்லது நிபந்தனைகளுக்கு உட்பட்டவராக இருக்கக்கூடாது-

   (அ) கடைகள், பொது உணவகங்கள், ஹோட்டல்கள் மற்றும் பொது பொழுதுபோக்கு இடங்களுக்கான அணுகல்;

   (ஆ) கிணறுகள், தொட்டிகள், குளியல் தொட்டிகள், சாலைகள் மற்றும் பொது ஓய்வு விடுதிகளின் பயன்பாடு முழுமையாகவோ அல்லது பகுதியாகவோ அரசு நிதியில் இருந்து பராமரிக்கப்படுகிறது அல்லது பொது மக்களின் பயன்பாட்டிற்காக அர்ப்பணிக்கப்பட்டுள்ளது.

முன்னுரை: அரசியலமைப்பின் முன்னுரை பின்வருமாறு:

இந்திய மக்களாகிய நாங்கள், இந்தியாவை ஒரு இறையாண்மை கொண்ட சோசலிஸ்ட் மதச்சார்பற்ற ஜனநாயகக குடியரசாக அமைப்பதற்கும் அதன் அனைத்து குடிமக்களையும் பாதுகாப்பதற்கும் உறுதியுடன் தீர்மானித்துள்ளோம்:

நீதி, சமூக, பொருளாதார மற்றும் அரசியல்;

சிந்தனை, வெளிப்பாடு, நம்பிக்கை, மற்றும் வழிபாட்டின் சுதந்திரம்;

அந்தஸ்து வாய்ப்பின் சமத்துவம்; மற்றும் அவர்கள் மத்தியில் ஊக்குவிக்க வேண்டிய

அனைத்தும்

சகோதரத்துவம், தனி மனிதனின் கண்ணியத்தையும், தேசத்தின் ஒற்றுமையையும் ஒருமைப்பாட்டையும் உறுதிப்படுத்துகிறது;

1949 ஆம் ஆண்டு நவம்பர் மாதம் இருபத்தி ஆறாம் தேதி நமது சட்டமன்றத்தில், இந்த அரசியலமைப்பை ஏற்றுக்கொண்டு, இயற்றவும், நமக்கே வழங்கவும் செய்கிறது.

சம உரிமை: அரசியலமைப்பில், அனைத்து இந்தியர்களுக்கும் சமமான அடிப்படை உரிமைகள் வழங்கப்பட்டுள்ளன.

சமூக ஜனநாயகம்: அரசியல் சமத்துவத்தையும் பொருளாதார ஜனநாயகத்தையும் செயல்படுத்துவதை நோக்கமாகக் கொண்ட சமூக ஜனநாயகத்தின் குறிக்கோள் இதில் வரையறுக்கப்பட்டுள்ளது என்பது இந்திய அரசியலமைப்பின் மிகப்பெரிய சிறப்பு ஆகும். இந்த இலக்கை நிறைவேற்ற, டாக்டர். அம்பேத்கர், 'மாநிலக் கொள்கையின் வழிகாட்டுதல் கோட்பாடுகளை' சேர்த்துள்ளார், அவை பின்வருமாறு:

மாநிலக் கொள்கையின் வழிகாட்டுதல் கோட்பாடுகள்

பிரிவு 36: இந்த பகுதியில், சூழல் இல்லையெனில், "மாநிலம்" என்பது பகுதி III இல் உள்ள அதே பொருளைக் கொண்டுள்ளது.

பிரிவு 37: இந்த பகுதியில் உள்ள கொள்கைகளின் பயன்பாடு - இந்த பகுதியில் உள்ள விதிகள் எந்த நீதிமன்றத்தால் செயல்படுத்தப்படாது, ஆனால் அதில் வகுத்துள்ள கொள்கைகள் நாட்டின் நிர்வாகத்தில் அடிப்படை மற்றும் அது அரசின் கடமையாகும். சட்டங்களை உருவாக்குவதில் இந்தக் கொள்கைகளைப் பயன்படுத்த வேண்டும்.

பிரிவு 38: மக்களின் நலனை மேம்படுத்துவதற்காக ஒரு சமூக ஒழுங்கைப் பாதுகாக்க அரசு. நீதி, சமூக, பொருளாதார மற்றும் அரசியல், தேசிய வாழ்க்கையின் அனைத்து நிறுவனங்களுக்கும் தெரிவிக்கும் ஒரு சமூக ஒழுங்கைப் பாதுகாத்தல் மற்றும் பாதுகாப்பதன் மூலம் மக்களின் நலனை மேம்படுத்த அரசு பாடுபட வேண்டும் என்பதாகும்.

பிரிவு 39: அரசு பின்பற்ற வேண்டிய கொள்கையின் சில கொள்கைகள். மாநிலம், குறிப்பாக, பாதுகாப்பை நோக்கி அதன் கொள்கையை வழிநடத்தும்-

அ. குடிமக்கள், ஆண்கள் மற்றும் பெண்கள் சமமாக, போதுமான வாழ்வாதாரத்திற்கான உரிமையைக் கொண்டுள்ளனர்;

ஆ. சமூகத்தின் பொருள் வளங்களின் உரிமையும் கட்டுப்பாடும் பொது நலனைப் பேணுவதற்கு சிறந்ததாக விநியோகிக்கப்படுகிறது;

இ. பொருளாதார அமைப்பின் செயல்பாட்டினால் செல்வம் மற்றும் உற்பத்திச் சாதனங்கள் செறிவூட்டப்படாமல் பொதுவான தீங்கு விளைவிக்கும்;

ஈ. ஆண், பெண் இருபாலருக்கும் சம வேலைக்கு சம ஊதியம் என்பதாகும்.

உ. தொழிலாளர்கள், ஆண்கள் மற்றும் பெண்களின் ஆரோக்கியம் மற்றும் பலம் மற்றும் குழந்தைகளின் இளமை வயது துஷ்பிரயோகம் செய்யப்படவில்லை மற்றும் குடிமக்கள் பொருளாதாரத் தேவைகளால் அவர்களின் வயது அல்லது வலிமைக்கு பொருந்தாத தொழில்களில் நுழைய வேண்டிய கட்டாயம் இல்லை;

ஊ. குழந்தைகள் ஆரோக்கியமான முறையில் சுதந்திரம் மற்றும் கண்ணியமான சூழ்நிலையில் வளர்ச்சியடைய வாய்ப்புகள் மற்றும் வசதிகள் வழங்கப்படுகின்றன, மேலும் குழந்தைப் பருவமும் இளமையாகவும் சுரண்டலுக்கு எதிராகவும் ஒழுக்கம் மற்றும் பொருள் கைவிடப்படுவதிலிருந்தும் பாதுகாக்கப்படுகின்றன.

பிரிவு 40: கிராமப் பஞ்சாயத்துகளை ஒழுங்கமைக்கவும், அவை சுயராஜ்யத்தின் அலகுகளாகச் செயல்படுவதற்குத் தேவையான அதிகாரங்கள் மற்றும் அதிகாரங்களை வழங்கவும் அரசு நடவடிக்கை எடுக்க வேண்டும்.

பிரிவு 41: வேலையின்மை, முதுமை, நோய் மற்றும் இயலாமை மற்றும் பிற சந்தர்ப்பங்களில் வேலை செய்வதற்கான உரிமை, கல்வி மற்றும் பொது உதவி ஆகியவற்றைப் பெறுவதற்கான உரிமையைப் பெறுவதற்கு அரசு அதன் பொருளாதார திறன் மற்றும் வளர்ச்சியின் வரம்புகளுக்குள் பயனுள்ள ஏற்பாடுகளைச் செய்யும்.

பிரிவு 43: தகுந்த சட்டம் அல்லது பொருளாதார அமைப்பு அல்லது வேறு எந்த வழியிலும், அனைத்துத் தொழிலாளர்களுக்கும், விவசாயம், தொழில்துறை அல்லது மற்றபடி, வேலை, வாழ்க்கைக் கூலி, வேலை நிலைமைகள், ஒரு கௌரவமான வாழ்க்கைத் தரம் மற்றும் முழு இன்பத்தை உறுதி செய்ய அரசு முயற்சி செய்யும். ஓய்வு மற்றும் சமூக மற்றும் கலாச்சார வாய்ப்புகள் மற்றும் குறிப்பாக, கிராமப்புறங்களில் தனிநபர் அல்லது கூட்டுறவு அடிப்படையில் குடிசைத் தொழில்களை ஊக்குவிக்க அரசு முயற்சி செய்யும்.

பிரிவு 44: இந்தியப் பகுதி முழுவதும் குடிமக்களுக்கு ஒரே மாதிரியான சிவில் சட்டத்தைப் பாதுகாக்க அரசு முயற்சி செய்யும்.

பிரிவு 45: இந்த அரசியலமைப்பின் தொடக்கத்திலிருந்து பத்து ஆண்டுகளுக்குள், அனைத்து குழந்தைகளுக்கும் அவர்களுக்கு பதினான்கு வயது முடியும் வரை இலவச மற்றும் கட்டாயக் கல்வியை வழங்க அரசு முயற்சி செய்யும்.

பிரிவு 46: நலிந்த பிரிவினரின் கல்வி மற்றும் பொருளாதார நலன்களை, குறிப்பாக, பட்டியல் சாதியினர் மற்றும் பழங்குடியினரின் கல்வி மற்றும் பொருளாதார நலன்களில் அரசு சிறப்பு கவனம் செலுத்தி, சமூக அநீதி மற்றும் அனைத்து வகையான சுரண்டல்களிலிருந்தும் பாதுகாக்க வேண்டும்.

பிரிவு 47: மாநிலமானது அதன் மக்களின் ஊட்டச்சத்து மற்றும் வாழ்க்கைத் தரத்தை உயர்த்துவது மற்றும் பொது சுகாதாரத்தை மேம்படுத்துவது ஆகியவற்றை அதன் முதன்மைக் கடமைகளாகக் கருதுகிறது, குறிப்பாக, தீங்கு விளைவிக்கும் மருந்துகளுக்கான நுகர்வுக்குத் தடை விதிக்க அரசு முயற்சி செய்யும். மற்றும் போதை தரும் பானங்கள் குறித்தும் நடவடிக்கை மேற்கொள்ளும்.

பிரிவு 48: விவசாயம் மற்றும் கால்நடை வளர்ப்பை நவீன மற்றும் விஞ்ஞான முறைகளில் ஒழுங்கமைக்க அரசு முயற்சிக்கும், குறிப்பாக, இனங்களைப்

பாதுகாத்து மேம்படுத்தவும், பசுக்கள் மற்றும் கன்றுகள் மற்றும் பிற பால் கறவை மாடுகளை வெட்டுவதைத் தடுக்கவும் நடவடிக்கை எடுக்க வேண்டும்.

பிரிவு 50: அரசின் பொதுச் சேவைகளில் உள்ள நிர்வாகத்திலிருந்து நீதித்துறையை பிரிக்க அரசு நடவடிக்கை எடுக்க வேண்டும். மாநிலக் கொள்கையின் வழிகாட்டுதல் கோட்பாடுகளை விளக்கி, அரசியல் நிர்ணய சபை உறுப்பினர்களின் சந்தேகங்களை நீக்கி, டாக்டர் அம்பேத்கர் தனது இரண்டு உரைகளில் பின்வருமாறு கூறினார்:

வழிகாட்டுதல் மட்டுமே: பொதுவாக, வழிகாட்டுதல் கோட்பாடுகள் வழிகாட்டுதலுக்காக மட்டுமே என்று கூறப்படுகிறது, மேலும் அவை எந்த சட்டப்பூர்வ நிலைப்பாட்டையும் கொண்டிருக்கவில்லை, ஏனெனில் அவற்றை அரசாங்கம் செயல்படுத்தவில்லை என்றால், அதை நீதிமன்றத்தில் சவால் செய்ய முடியாது. இந்த விமர்சனத்திற்கு டாக்டர் அம்பேத்கர் பின்வருமாறு பதிலளித்தார்:

எழுதப்பட்ட வழிமுறைகள்: அரசியலமைப்பில், அடிப்படை உரிமைகளுக்குப் பிறகு, வழிகாட்டுதல் கோட்பாடுகள் வருகின்றன. இது பாராளுமன்ற ஜனநாயகத்தின் அரசியலமைப்பின் தனித்துவமான அம்சமாகும். இந்த வகையான வழிகாட்டுதல் கோட்பாடுகள் அயர்லாந்தின் (ஐரிஷ் சுதந்திர மாநிலம்) அரசியலமைப்பில் மட்டுமே உள்ளன. இந்த வழிகாட்டுதல் கோட்பாடுகள் விமர்சிக்கப்பட்டுள்ளன. இந்த கோட்பாடுகள் தார்மீக அறிவிப்புகளைத் தவிர வேறில்லை என்று கூறப்படுகிறது. அவர்களுக்கு பிணைப்பு சக்தி இல்லை. இந்த விமர்சனம் முற்றிலும் தவறானது.

உத்தரவுக் கோட்பாடுகளுக்குப் பின்னால் எந்த சட்டப்பூர்வ சக்தியும் இல்லை என்று கூறப்படுகிறது. இந்த உண்மையை நான் முழுமையாக ஏற்றுக்கொள்கிறேன், ஆனால் அதற்கு கட்டுப்படும் சக்தி இல்லை என்பதை ஒப்புக்கொள்ள நான் தயாராக இல்லை; சட்டப்பூர்வமாகவும் இதில் பிணைப்பு சக்தி இல்லை என்ற இந்த உண்மையை நானும் ஏற்கவில்லை, எனவே அவை முற்றிலும் பயனற்றவை.

வழிகாட்டுதல் கோட்பாடுகள், 1935 ஆம் ஆண்டின் சட்டத்தின்படி பிரிட்டிஷ் அரசாங்கத்தால் கவர்னர்-ஜெனரல் காலனிகள் மற்றும் இந்தியாவின் மாநிலங்களுக்கு வழங்கப்பட்ட அறிவுறுத்தல்கள் போன்றவை ஆகும். அரசியலமைப்பில், ஜனாதிபதி மற்றும் ஆளுநர்களுக்கு இதேபோன்ற அறிவுறுத்தல்களை வழங்க வேண்டும் என்று இந்த விதி வைக்கப்பட்டுள்ளது. இந்த அறிவுறுத்தல்களின் பொருள் அரசியலமைப்பின் நான்காவது அட்டவணையில் சேர்க்கப்படும். எழுதப்பட்ட வழிமுறைகளுக்கான மற்றொரு பெயர் இயக்கக் கோட்பாடுகள். என் பார்வையில், இந்த எண்ணம் பாராட்டுக்குரியது. அமைதி, ஒழுங்கு மற்றும் நல்ல நிர்வாகத்தை நிலைநாட்ட அதிகாரம் எங்கெங்கு வழங்கப்பட்டுள்ளதோ, அந்த அதிகாரத்தை தொடர்ந்து பயன்படுத்த சில அறிவுரைகள் இருப்பது அவசியம்.

எல்லைக்குள். மேலே உள்ள அறிவுறுத்தல்கள் அரசியலமைப்பில் பொருத்தமானவை என்று மற்றொரு காரணத்திற்காகவும் கூறலாம். அரசியலமைப்பின் நோக்கம் நாட்டின் அரசாங்கத்திற்கான வளங்களை சேகரிப்பதாகும். சில நாடுகளில் நடந்ததைப் போல எந்தக் கட்சிக்கும் அதிகாரத்தைப் பெறுவதல்ல அதன் வேலை. அதிகாரத்தின் கடிவாளத்தை யார் கையில் எடுப்பார்கள்; இதை குடிமக்களே முடிவு செய்வார்கள். இந்தக் கொள்கை வெற்றியடைய வேண்டும் என்றால், எந்தக் கட்சி ஆட்சியில் இருந்தாலும், நியாயமற்ற முறையில் செயல்பட முடியாது, மேலும் அதன் அதிகாரங்களைப் பயன்படுத்தும் நேரத்தில், அது வழிகாட்டுதல் கோட்பாடுகளின் ஆலோசனையின்படி நடக்க வேண்டும். இவற்றை புறக்கணிக்க முடியாது. இந்த வழிகாட்டுதல் கோட்பாடுகளை புறக்கணித்தால், அவர் நீதிமன்றத்திற்கு பதிலளிக்க வேண்டியதில்லை, ஆனால் தேர்தல் நேரத்தில் அவர் மக்களுக்கு பதிலளிக்க வேண்டும். சரியான வகை மக்கள் ஆட்சிக்கு வர முயற்சிக்கும்போது இந்த வழிகாட்டுதல் கோட்பாடுகளுக்கு எவ்வளவு மதிப்பு இருக்கிறது என்பது தெரியவரும். இந்த வழிகாட்டுதல் கோட்பாடுகள் வெறும் நல்ல அறிவிப்புகள் அல்ல. சட்டமன்றமும் நிர்வாகமும் இந்தக் கோட்பாடுகளுக்கு வெறும் உதட்டளவில் பேசாமல், நிர்வாகம் மற்றும் சட்டமன்றத்தின் அனைத்துச் செயல்கள் மற்றும் சட்டங்களின் அடிப்படையாக இந்தக் கொள்கைகள் அமைகின்றன என்பதே அரசியல் நிர்ணய சபையின் நோக்கமாகும்.

குடிமக்களுக்கான உரிமை: பாபா சாஹாப் அம்பேத்கர் அரசியல் நிர்ணய சபைக் கூட்டத்தில், "புதிய அரசியலமைப்புச் சட்டம் அமலுக்கு வந்த பிறகு நிலைமை மோசமடைந்து விட்டால், அந்த அரசியல் சாசனம் தவறானது என்றோ நினைத்துவிடக் கூடாது. ஆனால், அரசியலமைப்பைப் பயன்படுத்தும் நபரின் குணாதிசயம் தவறானது என்றும், பொருளாதார மற்றும் சமூக இலக்குகளைப் பெறுவதற்கு அரசியலமைப்பு வழிகள் எதுவும் இல்லாதபோது, அரசியலமைப்பு அல்லாத வழிகளைப் பயன்படுத்தி பொருளாதார மற்றும் சமூக இலக்குகளை அடைவதே பொருத்தமானது என்று ஊகிக்க வேண்டும். ஆனால் அதுவும் ஒரு குறிப்பிட்ட அளவிற்கு மட்டுமே." ஆகும்.

எப்போது, எந்த வகையான பொருளாதார ஜனநாயகத்தை நிறுவ வேண்டும் என்பதை முடிவு செய்வது மக்களின் உரிமை ஆகும். பாபா சாஹாப் அவர்களுக்கு சில ஆலோசனைகளையும் எச்சரிக்கைகளையும் கொடுத்துள்ளார்.

பரிந்துரைகள்: தனது எதிர்ப்பாளர்களுக்குப் பதிலளித்த அமெரிக்காவின் சிறந்த அரசியல்வாதியான ஜெபர்சன் கூறினார்: "ஒவ்வொரு தலைமுறையும் ஒரு தனி நாடு போன்றது, அதன் சொந்த கனவுகள் மற்றும் அபிலாஷைகள் உள்ளன. நேற்றைய முடிவுகள் இன்றைக்கு பொருந்தாது, இன்று நம் முன்னோர்கள் கடைப்பிடித்த பாதையை எதிர்கால சந்ததியினர் மீது திணிக்க முடியாது.

இந்த பூமி இறந்தவர்களுக்கு சொந்தமானது, உயிருள்ளவர்களுக்கு அல்ல என்றும் சொல்ல வேண்டும்.

எனவே, பூமி உயிருள்ளவர்களுக்கு சொந்தமானது, இறந்தவர்களுக்கு அல்ல என்பதை நீங்கள் எப்போதும் நினைவில் கொள்ள வேண்டும்.

தேசம்: வெவ்வேறு சாதிகள் மற்றும் துணை ஜாதிகளாகப் பிரிக்கப்பட்ட மக்கள் ஒரு தேசமாக இல்லை. இதை நம்புவது என்பது தன்னை ஒரு மாயையின் கீழ் வைத்திருப்பதாகும். தேசம் என்ற உணர்வு நமக்குள் இருந்தால் தான் நாம் ஒன்றுபட்ட சக்தி வாய்ந்த நாடாக மாறுவோம்.

எச்சரிக்கைகள்

1. " ஜான் ஸ்டூவர்ட் மில்லின் கூற்றுப்படி, ஒரு நபர் எவ்வளவு பெரியவராக இருந்தாலும், அந்த நபருக்கு தனது சுதந்திரத்தை ஒருபோதும் கொடுக்கக்கூடாது, ஏனென்றால் அவர் அதைப் பயன்படுத்திக் கொள்ள முடியும். அரசியலில், தனிநபர் வழிபாடும் குருட்டு நம்பிக்கையும் அழிவை நோக்கி இட்டுச் செல்கின்றன, அது சர்வாதிகாரத்தை ஊக்குவிக்கிறது. எந்தவொரு பெரிய மனிதனின் காலடியிலும் நமது சுதந்திரத்தை நாம் வைத்திருக்கக் கூடாது, மேலும் அந்த மனிதருக்கு பல உரிமைகளை வழங்கவும் கூடாது, அந்த நபர் அந்த உரிமைகளை தவறாகப் பயன்படுத்தி நமது அமைப்புகளையும் நிர்வாகத்தையும் அழிக்க முடியும்.
2. தன் வாழ்நாள் முழுவதும் நாட்டிற்கு சேவை செய்த ஒரு பெரிய மனிதருக்கு நன்றியுடன் இருப்பதில் தவறில்லை, ஆனால் நன்றி தெரிவிப்பதற்கும் எல்லை உண்டு. அயர்லாந்தின் சிறந்த தேசபக்தர், டேனியல் ஓ"கானெல் கூறியது போல், "எந்தவொரு ஆணும் தனது மரியாதையை விற்ற பிறகு நன்றியுள்ளவனாக இருக்க முடியாது, எந்தப் பெண்ணும் தன் அடக்கத்தை விற்ற பிறகு நன்றியுள்ளவனாக இருக்க முடியாது, சுதந்திரத்தை இழந்த பிறகு எந்த தேசமும் நன்றியுடன் இருக்க முடியாது."
3. ஜனநாயகத்தின் எதிர்காலம்: 25 நவம்பர் 1949 அன்று, அரசியல் நிர்ணய சபையில் தனது கடைசி எச்சரிக்கையை அளித்து, பாபா சாஹாப் அம்பேத்கர் கூறியது:

26 ஜனவரி 1950 அன்று, நாம் முரண்பாடுகள் நிறைந்த உலகத்திற்குள் நுழையப் போகிறோம். அரசியலில், நாம் சமமாக இருப்போம், சமூக மற்றும் பொருளாதார வாழ்வில், சமத்துவமின்மை கொள்கையை நம்புவோம். நமது சமூக மற்றும் பொருளாதாரக் கட்டமைப்பின் காரணமாக, 'ஒருவர், ஒருவருக்கு உரிமை' என்ற கொள்கையில் தொடர்ந்து நம்பிக்கை கொள்ள மறுப்போம். இந்த முரண்பாடான வாழ்க்கையை இன்னும் எவ்வளவு காலம் வாழ்வோம்? நமது சமூக மற்றும் பொருளாதார வாழ்வில் சமத்துவத்தை ஏற்க மறுப்பது எவ்வளவு காலம் தொடரும்? இதை நாம் நீண்ட காலமாக ஏற்க மறுத்தால், இதை செய்வதன் மூலம் நமது அரசியல் ஜனநாயகத்தை ஆபத்தில் ஆழ்த்துவோம். ஆகவே, அதை நாம் அகற்ற வேண்டும்

இந்த முரண்பாடுகள் கூடிய விரைவில். இல்லையெனில், இந்த சமத்துவமின்மையால் பாதிக்கப்படும் மக்கள் இந்த பேரவையில் மிகவும் கடினமாக உழைத்து உருவாக்கிய இந்த அரசியல் ஜனநாயகத்தை வேரோடு பிடுங்கி எறிந்துவிடுவார்கள்.

பாபா சாஹாப் அம்பேத்கரின் விமர்சகர்கள் மற்றும் எதிர்ப்பாளர்களும் கூட தான் இதை ஒப்புக்கொள்வது, இந்தியாவுக்கான அரசியலமைப்பை உருவாக்குவது என்பது இந்தியாவுக்கு ஒரு தனித்துவமான சிறந்த சேவையாகும். அந்தந்த நாடுகளின் அரசியலமைப்பை வடிவமைத்த அந்த பெரிய மனிதர்கள் அனைவரும் தங்கள் நாடுகளால் எப்போதும் நன்றியுடன் நினைவுகூரப்படுகிறார்கள். அதனால்தான் இந்தியாவும் தனது அரசியலமைப்பை உருவாக்குவதில் தேசத்திற்கு அவர் ஆற்றிய அளப்பரிய சேவைக்காக அவருக்கு வணக்கம் செலுத்துகிறது.

மாநில சோசலிசம்

பாபா சாஹாப் அம்பேத்கர், நாடு எதிர்கொள்ளும் பிரச்சனைகளை முழுமையாக அறிந்திருந்தார். அதனால்தான் அரசியல் நிர்ணய சபையில் அவர் கூறினார்: “ நாட்டிலிருந்து வறுமையை அகற்ற வேண்டுமானால், நாட்டின் பொருளாதாரம் சோசலிசக் கொள்கைகளில் இயங்க வேண்டும். இந்த நோக்கத்துடன், அவர் அரசியலமைப்பு சபையில் ‘மாநில சோசலிசம்’ என்ற பெயரில் ஒரு திட்டத்தை முன்வைத்தார். இந்த திட்டத்தின் முக்கிய புள்ளிகள் பின்வருமாறு:

இந்த விதிகள் அரசியலமைப்பின் விதிகளில் சேர்க்கப்பட வேண்டும்:

1. முக்கிய தொழில்கள் அல்லது முக்கிய தொழில்கள் என்று அறிவிக்கப்பட்ட தொழில்கள் மாநிலத்தின் கீழ் இருக்கும் மற்றும் மாநிலத்தால் நடத்தப்படும்.
2. முக்கியத் தொழில்கள் அல்லாத, ஆனால் முக்கியமான தொழில்களாக இருக்கும் அந்தத் தொழில்கள் மீது அரசுக்கு உரிமை இருக்கும், மேலும் அவை அரசால் நிறுவப்பட்ட நிறுவனங்களால் நடத்தப்படும்.
3. காப்பீட்டுத் தொழில் அரசால் மட்டுமே நடத்தப்படும். வயது வந்த ஒவ்வொரு குடிமகனும் ஆயுள் காப்பீட்டுக் கொள்கையை எடுத்துக்கொள்வதை அரசு அவசியமாக்குகிறது, மேலும் ஒவ்வொரு வயது வந்த குடிமகனுக்கும் அவருடைய சம்பளத்தின்படி (சட்டமன்றங்களால் தீர்மானிக்கப்படும்) அரசு காப்பீடு செய்ய வேண்டும்.
4. விவசாயம் ஒரு அரசுத் தொழிலாக இருக்க வேண்டும், மேலும் அனைத்து நிலங்களையும் அரசு கையகப்படுத்தி, கிராமங்களில் வசிப்பவர்களுக்கு தகுந்த தரமான அளவுகளில் சாகுபடிக்கு விடுவதை அரசே ஒழுங்கமைக்க வேண்டும்; இவை குடும்பங்களின் குழுக்களால் கூட்டுப் பண்ணைகளாக பயிரிடப்பட வேண்டும்.

5. அந்தத் தொழில்கள், காப்பீட்டு நிறுவனங்கள் மற்றும் விவசாய நிலங்களை அவர்கள் சார்ந்த நபர்களிடமிருந்தும், யாரிடம் அடமானமாக வைத்திருக்கிறாரோ அவர்களிடமிருந்தும் விற்பனைப் பத்திரமாக இழப்பீடு வழங்கி அரசு தனது கட்டுப்பாட்டின் கீழ் எடுத்துக்கொள்ளும். சொத்தில் உரிமை. இந்த விற்பனைப் பத்திரம் அல்லது கடன் ஒப்பந்தத்தின் மதிப்பை நிர்ணயிக்கும் போது, துன்பத்தின் போது கையகப்படுத்தப்பட்ட சொத்தின் மதிப்பு, சம்பாதிக்கப்படாத சொத்து அல்லது அத்தியாவசியமான கோரிக்கை ஆகியவை கருத்தில் கொள்ளப்படாது.
6. விற்பனைப் பத்திரம் உள்ளவர்கள் எப்படி, எப்போது பண இழப்பீடு பெறத் தகுதியுடையவர்கள் என்பதை அரசு தீர்மானிக்கும்.
7. விற்பனைப் பத்திரம் மாற்றத்தக்க மற்றும் பரம்பரைச் சொத்தாக இருக்கும். ஆனால், விற்பனைப் பத்திரம் வைத்திருக்கும் நபருக்கோ அல்லது விற்பனைப் பத்திரத்தைப் பெற்ற நபருக்கோ அல்லது அவரது வாரிசுக்கோ நிலத்தைத் திரும்பக் கேட்கவோ அல்லது அரசால் கையகப்படுத்தப்பட்ட அல்லது வைத்திருக்கும் தொழிலில் எந்த ஆர்வமும் இல்லை அதை ஆய்வு செய்யவும் அல்லது எந்த விசாரணையையும் நடத்தும் உரிமையும் உள்ளது.
8. விற்பனைப் பத்திரத்தை வைத்திருக்கும் நபருக்கு அவரது விற்பனைப் பத்திரத்தின் மீதான வட்டிக்கு தலைப்பு வழங்கப்படும். வட்டி விகிதம் சட்டத்தால் தீர்மானிக்கப்படும், மேலும் அரசு இதை ரொக்கமாக அல்லது அது பொருத்தமானதாகக் கருதும் வகையில் செலுத்தும்.

விவசாயத் தொழில் பின்வரும் அடிப்படையில் ஒழுங்கமைக்கப்படும்:

1. முன் தீர்மானிக்கப்பட்ட அளவீட்டின் அடிப்படையில் அனைத்து விவசாய நிலங்களையும் பண்ணைகளாக அரசு பிரிக்கும். கிராமங்களின் வெவ்வேறு குடும்பங்களைச் சேர்ந்த மக்கள் குழுக்கள் பின்வரும் விதிமுறைகளின்படி தொழிலாளர்களாகப் பணிபுரிய இந்தப் பண்ணைகள் வழங்கப்படும்:

   அ. பண்ணைகளில் கூட்டு முறையில் விவசாயம் செய்யப்படும்.

   ஆ. பண்ணைகளின் வேலைகள் மாநில சட்டங்களின்படி செய்யப்படும்.

   இ. பண்ணையின் செலவைக் கழித்த பிறகு, மீதம் உள்ள லாபம் விவசாயிகளுக்கு சமமாகப் பிரிக்கப்படும்.

2. நிலக்கிழார், நிலத்தை குத்தகைக்கு எடுத்து விவசாயம் செய்பவர், நிலமற்ற விவசாயி என்றெல்லாம் சாதி, மதம் என்ற பாகுபாடின்றி கிராமப்புற மக்களிடையே நிலம் பிரிக்கப்படும்.

3. இந்த நிலங்களில் விவசாயம் செய்வதற்கு தண்ணீர், விலங்குகள், கருவிகள், உரம், விதை போன்றவற்றை வழங்குவதற்கு அரசு பணம் கொடுக்கக் கட்டுப்படும்.
4. பண்ணையின் விளைபொருளிலிருந்து பின்வருவனவற்றைப் பெறுவதற்கு அரசுக்கு உரிமை உண்டு:

அ. நிலத்தின் விற்பனைப் பத்திரம் வைத்திருக்கும் மக்களுக்கான விளைபொருளின் சில பகுதிகள்.

ஆ. கூட்டுப் பண்ணையின் விதிகளைப் புறக்கணித்து, விவசாயத்திற்காக அரசு வழங்கும் வளங்களைச் சரியாகப் பயன்படுத்தத் தவறிய அல்லது கூட்டுப் பண்ணையத் திட்டத்தைப் பாதிக்காத விவசாயிக்கான தண்டனையைத் தீர்மானிக்க அரசுக்கு உரிமை உண்டு.

மாநில சோசலிசத்திற்கான திட்டத்தை தெளிவுபடுத்துதல்

பாபா சாஹாப் அம்பேத்கர் மாநில சோசலிசத் திட்டத்தை நியாயப்படுத்துகிறார்: " மேற்கண்ட திட்டத்தில், விவசாயம் மற்றும் தொழில்துறையில் கூட்டு விவசாயம் மூலம் மாநில சோசலிசத்தை திருத்தப்பட்ட வழியில் செயல்படுத்த ஒரு முன்மொழிவு முன்வைக்கப்பட்டுள்ளது. இத்திட்டத்தில் விவசாயம் மற்றும் தொழில்துறையில் முதலீடு செய்யும் பொறுப்பு அரசுக்கு வழங்கப்பட்டுள்ளது. மாநிலத்தின் மூலதன முதலீடு இல்லாமல், விவசாயிகளோ அல்லது தொழில்துறையினரோ பெரிய அளவில் உற்பத்தி செய்ய முடியாது. இதில, காப்பீட்டை தேசியமயமாக்குவதற்கான முன்மொழிவு இரட்டை நோக்கத்துடன் செய்யப்பட்டுள்ளது. ஒரு தனியார் காப்பீட்டு நிறுவனத்துடன் ஒப்பிடும் போது, தேசியமயமாக்கப்பட்ட காப்பீட்டு நிறுவனம் ஒரு தனிநபரின் பணத்தின் பாதுகாப்பிற்கு அதிக உத்தரவாதம் அளிக்கிறது. ஒரு தேசியமயமாக்கப்பட்ட காப்பீட்டு நிறுவனம், சூழ்நிலைகள் எதுவாக இருந்தாலும் பணத்தைத் திருப்பித் தருவதற்கான முழுப் பொறுப்பையும் ஏற்கிறது. இதில், ஒருவருக்கு தனது பணத்தைப் பற்றி எந்த வித பயமும் இல்லை. காப்பீட்டு நிறுவனங்கள் மூலம் மாநிலம் நிறைய மூலதனத்தைப் பெறுகிறது, அது தொழில்துறையில் முதலீடு செய்யலாம், இல்லையெனில் அரசு திறந்த சந்தையில் இருந்து மூலதனத்தை உருவாக்க வேண்டும், அதன் வட்டி விகிதம் மிக அதிகம். அதனால், மாநிலம் இதில் நஷ்டத்தை சந்திக்க வேண்டியுள்ளது. இந்தியாவின் விரைவான தொழில்மயமாக்கலுக்கு, மாநில சோசலிசம் முற்றிலும் அவசியம். தனியார் துறையால் தொழில்மயமாக்க முடியாது. தனியார் துறையால் தொழில்மயமாக்க முடிந்தாலும், ஐரோப்பாவில் முதலாளித்துவத்தால் ஏற்பட்ட அதே பிரச்னைகள் இதனால் ஏற்படும்.

எல்லை நிர்ணயம் மற்றும் ‘முஜாரா’ சட்டங்கள் பயனற்றவை என்பதை நிரூபித்திருப்பது இந்தியர்களுக்கு ஒரு எச்சரிக்கையாக இருக்க வேண்டும். இவற்றில் இருந்து விவசாயத்தில் செழிப்பை அடைய முடியாது. நிலம் இல்லாத கோடிக்கணக்கான தீண்டத்தகாதவர்களுக்கு எல்லை நிர்ணயம் மற்றும் ‘முஜாரா’ சட்டங்கள் உதவியாக இருக்க முடியாது. இந்த திட்டத்தில் பரிந்துரைக்கப்பட்டுள்ள கூட்டு விவசாயம் மட்டுமே அவர்களுக்கு உதவ முடியும். இதில், மற்ற நன்மைகளும் புறக்கணிக்கப்படவில்லை, எனவே இந்த முன்மொழிவுக்கு யாரும் ஆட்சேபனை தெரிவிக்கக்கூடாது.

”இந்த முன்மொழிவுக்கு இரண்டு நன்மைகள் உள்ளன. முதலாவதாக, அது பொருளாதாரத்தின் முக்கியமான பகுதிகளில் அரசு சோசலிசத்தை முன்மொழிகிறது. இரண்டாவதாக, இதில் மாநில சோசலிசத்தை செயல்படுத்துவது சட்டமன்றத்தின் விருப்பத்திற்கு விடப்படவில்லை. இதில், அரசமைப்புச் சட்டத்தின் மூலம் மாநிலச் சங்கம் நிறுவப்பட்டது. இதன் மூலம், சட்டமன்றமோ, நிர்வாகமோ அதில் எந்த மாற்றத்தையும் செய்ய முடியாது.

“ அரசியலமைப்புச் சட்டத்தின் மாணவர்கள் இதை உடனடியாக எதிர்ப்பார்கள். அவர்கள் நிச்சயமாகக் கேட்பார்கள் - இந்த முன்மொழிவு அடிப்படை உரிமைகளின் எல்லையைத் தாண்டவில்லையா? இதை செய்யாது என்பதே என் பதில் ஆகும். அந்த எல்லையைத் தாண்டியதாகத் தோன்றினால், இந்த ஆட்சேபனையின் அடிப்படையில் அடிப்படை உரிமைகள் என்ற கருத்து ஒரு குறுகிய கருத்தாகும். அடிப்படை உரிமைகள் மட்டுமே அரசியலமைப்புச் சட்டம் என்ற குறுகிய கருத்து ஏற்றுக்கொள்ளப்பட்டாலும், இந்த முன்மொழிவு நியாயமானதாக இருக்கும். சட்டத்தின் மூலம் பொருளாதாரத்தின் உள்கட்டமைப்பை தீர்மானிப்பதன் நோக்கம் என்ன? ஒரு தனிநபரின் சுதந்திரத்தை யாராலும் மீறப்படாமல் பாதுகாப்பதே இதன் நோக்கமாகும், இது அடிப்படை உரிமைகளை உருவாக்குவதற்கான காரணமாகும். ஒவ்வொரு குடிமகனும் இதை உணர்ந்தாலும் இல்லாவிட்டாலும் ஒரு நபரின் தனிப்பட்ட சுதந்திரத்திற்கும் சமூகத்தின் பொருளாதார அமைப்புக்கும் இடையே ஆழமான தொடர்பு உள்ளது. மேலும் இருவருக்கும் இடையே உண்மையான உறவு இருக்கிறது. பின்வரும் எண்ணங்களை மனதில் வைத்துக் கொண்டால், இந்த உண்மைகள் புலப்படும்.

ஒரு அரசியல் ஜனநாயகம் பின்வரும் நான்கு விஷயங்களைச் சார்ந்துள்ளது:

1. ஒரு நபர் தனக்குள் ஒரு சக்தி.

2. ஒரு நபருக்கு சில மறுக்க முடியாத உரிமைகள் உள்ளன, இது பாதுகாக்க வேண்டியது அரசின் கடமை.
3. எந்தவொரு நபருக்கும் சமவாய்ப்பு மற்றும் பிற உரிமைகளுக்கான அவரது உரிமைகள் மறுக்கப்படக்கூடாது.
4. அங்கீகரிக்கப்படாத எந்தவொரு நபருக்கும் மற்ற நபரை ஆளுவதற்கு அரசு அதிகாரம் வழங்காது.

தனியார் நிறுவனம் மற்றும் தனிநபர் லாபத்தின் அடிப்படையில் சமூகப் பொருளாதாரத்தைப் படிக்கும் எந்தவொரு நபரும் ஜனநாயகத்தின் அடிப்படையிலான கடைசி இரண்டு புள்ளிகளை அறிவார். இந்த இரண்டு விஷயங்களின் மீறல் நிறுத்தப்படாவிட்டால், அது ஜனநாயகத்தை அழித்துவிடும். பலர் தங்கள் வாழ்க்கையை சம்பாதிக்க அரசியலமைப்பு உரிமைகளை விட்டுவிட வேண்டும். பலர் தனிப்பட்ட உரிமையாளர்களின் கீழ் வேலை செய்ய வேண்டிய கட்டாயத்தில் உள்ளனர்.

வேலையில்லாமல் இருக்கும் மக்களிடம் அடிப்படை உரிமைகளால் பயன் உள்ளதா என்று கேட்க வேண்டும். குறைந்த சம்பளம், நிலையான வேலை நேரம் மற்றும் தொழிற்சங்கத்தில் சேர அனுமதி இல்லாத ஒரு வேலையைத் தேர்வு செய்யும்படி வேலையில்லாத ஒருவரிடம் கேட்கப்பட்டால், மறுபுறம் அவருடைய அடிப்படை உரிமைகள் என்னவாக இருக்கும்? இது வேறு எதுவும் இருக்க முடியாது, ஆனால் ஒரு வேலை. பசியால் இறந்துவிடுவோமோ என்ற பயம், தன் தலைக்கு மேல் கூரையை இழந்துவிடுமோ என்ற பயம், தான் செய்த சேமிப்பை இழந்துவிடுமோ என்ற பயம், தன் பிள்ளைகள் பள்ளியை விட்டு நீக்கப்படுமோ என்ற பயம், பிறரின் நன்கொடையில் வாழ வேண்டிய பயம் மற்றும் அரசாங்கத்தின் செலவில் தகனம் செய்யப்படுமோ என்ற அச்சம்; எந்தவொரு நபரும் தனது அடிப்படை உரிமைகளுக்காக எழுந்து நிற்க முடியாத காரணங்கள் இவை தான். இதன் மூலம், வேலையில்லாதவர்கள் வேலை பெறுவதற்கும், உயிருடன் இருப்பதற்கும் தங்களின் அடிப்படை உரிமைகளை விட்டுக்கொடுக்க வேண்டியுள்ளது.

“ வேலையில் இருப்பவர்களின் நிலைமை என்ன? அரசியலமைப்பு சட்டமியற்றுபவர்கள் அடிப்படை உரிமைகள் தொடர்பான ஒரு சட்டத்தை உருவாக்குவதன் மூலம் ஒரு நபரின் சுதந்திரத்தின் பாதுகாப்பு வழங்கப்படுகிறது என்று நினைக்கிறார்கள், இதற்கு மேல் எதுவும் செய்ய வேண்டிய அவசியமில்லை. தனிநபரின் பொருளாதார மற்றும் சமூக விவகாரங்களில் அரசு தலையிடாத இடத்தில், சுதந்திரம் நிலைத்திருக்கும் என்று அவர்கள் நியாயப்படுத்துகிறார்கள். இந்த சுதந்திரம் முடிந்தவரை நீட்டிக்கப்பட வேண்டும், அரசின் தலையீடு முடிந்தவரை குறைக்கப்பட வேண்டியது அவசியம். ஒரு தனிநபரின் விவகாரத்தில் அரசு

தலையிடுவதைத் தவிர்க்கும் இடத்தில், எஞ்சியிருப்பது சுதந்திரமானது என்பது சரியானது. ஆனால், பிரச்சினை இத்துடன் மட்டும் முடிந்துவிடவில்லை. இன்னும் ஒரு கேள்விக்கு அவர்கள் பதில் சொல்ல வேண்டும். இந்தச் சுதந்திரம் வீட்டு உரிமையாளர்களுடையது, அதனால் அவர்கள் வாடகையை இன்னும் அதிகரிக்கலாம், இந்த சுதந்திரம் பெரும் தொழிலதிபர்களுடையது, அதனால் அவர்கள் வேலை நேரத்தை இன்னும் அதிகரிக்கலாம், இந்த சுதந்திரம் அந்த மக்களின் சம்பளத்தைக் குறைக்கலாம். தொழிலாளர்கள் இன்னும் அதிகமாகவும், சுரண்டப்படும் மக்களின் பாதையில் அதிக சிரமங்களை ஏற்படுத்துகிறார்கள். இது தொழிலாளர்கள் மற்றும் சுரண்டப்படும் மக்களின் சுதந்திரம் அல்ல. எந்த நாட்டிலும், உற்பத்தியை அதிகரிக்க, தொழிலாளர்களின் பட்டாளம் அவசியம். அரசு செய்யாத வேலைகளை,

தனியார் துறை செய்யும், இல்லையெனில் மக்களின் வாழ்க்கை கடினமாகிவிடும். தொழிலதிபர்கள் இந்தச் சூழலை தங்களுக்குச் சாதகமாகப் பயன்படுத்திக் கொண்டு மேலும் மேலும் தொழிலாளர் வர்க்கத்தின் மீது அழுத்தம் கொடுக்க முயற்சிக்கின்றனர். வேறு வார்த்தைகளில் கூறுவதானால், அரசின் தலையீடு இல்லாததால் நாம் சுதந்திரம் என்று அழைப்பது தனியார் தொழிலதிபர்கள் மற்றும் முதலாளிகளின் சர்வாதிகாரத்தைத் தவிர வேறில்லை.

"பின், இதை எப்படி நிறுத்த வேண்டும்? வேலையில்லாதவர்கள் மற்றும் வேலையில் இருப்பவர்கள் அவர்களின் அடிப்படை உரிமைகள் அவர்களிடமிருந்து பறிக்கப்படாமல் இருக்க எப்படி அவர்களைப் பாதுகாக்க வேண்டும்? ஜனநாயக நாடுகளில், இந்தப் பிரச்சனைக்கான தீர்வாக, அரசாங்கத்தின் அதிகாரங்கள் எதேச்சதிகாரமாக மாறாதவாறு வரம்புக்குள் வைத்திருப்பதும், மறுபுறம், ஏழை மக்களைப் பொருளாதார ரீதியாகச் சுரண்ட வேண்டாம் என்று சக்திவாய்ந்த மற்றும் பணக்காரர்களிடம் முறையிடுவதும் ஆகும். தேவைப்பட்டால், பணக்காரர்களும் எதேச்சதிகாரமாக மாறாத வகையில் சாதாரண சட்டங்களை உருவாக்க வேண்டும். இந்த தீர்வு போதுமானதாக இல்லை மற்றும் பயனற்றது என்று நிரூபிக்கப்பட்டுள்ளது. சக்தி வாய்ந்தவர்கள் குடிமக்களின் சுதந்திரத்தைப் பாதுகாக்க முடியும் என்பது சந்தேகத்திற்குரிய கருத்தாகும், ஏனென்றால் ஜனநாயகத்தில் மக்கள் மட்டுமே அரசாங்கத்தை உருவாக்கி பணக்காரர்களும் வளங்களும் கொண்ட சட்டமன்றங்களை அடைவார்கள். இந்த தீர்வில், ஒரு புதிய முறை பயன்படுத்தப்பட்டுள்ளது. குடிமக்களின் சுதந்திரத்தைப் பாதுகாக்க அரசாங்கத்தின் எதேச்சதிகாரக் கொள்கைகளை மட்டுப்படுத்துவது போதாது, ஆனால் பொருளாதாரத்தின் மீது கட்டுப்பாட்டைக் கொண்ட முதலாளிகள் மற்றும் சக்திவாய்ந்த நபர்களின் எதேச்சதிகார சக்திகளையும் கட்டுப்படுத்துவது அவசியம். நாட்டின்

பொருளாதாரத்தின் மீதான அவர்களின் கட்டுப்பாடு நிறுத்தப்படும் போது மட்டுமே இது சாத்தியமாகும். நலிந்த பிரிவினர் மீதான முதலாளித்துவத் தாக்குதல்களை நிறுத்துவதற்கு இங்கு முன்வைக்கப்பட்ட இரண்டு திட்டங்களில், இங்கு முன்வைக்கப்பட்டுள்ள ஆலோசனை சிறந்தது என்பதில் சந்தேகமில்லை. இந்த உண்மைகளை மனதில் வைத்து, ஒரு தனிநபரின் சுதந்திரத்தைப் பாதுகாப்பதை உறுதிசெய்ய இந்தப் பரிந்துரை சரியானது. எனவே, எந்த அரசியலமைப்பும், சட்டமியற்றுபவர்களும் சாதாரண மக்கள் சட்டத்தின் இயல்பான செல்வாக்கிற்கு அப்பாற்பட்டவர்கள் என்று கூறி அதை எதிர்க்க முடியாது.

ஒரு தனிமனிதனின் சுதந்திரத்தைப் பாதுகாப்பதற்காக இந்தத் திட்டத்தைப் பற்றி இதுவரை நாங்கள் யோசித்து வருகிறோம். இந்த திட்டத்தில் மற்றொரு அம்சம் உள்ளது, அதில் கவனம் செலுத்த வேண்டியது அவசியம். அதாவது, இத்திட்டத்தில் உள்ளடங்கிய நாடாளுமன்ற ஜனநாயகத்தை முடிவுக்குக் கொண்டு வராமல், அரச சோசலிசத்தை நிறுவுவதற்கான முன்மொழிவு முன்வைக்கப்பட்டுள்ளது. இதில், மாநில சோசலிசத்தை நிறுவுவதும், நாடாளுமன்ற ஜனநாயகத்தின் விருப்பத்திற்கு விடப்படவில்லை. அரச சோசலிசத்தை விமர்சிப்பவர்களும், அதன் நலன் விரும்புபவர்களும் கூட, இதை தேசத்தின் அரசியலமைப்புச் சட்டத்தின் ஒரு அங்கமாக்க வேண்டிய அவசியம் என்ன என்று கேட்பார்கள்? இந்த வேலையை ஏன் விட்டுவிட முடியாது என்றும் கேட்பார்கள்.

ஒரு சாதாரண சட்டத்தை இயற்றுவதன் மூலம் மாநில சோசலிசத்தை நிறுவ சட்டமன்றமானது திட்டமிடப்பட்ட பொருளாதாரத்திற்கான ஒரு முககியமான முன்நிபந்தனை வைக்கிறது. அவை என்னவென்றால், அதை இடைநிறுத்தவோ அல்லது நிராகரிக்கவோ செய்ய முடியாது. அது நிரந்தரமாக இருக்க வேண்டியது அவசியம். அதை எப்படி நிரந்தரமாக்க வேண்டும்? பாராளுமன்ற ஜனநாயக அரசாங்கத்தால் இதைச் செய்ய முடியாது என்பது தெளிவாகிறது. பாராளுமன்ற ஜனநாயகத்தில், சட்டமன்றம் மற்றும் அரசாங்கத்தின் கொள்கைகள் பெரும்பான்மையான மக்களால் ஏற்றுக்கொள்ளக்கூடியவை. பாராளுமன்ற ஜனநாயகத்தில், ஒரு தேர்தலில், பெரும்பான்மையான மக்கள் தொழில் மற்றும் விவசாயத்தில் சோசலிசத்திற்காக இருக்க முடியும். அடுத்த தேர்தலில் பெரும்பான்மையான மக்கள் சோசலிசத்திற்கு எதிராக இருக்க முடியும். ஸ்டேட் சோசலிசத்திற்கு எதிரான பெரும்பான்மையான மக்கள் தங்கள் அதிகாரத்தைப் பயன்படுத்தி, மாநில சோசலிசத்திற்கு ஆதரவாக பெரும்பான்மையான மக்கள் செய்த வேலையைச் செய்வதற்கு சட்டங்களை இயற்றுவார்கள். அதேபோல், அரச சோசலிசத்தின் ஆதரவாளர்கள் அதன் எதிரிகளுக்கு எதிராக சட்டங்களை உருவாக்கும் அதிகாரத்தைப் பயன்படுத்துவார்கள். அரச சோசலிசத்தில் நம்பிக்கை கொண்ட மக்கள்,

இத்தகைய அடிப்படைப் பணியின் வெற்றி வெறும் சட்டத்தால் சாத்தியமில்லை என்பதை அறிந்து கொள்ள வேண்டும். ஜனநாயக பெரும்பான்மை மாறக்கூடியது. அதன் எதிர்காலத்திற்கு எந்த உத்தரவாதமும் இல்லை, அது எப்போது வேண்டுமானாலும் மாறலாம். அக்கட்சியின் பொருளாதாரக் கொள்கைகளைப் புறக்கணித்து, ஒரு குறிப்பிட்ட கட்சிக்கு எதிராக மக்கள் தங்கள் எதிர்ப்பை வெளிப்படுத்துவதற்காக வாக்களிக்கும் பல தேர்தல்கள் உள்ளன. எனவே, மாநில சோசலிசத்தை நிறுவுவதற்கு பாராளுமன்ற ஜனநாயகம் பொருத்தமானது அல்ல. பிறகு, மாற்று வழி என்ன? மாற்று சர்வாதிகாரம். ஜனநாயகத்திற்குப் பதிலாக, சர்வாதிகாரம்தான் பொருளாதாரத் திட்டங்களுக்கு நிரந்தரத் தன்மையைக் கொடுக்கக்கூடிய ஒரே ஏற்பாடு என்பதில் சந்தேகமில்லை. ஆனால், இந்த பரிந்துரை மிகவும் சர்ச்சைக்குரியது, ஏனெனில் தனிப்பட்ட சுதந்திரத்தில் நம்பிக்கை கொண்டவர்கள் இந்த விருப்பத்தை ஏற்க தயாராக இல்லை. அதன் விளைவு அரசு சோசலிசத்தை ஸ்தாபிப்பதாக இருந்தாலும் அவர்கள் ஒருபோதும் சர்வாதிகாரத்தை விரும்ப மாட்டார்கள். தனிமனித சுதந்திரம் என்பது ஜனநாயகத்தில் மட்டுமே சாத்தியம், சர்வாதிகாரத்தில் அல்ல. மக்கள் ஜனநாயகத்தில் மட்டுமே அரசு சோசலிசத்தை விரும்புவார்கள், சர்வாதிகாரத்தில் அல்ல. எனவே, சர்வாதிகாரம் இல்லாமல் பாராளுமன்ற ஜனநாயகத்தின் மூலம் மாநில சோசலிசத்தை எவ்வாறு நிறுவுவது என்பது அடிப்படை கேள்வி. பாராளுமன்ற ஜனநாயகம் மற்றும் மாநில சோசலிசம் ஆகிய இரண்டும் அரசியலமைப்பின் சட்டங்களின் மூலம் கொண்டு வரப்பட்டால் மட்டுமே பிரச்சினைக்கு தீர்வு காண முடியும், இதனால் பாராளுமன்றம் பெரும்பான்மையாக அதை மாற்ற முடியாது மற்றும் அதை முடிவுக்கும் கொண்டுவர முடியாது. இதைச் செய்வதன் மூலம் மட்டுமே, சோசலிசத்தை நிறுவுதல், பாராளுமன்ற ஜனநாயகத்தின் பாதுகாப்பு மற்றும் சர்வாதிகாரத்தை அகற்றுதல் ஆகிய அனைத்து நோக்கங்களையும் நாம் நிறைவேற்ற முடியும்.

பாபா சாஹேப் அம்பேத்கர் விரும்பிய ஸ்டேட் சோசலிசம் இந்தியாவின் நிலைமையை மனதில் வைத்து நாட்டிலிருந்து வறுமையை அகற்றும் முயற்சியில் முக்கிய பங்களிக்கிறது..

நாட்டுக்கான சேவைகள் (3)

வளர்ச்சித் திட்டங்கள்: வளர்ச்சி என்பது பாபா சாஹேப்பின் விருப்பமான தலைப்பு. வைஸ்ராய் ஹிந்தின் தொழிலாளர் அமைச்சராக, பாபா சாஹேப் சில துறைகளுக்குப் பொறுப்பேற்றார், அவை:

(1) C.P.W.D., நிலக்கரி மற்றும் சுரங்கங்கள்,

(2) பிரிண்டிங் பிரஸ் & ஸ்டேஷனரி,

(3) ராயல் இந்தியா நேவி பயிற்சி பள்ளி,

(4)) சிவில் முன்னோடிப் படை,

(5) சுதேச மாநிலங்களுக்கு அருகாமையில் அல்லது மாநிலங்களில் அமைந்துள்ள பயிற்சி மையங்களில் பொதுமக்கள் மற்றும் ராணுவ வீரர்களுக்கு தொழில்நுட்பப் பயிற்சி,

(6) விளம்பரம் & ஆட்சேர்ப்பு முதலிய துறைகள் இன்று அமைச்சகங்களாக மாறியுள்ளன.

முதலாவதாக, உபரி நீர் பற்றிய சிந்தனை செயல்முறைகளை மாற்றுவதில் அவர் தனது கவனத்தைத் திருப்பினார். இது தொடர்பாக அவர் தனது உணர்வுகளை வெளிப்படுத்தியதாவது: வெள்ளக் கமிட்டியில் உள்ளவர்கள், முறையாக மேலாண்மை செய்யாவிட்டால், உபரி நீர் வெளியேறுவது தவறு என கூறுகின்றனர். தண்ணீர் அதிகமாக இருக்கும்போது அதை முறையாக கடலில் வீச வேண்டும் என்ற எண்ணம் கமிட்டியின் உறுப்பினர்களுக்கு ஏற்பட்டுள்ளதாக தெரிகிறது. இந்தக் கருத்து குடிமக்களின் பார்வையில் தவறானது மற்றும் ஆபத்தானது. அதிகப்படியான தண்ணீர் பிரச்சனை என்பது தவறான எண்ணம். மனிதர்கள் பாதிக்கப்படுவது தண்ணீர் பற்றாக்குறையால் தான். பிரச்சனை என்னவென்றால், இயற்கையானது தண்ணீரை வழங்குவதில் கஞ்சத்தனமாக இருப்பது மட்டுமல்லாமல், அதன் விநியோகத்திலும் அது நிலையற்றது, மேலும் அது வறட்சி மற்றும் வெள்ளம் என்று மாறி மாறி வருகிறது. ஆனால், இதன் காரணமாக, நீர் ஒரு இயற்கை வளம், அது மக்களின் சொத்து என்பதை இந்த உண்மை மாற்றவில்லை. அதன் விநியோகம் சீரற்றதாக இருப்பதால், இயற்கையைப் பற்றி குறை கூறுவதை விட, தண்ணீரை பாதுகாப்பாக சேமித்து, ஆறுகளில் தடுப்பணைகள் கட்டி, தண்ணீரிலிருந்து மின்சாரம் தயாரித்து, பாய்மரக் கப்பல்களுக்கு தண்ணீரைப் பயன்படுத்துவது நல்லது. பின்னர், அவர் திட்டத்தை மேலும் விரிவாக பின்வருமாறு விளக்கினார்:

(1) அணை கட்டப்பட வேண்டிய இடம் தேர்வு செய்யப்பட வேண்டும்;

(2) அணை கட்டுவதற்கான இடத்தைத் தேர்ந்தெடுத்த பிறகு, அந்த இடத்தைப் பற்றிய விரிவான ஆய்வு மேற்கொள்ளப்பட வேண்டும்;

(3) இந்தத் தேர்வுக்காக ஒரு நிறுவனம் நியமிக்கப்பட வேண்டும்;

(4) அணையின் வடிவமைப்பு மற்றும் கட்டுமானத்திற்காக ஒரு நிறுவனம் நியமிக்கப்பட வேண்டும்;

(5) ஒரு தொழில்நுட்ப மற்றும் நிர்வாகத் துறை அணை கட்டுவது தொடர்பான பணிகளுக்கு நிறுவ வேண்டும்;

(6) இந்தப் பகுதிகளில் தண்ணீர் மற்றும் மின்சாரத்தை சிறப்பாகப் பயன்படுத்த, வளர்ச்சியடைந்த பகுதிகளில் தொடர் ஆய்வுகள் நடத்தப்பட வேண்டும்.

மாநில அரசுகள் மற்றும் சமஸ்தானங்களின் மன்னர்களுக்கு ஒரு ஆலோசனையை அளித்து, அவர் கூறினார்:

" ஒரிசா மற்றும் வங்காள அரசுகளின் அதிகாரம் மற்றும் சமஸ்தான அரசுகளின் அதிகாரத்துடன் ஒப்பிடும்போது மக்கள் நலன்தான் முக்கியம் என்று நான் சொல்ல வேண்டிய அவசியமில்லை. சமஸ்தானங்களின் அதிகாரம் மக்களின் நலனுக்காகப் பயன்படுத்தப்பட வேண்டுமே தவிர அவர்களின் நலனில் தடைகளை ஏற்படுத்தக் கூடாது என்று இறுதியில், அவர் கூறினார்:

இறுதி நோக்கம்: " மத்திய அரசு மாநில அரசுகளிடம் ஒரே ஒரு எதிர்பார்ப்பு, அணைகளின் பயன் சாமானிய குடிமக்களையும் சென்றடைய வேண்டும், அணைகளைச் சுற்றியுள்ள மக்களும் அடையும் மகிழ்ச்சியில் பங்கு பெற வேண்டும். இந்த அணைகள். என் பார்வையில், மிக இன்றியமையாதது. எனவே, இந்த கடைசி நோக்கத்தை நிறைவேற்ற ஒரு நிறுவனம் நிறுவப்பட வேண்டும் என கூறினார்.

மேலும் அவர் அவரது வழக்கம் போல் எந்த வேலையை கையில் எடுத்தாலும் அதை முழுமையாக முடிப்பார். தாமோதர் ஆற்றில் அணை கட்ட வேண்டும் என்று அவர் உறுதியான முடிவை எடுத்திருந்தார், ஆனால் அதற்கான முழு அறிவும் இந்தியாவிடம் இல்லை. அமெரிக்காவில், டென்னசி பள்ளத்தாக்கு என்ற பெயரில் ஒரு அணை கட்டப்பட்டது. பாபா சாஹப் டென்னசி பள்ளத்தாக்கு அணை மற்றும் அதன் அனைத்து நிர்வாக அம்சங்களையும் ஆய்வு செய்தார். முதலில், தாமோதர் அணை கட்டும் பணியை ஒப்படைக்கக் கூடிய ஒரு குழுவை உருவாக்கினார். பாபா சாஹாப்பின் முயற்சியால், மத்திய மின்சார வாரியம், மத்திய நீர்வழிகள், நீர்ப்பாசனம் மற்றும் கப்பல் போக்குவரத்துக் குழுக்களும் அமைக்கப்பட்டன. பிரச்னை குறித்து விசாரணை நடத்த குழு அமைக்கப்பட்டது. இந்த கடின உழைப்பின் விளைவாக, தாமோதர் நதியுடன் இணைக்கப்பட்டதால், தாமோதர் பள்ளத்தாக்கு திட்டம் என்று அழைக்கப்பட்டது.

பிரிட்டிஷ் அரசாங்கம் தாமோதர் பள்ளத்தாக்கு திட்டத்தின் தலைவராக ஒரு வெளிநாட்டு பொறியாளரை உருவாக்க விரும்பியது, ஆனால் பாபா சாஹாப் அம்பேத்கர் இந்த திட்டத்தில் பிரிட்டிஷ்

அரசாங்கத்தை எதிர்த்தார் மற்றும் ஸ்ரீ ஏ.என். கோஸ்லாவை தலைமைப் பொறியாளராக நியமித்தார் ஜஸ்ரீ கோஸ்லா ஒரு திறமையான, நிபுணர் (பஞ்சாபி) பொறியாளர் ஆவார். சுதந்திரத்திற்குப் பிறகும், இதுபோன்ற அணைகள் பல கட்டப்படலாம் என்றார்.

இதன் மூலம் தாமோதர் ஆற்றில் அணை கட்டப்பட்டது, இது வெள்ளத்தால் ஏற்பட்ட பேரழிவைத் தடுக்க நிரந்தர தீர்வாக நிரூபிக்கப்பட்டது, ஆனால் இதன் காரணமாக பஞ்சம் மற்றும் பசி என்ற இரண்டு பெரிய பிரச்சனைகளும் துடைக்கப்பட்டது. 1946 வரை, தாமோதர் பள்ளத்தாக்கு திட்டத்தின் பொறுப்பு பாபா சாஹேப்பின் கீழ் இருந்தது, பின்னர் அணைக்கான முழுப் பணியும் தாமோதர் மேம்பாட்டுக் கழகத்திடம் ஒப்படைக்கப்பட்டது. தாமோதர் அணை அமைதி, பொருளாதார முன்னேற்றம் மற்றும் லட்சக்கணக்கான மக்களுக்கு ஒளிமயமான எதிர்காலத்திற்கான ஆதாரமாக விளங்கியது, இன்றும் அப்படியே உள்ளது.

பாபா சாஹேபின் தாமோதர் பள்ளத்தாக்கு திட்டத்தை ஸ்ரீ ஹரி பின்வரும் வார்த்தைகளில் பாராட்டியுள்ளார்: " மூன்று மாதங்களாக, தாமோதர் அணை கட்டுவதற்கான திட்டம் அரசியல்வாதிகளின் பரிசீலனையில் இருந்தது. தாமோதர் ஆற்றில் அணை கட்ட முடிவு செய்தவர் வைஸ்ராய் ஹிந்தின் பணிக்குழுவின் தொழிலாளர் அமைச்சர் டாக்டர் அம்பேத்கர் ஆவார். மேலும்.

பாபா சாஹேப் அம்பேத்கர் நாட்டின் வளர்ச்சியிலும், முன்னேற்றத்திலும் விலைமதிப்பற்ற பங்களிப்பைச் செய்தார்.

பாபா சாஹேப் தண்ணீரின் முக்கியத்துவத்தை முழுமையாக அறிந்திருந்தார். அதனாலேயே அவருக்கு தண்ணீர் தொடர்பான பிரச்சனைகள் பற்றிய அறிவும் இருந்தது. அதனால்தான் அவர் தண்ணீர் தொடர்பான சர்ச்சைகளைத் தீர்ப்பதற்கு அரசியலமைப்பில் ஒரு ஏற்பாடு செய்தார், அது பின்வருமாறு:

பிரிவு 262(1): இடையிலுள்ள நீர் தொடர்பான சர்ச்சைகளை தீர்ப்பது

மாநில ஆறுகள் அல்லது நதி பள்ளத்தாக்குகள்:

1. மாநிலங்களுக்கிடையேயான நதி அல்லது நதி பள்ளத்தாக்கின் மீதுள்ள அதன் நீரின் பயன்பாடு, விநியோகம் அல்லது கட்டுப்பாடு தொடர்பான எந்தவொரு சர்ச்சை அல்லது புகாரையும் தீர்ப்பதற்கு பாராளுமன்றம் சட்டத்தின் மூலம் வழங்கலாம்.
2. இந்த அரசியலமைப்பில் எது இருந்தபோதிலும், ஷரத்து (1) இல் குறிப்பிடப்பட்டுள்ள எந்தவொரு சர்ச்சை அல்லது புகார் தொடர்பாக உச்ச நீதிமன்றமோ அல்லது வேறு எந்த நீதிமன்றமோ அதிகார

வரம்பைப் பயன்படுத்தக் கூடாது என்று சட்டப்படி பாராளுமன்றம் வழங்கலாம்.

இதன்மூலம், பாபா சாஹப் வளர்ச்சிப் பணிகளுக்குப் பங்களித்தது மட்டுமின்றி, யாரும் தடைகளை ஏற்படுத்தாத வகையில் ஏற்பாடுகளையும் செய்தார்.

- தேசத்தின் வளர்ச்சி.
- கிராமப்புறங்களின் வளர்ச்சி

பாபா சாஹாப் இந்திய அரசியலமைப்பின் அடிப்படையாக கிராமத்தை அல்ல, தனி நபரை உருவாக்கியுள்ளார். அவரது கிராமப்புற கொள்கை விமர்சிக்கப்பட்டதும், பாபா சாஹாப் தனது பதிலில் கூறினார்: " கிராம பஞ்சாயத்துகளுக்கு அதிக மதிப்பு உள்ளவர்கள், இந்த கிராம பஞ்சாயத்துகளின் முன்னேற்றம் மற்றும் வளர்ச்சியில் எவ்வளவு குறைவான பங்களிப்பைச் செய்திருக்கிறார்கள் என்பதை அவர்கள் சிந்திப்பதோடு நிற்கவில்லை. நாடு. மெட்கால்∴ப் கிராம பஞ்சாயத்துகளையும் பின்வருமாறு விவரித்துள்ளார்:

"ஒரு வம்சத்தின் வீழ்ச்சிக்குப் பிறகு, மற்றொரு வம்சத்தின் வீழ்ச்சி உள்ளது. ஒரு புரட்சிக்குப் பிறகு இன்னொரு புரட்சி. இந்துக்கள், பதான்கள், முகலாயர்கள், மராட்டியர்கள், சீக்கியர்கள், ஆங்கிலேயர்கள் என அனைவரும் ஒவ்வொருவராக நாட்டை ஆள்கின்றனர். ஆனால், கிராம ஊராட்சிகள் அப்படியே உள்ளன. கடினமான நேரத்தில், அவை சுறுசுறுப்பாக இருக்கும். எதிரி இராணுவம் கிராமத்தை கடந்து செல்கிறது. கிராம பஞ்சாயத்து தனது விலங்குகளை கிராமத்தின் எல்லைக்குள் கூட்டி, எதிரி ராணுவத்தை எந்த விதத்திலும் தாக்காமல், தூண்டாமல் கடந்து செல்கிறது.'

" நாட்டின் வரலாற்றில் கிராம பஞ்சாயத்துகள் இந்த அளவுக்கு மட்டுமே பங்களித்துள்ளன. இந்த உண்மை தெரியவரும்போது, கிராம பஞ்சாயத்துகள் மீது நமக்கு எவ்வளவு மரியாதை இருக்க முடியும்? எல்லா ஏற்றங்களிலும் சரிவுகளிலும் அவை நிலையாக இருந்து வந்தன. இது தான் உண்மை. ஆனால் வெறுமனே இருப்பதில் மதிப்பு இல்லை. அவை எந்த மட்டத்தில் இருந்தன என்ற கேள்வி எழுகிறது. அது மிகவும் தாழ்வான மற்றும் சுயநல மட்டத்தில் இருந்தது என்பதில் சந்தேகமில்லை. இந்தியாவின் அழிவுக்கு இந்த கிராம பஞ்சாயத்துகளே காரணம் என்பது என் கருத்து. எனவே, பிரதேசவாதத்தையும், வகுப்புவாதத்தையும் விமர்சிப்பதில் முன்னணியில் இருப்பவர்கள், கிராமங்களை ஆதரிக்க முன்வருவதைக் கண்டு வியப்படைகிறேன்! இன்றைய கிராமம் என்பது சுயநலம், அறியாமை, குறுகிய மனப்பான்மை மற்றும் வகுப்புவாதத்தின்

சின்னமேயன்றி வேறில்லை. இந்த அரசமைப்புச் சட்டத்தில் கிராமத்திற்குப் பதிலாக, ஒரு நபரை ஒரு அமைப்பாகக் கொண்டதில் நான் மகிழ்ச்சியடைகிறேன்.

பாபா சாஹாப் அம்பேத்கர் கிராமங்களை விமர்சிப்பது மட்டுமல்லாமல், கிராமங்களின் வளர்ச்சி, முன்னேற்றம் மற்றும் புனரமைப்புக்கான ஒரு திட்டத்தையும் முன்வைத்தார், அது பின்வருமாறு:

1. கிராமங்களில் வாழ்க்கை மகிழ்ச்சியாக இருக்க தேவையான அனைத்து வசதிகளையும் வழங்குதல்.
2. நகரங்களில் நடைபெறும் வளர்ச்சிப் பணிகளைப் போலவே, கிராமங்களிலும் தங்குமிடம், தூய்மை போன்ற திட்டங்களைச் செயல்படுத்தி, கிராமங்களின் வாழ்க்கையை சிறப்பாகச் செய்ய வேண்டும்.
3. கிராமங்களில் வானொலிகள், அசையும் திரையரங்குகள் கொண்டு வரப்பட்டு, கிராம மக்களின் சிந்தனையை சமகால சிந்தனைக்கு சமமாக மாற்றும் வகையில், அங்கு சமுதாயக் கூடங்கள் கட்டி, கிராமப்புற மக்களும் தங்கள் வாழ்க்கையை முன்னேற்ற வழிவகை செய்ய முடியும்.

சட்டப்பிரிவு 48 மூலம், பாபா சாஹாப் அம்பேத்கர் புதிய அறிவியல் முறைகள் மூலம் விவசாயம் மற்றும் கால்நடை வளர்ப்பு மற்றும் சுற்றுச்சூழலை மாசுபடாமல் பாதுகாப்பதற்கான ஏற்பாடுகளை செய்து, இந்த பணிகளை மேற்கொள்ளுமாறு அரசுக்கு அறிவுறுத்தியுள்ளார். பின்னர் பாபா சாஹாப் அம்பேத்கர் நகரங்களில் வாழும் மக்களுக்கு வழங்கப்பட்ட உரிமைகளை கிராம மக்களுக்கும் வழங்கினார், எடுத்துக்காட்டாக, அனைத்து கிராமப்புற மக்களுக்கும் வாக்குரிமை, சமூக சமத்துவம், குறைந்தபட்ச கல்வி, சம வாய்ப்புகள், வசதிகள் மற்றும் முற்றுப்புள்ளி வைத்தார். பல நூற்றாண்டுகளாக அவர்களுக்கு இழைக்கப்பட்ட அநீதி மற்றும் பாகுபாடுகளுக்கான தீர்வு காணச் செய்தார்.

பாபா சாஹாப் அம்பேத்கரின் அயராத முயற்சிகள் இருந்தபோதிலும், கிராமங்களின் முன்னேற்றம் இருந்திருக்க வேண்டிய அளவுக்கு இல்லை. ஆனால், பாபா சாஹாப் அம்பேத்கரின் விமர்சன (பிற்போக்கு) சிந்தனை இன்னும் அதன் பிடியில் இருந்தது. ஆனால், ஆளும் அரசியல் கட்சியின் பலன், கிராம மக்களைப் படிக்காதவர்களாக, வேலையில்லாதவர்களாக, குறுகிய மனப்பான்மையுடன் இருக்கச் செய்வதால், அவர்களை எப்படி வேண்டுமானாலும் சுரண்டலாம்.

நாட்டுக்கான சேவைகள் (4)

பிரச்சனைகளைத் தீர்ப்பதில் பங்களிப்பு: நாட்டில் நிறைய பிரச்சனைகள் உள்ளன, அதற்கு பாபா சாஹேப் சில ஆலோசனைகளை வழங்கியுள்ளார். இப்போதும் இந்த ஆலோசனைகளை சிந்தித்தால் நாடு எதிர்நோக்கும் நிறைய பிரச்சனைகளுக்கு தீர்வு காண முடியும். சில சிக்கல்கள் பின்வருமாறு:

(1) பெருகி வரும் மக்கள் தொகையை நிறுத்துதல்,

(2) மொழி வேறுபாடு,

(3) தேர்தல் முறைகளை மேம்படுத்துதல்,

(4) சிறுபான்மையினரின் பிரச்சனை.

பெருகி வரும் மக்கள் தொகையை தடுக்க வேண்டும்

இந்தியா போன்ற வளரும் நாட்டில் பெருகிவரும் மக்கள்தொகைப் பிரச்சனையை பல ஆண்டுகளுக்கு முன்பே உணர்ந்துகொண்ட பாபா சாஹேப், இந்தப் பிரச்சனையைப் பற்றிய விழிப்புணர்வை நாடு முழுவதும் பரப்ப முயன்றார்.

பாபா சாஹேப் அம்பேத்கர் இந்த பிரச்சனைகளை பம்பாய் சட்ட சபையில் ஆற்றிய உரையில் முன்வைத்தார், இது ஸ்ரீ பி.ஜி. ரோஹன் நவம்பர் 10 அன்று வாசித்தார்

1938 ஆம் ஆண்டு இதனுடன் ஒரு முன்மொழிவும் முன்வைக்கப்பட்டது, இது பின்வருமாறு: ”பெருகிவரும் மக்கள்தொகையைக் கட்டுப்படுத்தவும், குடிமக்களுக்கு குடும்பக் கட்டுப்பாடு வசதிகளை வழங்கவும், குடிமக்கள் மத்தியில் அரசாங்கம் தீவிர விளம்பரத்தை மேற்கொள்ள வேண்டும் என்று இந்தச் சபை அரசாங்கத்திற்கு பரிந்துரைக்கிறது.”

அவர் தனது உரையை பின்வரும் வார்த்தைகளுடன் முடித்தார்: “ சிலருக்கு மட்டுமே அத்தகைய வாய்ப்புகள் கிடைக்கும், அது அவர்களை விட்டு அழியாது. குடும்பக் கட்டுப்பாடு பிரச்சாரமும் அத்தகைய ஒரு வாய்ப்பாகும், இது நமது பிராந்திய அரசாங்கத்திற்கு கிடைத்துள்ளது. அவர்கள் இந்த வாய்ப்பை வீணடிக்க மாட்டார்கள் என்று நம்புகிறோம், ஆனால் இந்த வாய்ப்பை அதன் சொந்த நலனுக்காகவும் குடிமக்களின் நலனுக்காகவும் முழுமையாகப் பயன்படுத்திக் கொள்கிறோம்.

பாபா சாஹேப் அம்பேத்கர் இந்த பிரச்சனையை பலமுறை மக்களின் கவனத்திற்கு கொண்டு செல்ல முயன்றார். 1952 ஆம் ஆண்டு நடைபெற்ற பட்டியலிடப்பட்ட சாதிகள் கூட்டமைப்பு தேர்தல்களில் அவர் மேற்கொண்ட ஒரு முயற்சியாகும். அவர் தனது தேர்தல் அறிக்கையில்

இந்தப் பிரச்சனையை கவனத்தில் கொண்டு, இந்தப் பிரச்சனையைத் தீர்க்க முக்கியமான நடவடிக்கைகளை எடுப்பதாக உறுதியளித்தார்.

இந்த பெருகிவரும் மக்கள்தொகையை நிறுத்தாவிட்டால், அது நாட்டின் அனைத்து முன்னேற்றங்களையும் சாதனைகளையும் விழுங்கிவிட்டு, மக்களின் முன்னேற்றத்திற்காக எடுக்கப்பட்ட அனைத்து நடவடிக்கைகளையும் கழுவிவிடும் என்று நிபுணர்கள் மற்றும் பிற மக்கள் நம்புகிறார்கள். பாபா சாஹூப் பீமாராவ் பல ஆண்டுகளுக்கு முன் கூறிய ஆலோசனையை பின்பற்றியிருந்தால், இன்று நாடு இந்த நிலையில் இருந்திருக்காது.

மொழியின் அடிப்படையில் வேறுபாடு

மொழியின் அடிப்படையில் நாடு முழுவதையும் மாநிலங்களாகப் பிரிக்க மாநில மறுசீரமைப்புக் குழு உருவாக்கப்பட்டது. இந்தக் குழுவின் பரிந்துரைகளுக்குப் பிறகு, நாட்டில் மொழி வேறுபாட்டின் பிடி மிகவும் வலுவாகி, நாடு முழுவதும் அமைதியின்மை பரவியது, அதன் காரணமாக பல புதிய மாநிலங்களும் அமைக்கப்பட வேண்டியிருந்தது. பாபா சாஹூப் அம்பேத்கர் இந்த அனைத்து பிரச்சனைகளுக்கும் ஒரு தீர்வை பரிந்துரைத்தார்.

கொள்கைகள்: மொழிகளின் அடிப்படையிலும் மாநிலங்களை மறுசீரமைக்க சில கொள்கைகளை அவர் பரிந்துரைத்தார்:

1. கலப்பு (ஒன்றுக்கு மேற்பட்ட) மொழிகள் கொண்ட மாநிலங்களை அமைக்கும் எண்ணத்தை முற்றிலுமாக கைவிட வேண்டும்.
2. ஒவ்வொரு மாநிலத்திற்கும் ஒரு மொழி இருக்க வேண்டும்: ஒரு மாநிலம், ஒரு மொழி.
3. 'ஒரே மாநிலம், ஒரே மொழி' என்ற கொள்கையை 'ஒரே மொழி, ஒரே மாநிலம்' என்ற கொள்கையால் சிதைக்கக் கூடாது.
4. 'ஒரு மொழி, ஒரே மாநிலம்' என்பதே என்பதன் பொருள், மக்கள்தொகை வேறுபாடு மற்றும் மக்களின் பிற நிலைமைகளைப் பொருட்படுத்தாமல், ஒரே மாதிரியான மொழியைப் பேசும் மாநிலங்களை ஒரே அரசாங்கத்தின் கீழ் வைத்திருக்க வேண்டும். உலகின் மற்ற நாடுகளில் செய்யப்படுவது போல் ஒரே மொழி பேசும் மக்கள் பல மாநிலங்களாகப் பிரிக்கப்பட வேண்டும்.
5. ஒத்த மொழிகளைப் பேசும் மக்களை எத்தனை பகுதிகளாகப் பிரிக்க வேண்டும், இது

   (அ) நிர்வாகத்தின் திறமையால் தீர்மானிக்கப்பட வேண்டும்.

   (ஆ) வெவ்வேறு பிராந்தியங்களின் தேவைகள்,

   (இ) வெவ்வேறு பிராந்தியங்களின் உணர்வுகள்,

(ஈ) பெரும்பான்மை மற்றும் சிறுபான்மை மக்களின் விகிதம்.

6. ஒரு மாநிலத்தின் கீழ் பரப்பளவு வளரும்போது, பெரும்பான்மையினருடன் ஒப்பிடுகையில் சிறுபான்மையினரின் விகிதம் குறைந்து கொண்டே செல்கிறது. அவ்வாறான நிலையில், சிறுபான்மையினரின் நிலைமை சந்தேகத்திற்குரியதாகவும் கடினமாகவும் மாறும்; மேலும் சிறுபான்மையினர் மீது பெரும்பான்மையினரால் அட்டூழியங்கள் ஏற்படுவதற்கான வாய்ப்புகள் அதிகரித்து வருகின்றன. எனவே, மாநிலங்கள் பரப்பளவில் சிறியதாக இருக்க வேண்டும்.
7. பெரும்பான்மையினரின் அட்டூழியங்களில் இருந்து சிறுபான்மையினரைக் காப்பாற்ற அவர்களுக்குப் பாதுகாப்பு வழங்கப்பட வேண்டும். இதற்கு அரசியலமைப்புச் சட்டத்தில் திருத்தம் கொண்டு வரப்பட்டு, ஒரு தொகுதியில் இருந்து பல வேட்பாளர்களைத் தேர்ந்தெடுக்கும் நடைமுறையை மேற்கொள்ள வேண்டும், அதில் தேர்தலையும் கூட்டாக நடத்த வேண்டும்.

மொழியின் அடிப்படையில் மாநிலங்கள் மறுசீரமைக்கப்பட்டதன் காரணமாக " வட இந்தியா ஒன்றுபட்டுள்ளது, அதே சமயம் தென்னிந்தியா சிறிய பகுதிகளாகப் பிரிக்கப்பட்டுள்ளது. இதனால், இன்னொரு வகையான பிரச்னையும் உருவாகியுள்ளது. இதனால் வட இந்தியா, தென்னிந்தியா என்ற பிரச்சனை உருவாகியுள்ளது. எனவே, முதலில் மாநிலங்களின் பிரச்சனை இருந்தது, இப்போது பிராந்திய பிரச்சனை உருவாகியுள்ளது. இந்தப் பிரச்சனையை பாபா சாஹாப் அம்பேத்கர் பின்வரும் வார்த்தைகளில் குறிப்பிட்டுள்ளார்.

ஒரே மொழியைக் கொண்ட மாநிலங்கள்: " ஒரு மொழியுடன் ஒரே பிராந்தியம், இதுவே அனைத்து மாநிலங்களுக்கும் பின்னால் உள்ள கொள்கை ஆகும். ஜெர்மனி, பிரான்ஸ், இத்தாலி, இங்கிலாந்து, அமெரிக்கா என அனைத்து நாடுகளிலும் இந்தக் கொள்கை கடைப்பிடிக்கப்பட்டுள்ளது.

" ஒரு மொழி மக்களைப் பிணைக்க முடியும். இரண்டு மொழிகள் நிச்சயமாக மக்களைப் பிரிக்கும், இது ஒரு மனிதாபிமானமற்ற மற்றும் கொடூரமான சட்டம் ஆகும். மொழிகள் கலாச்சாரத்தை பாதுகாக்கின்றன. ஏனென்றால், இந்திய மக்கள் ஒன்றாக இருக்க விரும்புகிறார்கள் மற்றும் ஒரு பொதுவான கலாச்சாரத்தை உருவாக்க விரும்புகிறார்கள், எனவே அவர்கள் இந்தியை தங்கள் மொழியாக ஏற்றுக்கொள்வது ஒவ்வொரு இந்தியரின் கடமையாகும்.

" மொழிகளின் அடிப்படையில் மாநிலங்கள் அமைக்கப்பட வேண்டும் என்று வாதிடும் மக்கள், தங்கள் பிராந்திய மொழியை தேசிய மொழியாக்க வேண்டும் என்ற எண்ணம் இதற்குப் பின்னால் உள்ளது.

இத்தகைய சிந்தனை ஒன்றுபட்ட இந்தியாவிற்கு ஆபத்தானது. ஒரு பிராந்திய மொழியை தேசிய மொழியாக்குவதன் மூலம், இந்தியாவை ஒன்றுபட்ட நாடாக மாற்ற வேண்டும், இந்தியர்களை முதன்மையான இந்தியர்களாக மாற்ற வேண்டும் என்ற கனவு முடிவுக்கு வரும்.

" கனடா, சுவிட்சர்லாந்து மற்றும் தென்னாப்பிரிக்கா போன்ற நாடுகளை உதாரணங்களாக கூறலாம். சிலர் இரு மொழி நாடுகள் என்றும் கூறுவர். ஆனால், இந்த நாடுகளிலிருந்து இந்தியாவின் நிலைமை வேறுபட்டது என்பதை நாம் மறந்துவிடக் கூடாது. இந்தியர்களின் இயல்பு உடைந்து பிரிந்து செல்வது, அதேசமயம் சுவிட்சர்லாந்து, தென்னாப்பிரிக்கா, கனடா ஆகிய நாடுகளின் இயல்பு ஒன்றுபடுவதும் பிணைப்பதும்தான்.

(1) " மொழிகளை அடிப்படையாகக் கொண்ட அத்தகைய மாநிலங்கள், எந்த பிராந்திய மொழி தேசிய மொழியாக இருக்கிறதோ, அதாவது அரசு வேலை செய்யும் மொழியை எளிதாகவும் தனி சுதந்திர தேசமாகவும் மாற்ற முடியும். சுதந்திர அரசுக்கும் சுதந்திர தேசத்துக்கும் இடையே உள்ள தூரம் மிகக் குறைவு. இது நடந்தால், இப்போது இருக்கும் நவீன இந்தியா, இடைக்கால இந்தியாவாக மாற்றப்படும். வெவ்வேறு மாநிலங்கள் ஒன்றுக்கொன்று எதிரிகளாகவும், தொடர்ந்து சண்டையிட்டுக் கொண்டும் இருக்கும் அத்தகைய இந்தியா.

(2) சிறிய மாநிலங்கள்: "உத்திரப் பிரதேசம் மூன்று மாநிலங்களாகப் பிரிக்கப்படும், மத்தியப் பிரதேசம் மற்றும் பீகார் இரண்டு மாநிலங்களாகவும், மகாராஷ்டிரா இரண்டு மாநிலங்களாகவும் பிரிக்கப்படும்."

கொள்கைகள்: மொழிகளின் அடிப்படையிலும் மாநிலங்களை மறுசீரமைக்க சில கொள்கைகளை அவர் பரிந்துரைத்தார்:

1. கலப்பு (ஒன்றுக்கு மேற்பட்ட) மொழிகள் கொண்ட மாநிலங்களை அமைக்கும் எண்ணத்தை முற்றிலுமாக கைவிட வேண்டும்.
2. ஒவ்வொரு மாநிலத்திற்கும் ஒரு மொழி இருக்க வேண்டும்: ஒரு மாநிலம், ஒரு மொழி.
3. 'ஒரே மாநிலம், ஒரே மொழி' என்ற கொள்கையை 'ஒரே மொழி, ஒரே மாநிலம்' என்ற கொள்கையால் சிதைக்கக் கூடாது.
4. 'ஒரு மொழி, ஒரே மாநிலம்' என்பதன் பொருள், மக்கள்தொகை வேறுபாடு மற்றும் மக்களின் பிற நிலைமைகளைப் பொருட்படுத்தாமல், ஒரே மாதிரியான மொழியைப் பேசும் மாநிலங்களை ஒரே அரசாங்கத்தின் கீழ் வைத்திருக்க வேண்டும். உலகின் மற்ற நாடுகளில் செய்யப்படுவது போல் ஒரே மொழி பேசும் மக்கள் பல மாநிலங்களாகப் பிரிக்கப்பட வேண்டும்.

5. ஒத்த மொழிகளைப் பேசும் மக்களை எத்தனை பகுதிகளாகப் பிரிக்க வேண்டும், இது

   (அ) நிர்வாகத்தின் திறமையால் தீர்மானிக்கப்பட வேண்டும்.

   (ஆ) வெவ்வேறு பிராந்தியங்களின் தேவைகள்,

   (இ) வெவ்வேறு பிராந்தியங்களின் உணர்வுகள்,

   (ஈ) பெரும்பான்மை மற்றும் சிறுபான்மை மக்களின் விகிதம்.

6. ஒரு மாநிலத்தின் கீழ் பரப்பளவு வளரும்போது, பெரும்பான்மையினருடன் ஒப்பிடுகையில் சிறுபான்மையினரின் விகிதம் குறைந்து கொண்டே செல்கிறது. அவ்வாறான நிலையில், சிறுபான்மையினரின் நிலைமை சந்தேகத்திற்குரியதாகவும் கடினமாகவும் மாறும்; மேலும் சிறுபான்மையினர் மீது பெரும்பான்மையினரால் அட்டூழியங்கள் ஏற்படுவதற்கான வாய்ப்புகள் அதிகரித்து வருகின்றன. எனவே, மாநிலங்கள் பரப்பளவில் சிறியதாக இருக்க வேண்டும்.
7. பெரும்பான்மையினரின் அட்டூழியங்களில் இருந்து சிறுபான்மையினரைக் காப்பாற்ற அவர்களுக்குப் பாதுகாப்பு வழங்கப்பட வேண்டும். இதற்கு அரசியலமைப்புச் சட்டத்தில் திருத்தம் கொண்டு வரப்பட்டு, ஒரு தொகுதியில் இருந்து பல வேட்பாளர்களைத் தேர்ந்தெடுக்கும் நடைமுறையை மேற்கொள்ள வேண்டும், அதில் தேர்தலையும் கூட்டாக நடத்த வேண்டும்.

மொழியின் அடிப்படையில் மாநிலங்கள் மறுசீரமைக்கப்பட்டதன் காரணமாக “ வட இந்தியா ஒன்றுபட்டுள்ளது, அதே சமயம் தென்னிந்தியா சிறிய பகுதிகளாகப் பிரிக்கப்பட்டுள்ளது. இதனால், இன்னொரு வகையான பிரச்சனையும் உருவாகியுள்ளது. இதனால் வட இந்தியா, தென்னிந்தியா என்ற பிரச்சனை உருவாகியுள்ளது. எனவே, முதலில் மாநிலங்களின் பிரச்சனை இருந்தது, இப்போது பிராந்திய பிரச்சனை உருவாகியுள்ளது. இந்தப் பிரச்சனையை பாபா சாஹாப் அம்பேத்கர் பின்வரும் வார்த்தைகளில் குறிப்பிட்டுள்ளார்.

ஒரே மொழியைக் கொண்ட மாநிலங்கள்: “ ஒரு மொழியுடன் ஒரே பிராந்தியம், இதுவே அனைத்து மாநிலங்களுக்கும் பின்னால் உள்ள கொள்கை ஆகும். அதை ஜெர்மனி, பிரான்ஸ், இத்தாலி, இங்கிலாந்து, அமெரிக்கா என அனைத்து நாடுகளிலும் கடைப்பிடிக்கின்றனர்.

“ ஒரு மொழி மக்களைப் பிணைக்க முடியும். இரண்டு மொழிகள் நிச்சயமாக மக்களைப் பிரிக்கும், இது ஒரு மனிதாபிமானமற்ற மற்றும் கொடூரமான சட்டம் ஆகும். மொழிகள் கலாச்சாரத்தை பாதுகாக்கின்றன.

ஏனென்றால், இந்திய மக்கள் ஒன்றாக இருக்க விரும்புகிறார்கள் மற்றும் ஒரு பொதுவான கலாச்சாரத்தை உருவாக்க விரும்புகிறார்கள், எனவே அவர்கள் இந்தியை தங்கள் மொழியாக ஏற்றுக்கொள்வது ஒவ்வொரு இந்தியரின் கடமையாகும்.

" மொழிகளின் அடிப்படையில் மாநிலங்கள் அமைக்கப்பட வேண்டும் என்று வாதிடும் மக்கள், தங்கள் பிராந்திய மொழியை தேசிய மொழியாக்க வேண்டும் என்ற எண்ணம் இதற்குப் பின்னால் உள்ளது. இத்தகைய சிந்தனை ஒன்றுபட்ட இந்தியாவிற்கு ஆபத்தானது. ஒரு பிராந்திய மொழியை தேசிய மொழியாக்குவதன் மூலம், இந்தியாவை ஒன்றுபட்ட நாடாக மாற்ற வேண்டும், இந்தியர்களை முதன்மையாக இந்தியர்களாக மாற்ற வேண்டும் என்ற கனவு முடிவுக்கு வரும்.

" கனடா, சுவிட்சர்லாந்து மற்றும் தென்னாப்பிரிக்கா போன்ற நாடுகளின் உதாரணங்களை சிலர் இரு மொழி நாடுகள் என்று கூறலாம். ஆனால், இந்த நாடுகளிலிருந்து இந்தியாவின் நிலைமை வேறுபட்டது என்பதை நாம் மறந்துவிடக் கூடாது. இந்தியர்களின் இயல்பு உடைந்து பிரிந்து செல்வது ஆகும், அதேசமயம் சுவிட்சர்லாந்து, தென்னாப்பிரிக்கா, கனடா ஆகிய நாடுகளின் இயல்பு ஒன்றுபடுவதும் பிணைப்பதும்தான்.

(1) " மொழிகளை அடிப்படையாகக் கொண்ட அத்தகைய மாநிலங்கள், எந்த பிராந்திய மொழி தேசிய மொழியாக இருக்கிறதோ, அப்படிப்பட்ட அரசு வேலை செய்யும் மொழியே எளிதாக தனிப்பட்ட சுதந்திர தேசமாக மாற்ற உதவும். சுதந்திர அரசுக்கும் சுதந்திர தேசத்துக்கும் இடையே உள்ள தூரம் மிகக் குறைவு. இது நடந்தால், இப்போது இருக்கும் நவீன இந்தியா, இடைக்கால இந்தியாவாக மாற்றப்படும். வெவ்வேறு மாநிலங்கள் ஒன்றுக்கொன்று எதிரிகளாகவும், தொடர்ந்து சண்டையிட்டுக் கொண்டும் தான் இருக்கும்.

(2) சிறிய மாநிலங்கள்: "உத்திரப் பிரதேசம் மூன்று மாநிலங்களாகப் பிரிக்கப்படும், மத்தியப் பிரதேசம் மற்றும் பீகார் இரண்டு மாநிலங்களாகவும், மகாராஷ்டிரா இரண்டு மாநிலங்களாகவும் பிரிக்கப்படும்."

தேர்தல் பணியில் ஏன் முன்னேற்றம் இல்லை

ஆளும் கட்சியின் யதார்த்தத்தை மக்கள் முன் வைத்து, பாபா சாஹேப் பீம்ராவ் அம்பேத்கர், பல ஆண்டுகளுக்கு முன்பே பரம்பரை ஆட்சியையும் நிரந்தர அரசாங்கங்களையும் அகற்றுவதை இலக்காகக் கொண்ட அரசியலமைப்புச் சட்டம் அதன் இலக்கை அடையவில்லை, ஏனெனில் தேர்தல் செயல்முறையே பயனுள்ளதாக இருந்தது.

பரம்பரை ஆட்சியில். லோக்சபாவில் ஏராளமான நடனக் கலைஞர்கள், நடிகர்கள்-நடிகைகள், தொழிலதிபர்கள் மற்றும் அவர்களுக்கு விசுவாசமானவர்கள் மற்றும் பல வகையான குற்றவாளிகள் மற்றும் சட்டத்தை மீறுபவர்கள் உள்ளனர், ஆனால் அறிவுஜீவிகளின் எண்ணிக்கை மிகக் குறைவு.

சிறுபான்மையினரின் பாதுகாப்பு

சிறுபான்மையினருக்கு பாதுகாப்பு அளிப்பது குறித்து, பாபா சாஹாப் அம்பேத்கர் 23 டிசம்பர் 1955 அன்று தனது கருத்தை பின்வரும் வார்த்தைகளில் வெளிப்படுத்தினார்: " தனி தேர்தல் அல்லது இட ஒதுக்கீடு என்ற கொள்கையை மீண்டும் கொண்டு வரக்கூடாது, மேலும் தேர்தல் தொகுதிகளை உருவாக்கினால் போதும் (இரண்டு அல்லது மூன்று) வேட்பாளர்கள். இதில், ஒரு உறுப்பினர் தேர்தல் தொகுதிக்கு ஏற்படுத்தப்பட்டுள்ள விதியை மீண்டும் கொண்டு வந்து, கூட்டாக தேர்தலை நடத்த வேண்டும்.

பாபா சாஹாப் அம்பேத்கர் தேர்தல் முறையை மேம்படுத்துவதற்காக வழங்கிய ஆலோசனைகள், இந்தியாவில் எதிர்காலத்தில் என்ன நடக்கும் என்பதை அவரால் படிக்க முடிந்தது என்பதை நிரூபிக்கிறது.

சட்டத்தின் மேம்பாடுகள்(1)

தொழிலாளர்களின் வழிகாட்டுதல், பாதுகாப்பு மற்றும் நலன்: பாபா சாஹாப் பீம்ராவின் கூற்றுப்படி, சமூக மாற்றத்தையும் முன்னேற்றத்தையும் கொண்டு வர ஆண்களின் பாதுகாப்பு மிகவும் முக்கியமானது. இந்த இலக்கை அடைய, அவர் சட்டத்தைப் பயன்படுத்தினார்.

முன்பு கூறியது போல், இந்தியா சுதந்திரம் அடைவதற்கு முன்பு, பாபா சாஹப் பீம்ராவ் 1942 முதல் 1946 வரை வைஸ்ராய் ஹிந்தின் பணிக்குழுவின் தொழிலாளர் அமைச்சராக இருந்தார், மேலும் அவருக்கு தொழிலாளர் துறை மற்றும் பல துறைகளும் வழங்கப்பட்டுள்ளன. இரண்டாம் உலகப் போரில் உலகமே வாழ்வுக்கும் மரணத்திற்கும் இடையில் தொங்கிக் கொண்டிருந்தது. இந்தச் சூழ்நிலையிலும், பாபா சாஹாப் பீம்ராவ் அம்பேத்கர், தொழிலாளர்களுக்குச் சரியான பாதையைக் காட்டுவதில் மும்முரமாக இருந்தார். தொழிலாளர்களின் பாதுகாப்பு மற்றும் நலனுக்கான திட்டங்களை வகுத்து அதை செயல்படுத்தியும் வந்தார். அவற்றில் சில கீழே கொடுக்கப்பட்டுள்ளன:

தொழிலாளர்களுக்கு வழிகாட்டுதல்: 1938 இல், மன்மதத்தில் ரயில்வே ஊழியர்களிடம் உரையாற்றிய பாபா சாஹாப் அம்பேத்கர்

பின்வருமாறு தனது கருத்தை வெளிப்படுத்தினார்: ”என் கருத்துப்படி, தொழிலாளர்களுக்கு இரண்டு எதிரிகள் உள்ளனர், அவர்கள் வெற்றிபெற வேண்டும். இந்த எதிரிகள் (1) பிராமணியம் (2) முதலாளித்துவம். பிராமணியம் தொழிலாளர்களின் எதிரி என்று நான் கூறும்போது தவறாகப் புரிந்து கொள்ளக் கூடாது.

பிராமணியம், பிராமணர்களுக்கு ஒரு வர்க்கமாக இருக்கும் அதிகாரம், அந்த உரிமைகள் மற்றும் சிறப்புப் பலன்கள் என்று நான் சொல்லவில்லை. இந்தச் சூழலில் நான் சொல்லைப் பயன்படுத்தவில்லை. பிராமணியம் என்றால் நான் சுதந்திரம், சமத்துவம், சகோதரத்துவம் இல்லாததைக் குறிக்கிறேன். பிராமணர்கள் இதைப் பிறப்பித்திருந்தாலும், இது அனைத்து வகுப்பு மக்களிடமும் பரவலாக உள்ளது. பிராமணியம் எங்கும் பரவியிருக்கிறது, எல்லா வர்க்கத்தினரின் எண்ணங்களிலும் செயல்களிலும் ஒரே சீராகக் காணப்படுகிறது என்பது மறுக்க முடியாத உண்மை. பிராமணியம் சில வகுப்பினருக்கு சிறப்பு அந்தஸ்தை வழங்குகிறது என்பதும் மறுக்க முடியாத உண்மை. வேறு சில வகுப்பினருக்கு அது சம வாய்ப்புக் கூட வழங்குவதில்லை. பிராமணியத்தின் செல்வாக்கு கலப்புத் திருமணம், ஒன்றாகச் சேர்ந்து உணவு உண்பது போன்ற சமூக உரிமைகள் மட்டும் அல்ல. அப்படி இருந்திருந்தால், அது கவலைக்குரிய விஷயமாக இருந்திருக்காது. இது சமூக உரிமைகளிலிருந்து முற்றிலும் மாறுபட்ட குடிமக்களின் உரிமைகளையும் பாதிக்கிறது. பொது கிணறுகள், பொது போக்குவரத்து சாதனங்கள், பொது குழாய்கள் மற்றும் தண்ணீர் கிடைக்கும் பிற பொது இடங்கள் ஒரு குடிமகனின் உரிமைகளின் கீழ் வருகின்றன. குடிமக்களின் பயன்பாட்டிற்கு எது அரசாங்க நிதியால் கவனிக்கப்படுகிறதோ, அது அனைத்து குடிமக்களுக்கும் பயன்படுத்தப்பட வேண்டும். ஆனால், இந்த உரிமைகளைப் பயன்படுத்த அனுமதிக்கப்படாத லட்சக்கணக்கான மக்கள் உள்ளனர். இதற்குக் காரணம் பல நூற்றாண்டுகளாகத் தொடரும் பிராமணிய நடைமுறைதான், இன்னும் மின்சாரக் கம்பி போல உயிருடன் இருக்கிறதா என்று யாராவது சந்தேகிக்க முடியுமா? பிராமணியம் மிகவும் பரவலாக உள்ளது, அது நிதி வாய்ப்புகளையும் பாதிக்கிறது.

தொழிலாளர்களுக்குள் ஒற்றுமையை ஏற்படுத்துவதற்கான சரியான வழிமுறை: அவர்களுக்குள் ஜாதி, மத அடிப்படையில் வெறுப்புணர்வை ஏற்படுத்தும் காரணங்களை அகற்றுவது அவசியம். தொழிலாளி செய்யும் பாகுபாடு தார்மீக ரீதியில் தவறானது மற்றும் தொழிலாளர்களின் ஒற்றுமைக்கு தீங்கு விளைவிப்பதாக கூறுவது அவசியம். தொழிலாளர்கள் ஒற்றுமையாக இருக்க வேண்டும் என்றால், பிராமணியத்தை வேரோடு பிடுங்கி எறிய வேண்டும், அது அவர்களுக்குள் இருக்கும் ஏற்றத்தாழ்வு உணர்வைத் தவிர வேறில்லை.

முதலாளித்துவத்திற்கு எதிராக தொழிலாளர் தலைவர்கள் பேசுவதை நான் கேட்டிருக்கிறேன், ஆனால் அவர்கள் தொழிலாளிகளுக்கு பிராமணியத்திற்கு எதிராக பேசுவதை நான் கேட்டதில்லை. அவர்கள் இந்த தலைப்பில் அமைதியாக இருக்கிறார்கள். தொழிலாளிகளின் ஒற்றுமைக்கும் பிராமணியத்துக்கும் எந்தத் தொடர்பும் இல்லை என்று நம்புவதால்தான் அவர்களின் மௌனம். தொழிலாளிகள் ஒன்றுபடாமல் இருப்பதற்கு பிராமணியம் தான் காரணம் என்பதை அவர்களால் புரிந்து கொள்ள முடியவில்லை. அல்லது, பிராமணியத்திற்கு எதிராக அவர்கள் பேசாததற்குக் காரணம், அவர்கள் தங்கள் சுயநலத்துக்காகத் தொழிலாளர்களின் உணர்வுகளைப் புண்படுத்த விரும்பாதது முற்றிலும் சந்தர்ப்பவாதமாக இருக்கலாம். ஆனால் நான் அதை விரும்பவில்லை

அதன் பின்னால் தான் உள்ள காரணம் தெரியும். தொழிலாளிகள் ஒன்றுபடாமல் இருப்பதற்கு பிராமணியம்தான் காரணம் என்றால், அதை அகற்ற வேண்டும். இது ஒரு தொற்று நோய். அதைப் பற்றி மௌனம் சாதிப்பதாலோ அல்லது புறக்கணிப்பதாலோ அதை அகற்ற முடியாது. அது வேரிலிருந்து அகற்றப்பட வேண்டும், அப்போதுதான் தொழிலாளர்களின் ஒற்றுமையை அடைய முடியும்.

தொழிலாளர் சங்கத்தின் நோக்கம்: தொழிலாளர்களின் வாழ்க்கைத் தரம், அடிப்படை வசதிகள் இல்லாமல் இருக்கக் கூடாது, அதைக் குறைக்கக் கூடாது என்பதே தொழிலாளர் சங்கங்களின் நோக்கம். வெளிநாடுகளில் (ஐரோப்பா) ஒரு சராசரி தொழிலாளி பிறப்பால் பெற்ற அல்லது கல்வியின் மூலம் அடைந்த வாழ்க்கைத் தரத்தை தனது உரிமையாகக் கருதுகிறார். அவருடைய இந்த உரிமையை யாராவது பறிக்க முயன்றால், வெளிநாட்டு (ஐரோப்பிய) தொழிலாளர்கள் தங்கள் உரிமைகள் மீதான இந்த தாக்குதலை முழு மனதுடன் எதிர்க்கின்றனர். ஆனால், அதற்குத் தேவையான குணங்களும், மன உறுதியும் இந்தியத் தொழிலாளியிடம் இல்லை. அவர் எப்படியாவது இருக்க வேண்டும் என்று விரும்புகிறார். அவர் தனது வாழ்க்கைத் தரத்தை மேம்படுத்த விரும்பவில்லை, மேலும் அவரது வாழ்க்கைத் தரத்தை மேம்படுத்துவதில் அவருக்கு எந்த ஆர்வமும் இல்லை.

இந்தியாவை விட தொழிலாளர் சங்கங்கள் தேவைப்படும் நாடு இல்லை. ஆனால், இந்தியாவில் தொழிற்சங்கங்கள் சோர்ந்து, தாழ்ந்து, சிதறிக் கிடக்கின்றன. இதற்கு ஒரே ஒரு காரணம்தான், தொழிலாளர் சங்கங்களின் தலைமை கோழைத்தனமாகவும், சுயநலமாகவும், சந்தர்ப்பவாதமாகவும் இருக்கிறது. சில தொழிலாளர் தலைவர்கள் பலவீனமான தலைவர்கள், அவர்கள் தங்கள் நாற்காலிகளைக் காப்பாற்றுவதில் ஆர்வம் காட்டுகிறார்கள் மற்றும் சுயநல அரசியலில்

ஆர்வம் காட்டுகிறார்கள். இந்த மக்கள் தங்கள் புகைப்படங்களையும் எண்ணங்களையும் செய்தித்தாள்களில் வெளியிடுவதற்கு மட்டுப்படுத்தப்பட்டுள்ளனர். தொழிலாளர்களை ஒன்றிணைப்பது, தொழிலாளர்களுக்கு கல்வி கற்பிப்பது, அவர்களின் உரிமைகளைப் பற்றி கூறுவது, தொழிலாளர்களின் உரிமைகளை அடைவதற்கான போராட்டத்தில் அவர்களுக்கு உதவுவது ஆகியவற்றை அவர்கள் தங்கள் கடமைகளின் ஒரு பகுதியாக கருதுவதில்லை. அவர்கள் தொழிலாளர்களின் தலைவர்களாகவும், அவர்களின் பேச்சாளர்களாகவும் அறியப்படுவதையே விரும்புகிறார்கள். அவர்கள் தொழிலாளர்களுடன் உண்மையான தொடர்பை ஏற்படுத்துவதில் இருந்து விலகிக் கொள்கிறார்கள்.

அரசியலில் பங்கேற்பது: தொழிலாளர்களை ஒன்று திரட்டி அவர்களை ஒன்றிணைப்பது மட்டும் போதாது. அரசியல் இலக்குகள் மற்றும் குறிக்கோள்களை நோக்கி தொழிலாளர்கள் ஒன்றுபட வேண்டும். தொழிலாளர் சங்கத்தின் கடமை, மில் உரிமையாளர்களுக்கும் தொழிற்சாலை உரிமையாளர்களுக்கும் எதிரான தொழிலாளர்களின் உரிமைகளுக்காகப் போராடுவதற்கு உதவுவது மட்டும் அல்ல. தொழிலாளர் சங்கமும் அரசியலில் பங்கேற்க வேண்டும், ஏனெனில் அரசியல் அதிகாரம், அதாவது சட்டபூர்வமான அதிகாரம் இல்லாமல், தொழிலாளர் சங்கத்தின் உரிமைகளைப் பாதுகாக்க முடியாது. நிலையான விகிதம், சாதாரண நாள், பொதுவான விதிகள், குறைந்தபட்ச ஊதியம், கூட்டு பேரம் இவை இருக்க முடியாத சில இலக்குகள் ஆகும்.

தொழிற்சங்கங்களை ஒன்றிணைப்பதன் மூலம் அடையப்பட்டது. தொழிற்சங்கங்கள் சட்டத்தின் வலிமையை கூட்டி தங்கள் பலததை அதிகரிக்க வேண்டும். தொழிலாளர் வர்க்கம், தொழிலாளர் சங்கங்களில் தங்களை இணைத்துக் கொள்வதோடு, தேச அரசியலிலும் பங்கு கொண்டால் மட்டுமே இது நடக்கும்.

அரசியல் வர்க்கம் விழிப்புணர்வு அடிப்படையில் இருக்க வேண்டும். விழிப்புணர்வு இல்லாத அரசியல் வர்க்கம் வெறும் கண்துடைப்பாகும். புதிய சமுதாயத்தை உருவாக்க, தொழிலாளர்கள் அரசியல் அதிகாரத்தை சிறப்பாக பயன்படுத்த வேண்டும்.

தொழிலாளர்களின் பாதுகாப்பு மற்றும் நலன்

முத்தரப்பு தொழிலாளர் கூட்டம்: முத்தரப்பு தொழிலாளர் குழு உருவாக்கப்பட்டது. இதில், (1) உரிமையாளர்கள் (2) தொழிலாளர்கள் (3) அரசுப் பிரதிநிதிகள் அனைவரும் பங்கேற்று, தொழிலாளர்களின் கோரிக்கைகள் மற்றும் பிரச்னைகளுக்கு தீர்வு காண முயன்றனர். பாபா சாஹாப் பீம்ராவ் அவர்களின் வார்த்தைகளில் கூறினால், தொழிலாளர்

இயக்க வரலாற்றில் முதன்முறையாக உரிமையாளர்களையும் தொழிலாளர் பிரதிநிதிகளையும் நேருக்கு நேர் அமர வைத்து அவர்களின் பிரச்சனைகள் பேசப்பட்டது.

தொழிலாளர்களின் நிலை தொடர்பான ராயல் கமிஷன் அறிக்கை ஏற்கெனவே இருந்தது. பாபா சாஹாப் ஒரு குழுவை அமைத்தார். இந்தக் குழுவில் மூன்று பேர் இருந்தனர். பாபா சாஹாப் பீம்ராவ் அம்பேத்கரின் உதவியுடன் ராயல் கமிஷன் அறிக்கை மற்றும் பிற அறிக்கைகளின் வெளிச்சத்தில் தொழிலாளர்களின் நலனுக்காக இந்தக் குழு பல திட்டங்களை செயல்படுத்தியது.

1. நிலக்கரிச் சுரங்கங்களில், பெண்கள் நிலத்தடியிலும் வேலை செய்யும்படி கேட்டுக் கொள்ளப்பட்டனர். பாபா சாஹாப் பெண்கள் பூமிக்கு அடியில் வேலை செய்வதைத் தடை செய்யும் சட்டம் இயற்றினார்.
2. ஜனவரி 31, 1944 அன்று, ஒரு ஆணையை நிறைவேற்றுவதன் மூலம் தொழிலாளர் நலநிதி உருவாக்கப்பட்டது. நிலக்கரி மற்றும் கோக் மீது கலால் வரி விதித்து நிதிக்கான பணம் வசூலிக்கப்பட்டது. அதேபோல், சுரங்கங்களில் பணிபுரியும் தொழிலாளர்களுக்கு நலநிதி வழங்கப்பட்டது.
3. நிலக்கரி சுரங்கங்களில் பணிபுரியும் தொழிலாளர்களின் நலனுக்காக ஒரு நலக்குழு அமைக்கப்பட்டது. இந்தக் குழு, மேற்கு வங்கம், பீகார், ஒடிசா, அசாம், ஆந்திரப் பிரதேசம், மத்தியப் பிரதேசம், மகாராஷ்டிரா மற்றும் தமிழ்நாடு ஆகிய எட்டு மாநிலங்களில் சுமார் 10 லட்சம் தொழிலாளர்களுக்காக மருத்துவமனைகளைத் திறந்தது.

அதிகாரிகள். குழு சுமார் 200 மையங்களை நிறுவியது, அதில் கல்வி மற்றும் பொழுதுபோக்கு ஏற்பாடுகள் செய்யப்பட்டன. பொதுவாக நிலக்கரி சுரங்கப் பகுதிகளில் தண்ணீர் குடிப்பதற்கு ஏற்றதாக இல்லை என்பதால் லட்சக்கணக்கான தொழிலாளர்களுக்கு சுத்தமான குடிநீருக்கான ஏற்பாடுகளையும் அக்குழு செய்தது. மைக்கா சுரங்கங்களிலும் ‘மைக்கா சுரங்கத் தொழிலாளர் குழு’ அமைக்கப்பட்டது.

4. பாபா சாஹாப் ஒரு வீட்டுத் திட்டத்தையும் செய்தார். தொழிலாளர் இயக்கத்தின் வரலாற்றில் முதன்முறையாக தொழிலாளர்கள் மற்றும் அதிகாரிகளின் வீட்டு வசதிக்கான பணியை இக்குழு தொடங்கியது.
5. புலம்பெயர்ந்த தொழிலாளர்களுக்காக பல இடங்களில் வீடுகள் கட்டப்பட்டன, உதாரணமாக, சிம்லாவில் கட்டப்பட்டது.

6. சுரங்கங்களுக்கு அருகில் குளியலறைகள் மற்றும் லாக்கர்களை வழங்க சட்டத்தில் வழிவகை செய்யப்பட்டது.
7. சமூகப் பாதுகாப்பு: தொழிலாளர் இழப்பீட்டுச் சட்டம் திருத்தப்பட்டு, இழப்பீட்டுத் தொகை அதிகரிக்கப்பட்டது.
8. பெண் தொழிலாளர்களுக்கு முழு ஊதியத்துடன் மகப்பேறு விடுப்பு வழங்க சட்டம் இயற்றப்பட்டது.
9. டாக்டர் பீம்ராவ் அம்பேத்கர் தொழிலாளர் அமைச்சராக இருந்தபோது, தொழிற்சாலை சட்டத்தில் மூன்று திருத்தங்கள் செய்யப்பட்டன. இதில், ஓராண்டு பணிக்கு, 14 நாட்கள் ஊதியத்துடன் கூடிய விடுப்பு அளிக்கப்பட்டது. மேலும் நிறுவனத்தில் ஓராண்டு பணியாற்றிய ஒரு தொழிலாளிக்கு ஏதேனும் நோய் ஏற்பட்டால் அவருக்கு 30 நாட்கள் ஊதியத்துடன் கூடிய விடுப்பு அளிக்க சட்ட ஏற்பாடு செய்யப்பட்டது.
10. தொழிலதிபர்கள் தொழிலாளர்களை அவர்களின் விருப்பப்படி நாள் முழுவதும் வேலை செய்ய வைத்தனர். வேலை நேரத்தை வாரத்தில் 48 மற்றும் 54 மணிநேரமாகவும், 10 மணிநேரத்திற்குப் பதிலாக 9 மணிநேரமாகவும் குறைக்கும் சட்டத்தை நிறைவேற்ற பாபா சாஹப் பீம்ராவ் உதவினார். இந்த சட்டம் 4 ஏப்ரல் 1946 இல் நிறைவேற்றப்பட்டது.
11. பாபா சாஹாப் அம்பேத்கர் 4 ஏப்ரல் 1946 அன்று மத்திய சட்டப் பேரவையில் ஒரு மசோதாவை சமர்ப்பித்தார். மசோதாவின் நோக்கத்தைக் கூறி, " சேவை விதிமுறைகளை எழுத்துப்பூர்வமாக வழங்கவும், சம்பந்தப்பட்ட அதிகாரி அவற்றைச் சரிபார்ப்பது அவசியம். சேவை விதிமுறைகள்." 23 ஏப்ரல் 1946 இல், இந்த மசோதா நிறைவேற்றப்பட்டது.
12. தொழிலாளர் சங்கங்களை அங்கீகரிப்பது என்பதற்கு அவசியமான சட்ட ஏற்பாடு செய்யப்பட்டது.
13. ஏப்ரல் 1946 இல், மத்திய சட்டப் பேரவையில், பாபா சாஹாப் அம்பேத்கர் அனைத்துத் தொழில்களுக்கும் குறைந்தபட்ச ஊதியத்தை நிர்ணயம் செய்வதை நோக்கமாகக் கொண்ட ஒரு மசோதாவை முன்வைத்தார். இந்த மசோதா பின்னர் சட்டமாக மாறியது

பல்வேறு தொழில்கள், குறைந்தபட்ச ஊதியம் இந்த சட்டத்தின் அடிப்படையில் தீர்மானிக்கப்படுகிறது.

14. பாபா சாஹாப் அம்பேத்கரும் மாநிலத் தொழிலாளர் மசோதாவை மத்திய சட்டமன்றத்தில் தாக்கல் செய்தார், அது சட்டமாக மாறியது. தொழிலாளர்களுக்கு இப்போது கிடைத்து வரும் வசதிகள் இந்தச் சட்டத்தால் மட்டுமே சாத்தியமானது.

15. பாபா சாஹாப் அம்பேத்கரால் வேலைவாய்ப்புப் பரிமாற்றங்களும் தொடங்கப்பட்டன.

கொத்தடிமைத் தொழிலாளர் பிரச்சனையை விசாரிக்க, பாபா சாஹாப் பீம்ராவ் ஒரு கமிஷன் தொடங்கும் திட்டத்தை முன்வைத்தார். அக்கால தொழிலாளர் தலைவரான ஸ்ரீ வி.வி.யின் பெயரையும் அவர் பரிந்துரைத்தார். மேலும் கமிஷன் தலைவர் பதவிக்கு கிரி. இருந்தார். சமஸ்தான மன்னர்கள் மற்றும் காங்கிரஸ் தலைவர்களின் எதிர்ப்பால் கமிஷன் அமைக்க முடியவில்லை. இறுதியில், அரசியலமைப்புச் சட்டத்திலேயே கொத்தடிமைத் தொழிலை சட்டவிரோதம் என்று அறிவித்தனர்.

தொழிலாளர்களின் உரிமைகளைப் பாதுகாக்கவும், அவர்களின் முன்னேற்றத்திற்காகவும் பாபா சாஹாப் பீமாராவ் பரிந்துரைத்த பாதையில், நாடு அந்த வழியை மட்டுமே பின்பற்றுகிறது. இதன் மூலம், தொழிலாளர்களுக்கு வழிகாட்டுதல்களை வழங்குவதோடு மட்டுமல்லாமல், அவர்களின் எதிர்காலம் பிரகாசமாகவும் பாதுகாப்பாகவும் இருக்க, அதற்கு சட்ட வடிவத்தையும் கொடுத்தார். அதனால்தான் அவர் ஒரு புராணக்கதை என்று நினைவுகூரப்படுகிறார்.

சட்டத்தின் மேம்பாடுகள் (2)

இந்து கோட் மசோதா: இந்து சமுதாயத்தின் சாராம்சம் சாதிவெறி மற்றும் ஆண் மற்றும் பெண் சமத்துவமின்மை. இந்த சமத்துவமின்மை முன்பு போலவே இருக்கட்டும், பொருளாதார பிரச்சனைகளுக்கு சட்டங்களை இயற்றுவது என்பது இந்திய அரசியலமைப்பை கேலிக்கூத்தாக்குவது மற்றும் காற்றில் கோட்டை கட்டுவது போன்றது ஆகும்.

"எங்கள் தண்டனைச் சட்டத்தில் பல மாற்றங்களைச் செய்ய முடியாது, ஆனால் நாம் பின்தங்கியிருக்கும் பணி சமூகச் சட்டங்கள் ஆகும். இப்போது இந்த வேலையை நாங்கள் கையில் எடுத்துள்ளோம். இந்து கோட் மசோதா மூலம், அதன் முழுமையான கட்டமைப்பை மாற்றுவோம். இந்த பணிக்காக எனது முழு வாழ்க்கையையும் அர்ப்பணித்துள்ளேன் என்றார்.

ஒரு புதிய சமுதாயத்தை உருவாக்குகிறோம், நாங்கள் இதை ஒரு சட்ட மற்றும் முறையான வழியில் செய்கிறோம். நான் ஒன்று இந்தியா முழுமைக்கும் இந்து கோட் மசோதாவை திணிப்பேன் அல்லது எந்த இடத்திலும் இந்து கோட் மசோதா இந்திய சமூகத்திற்கு அரசியலமைப்பை விட நூறு மடங்கு நன்மை பயக்கும் என்பதை நிரூபிக்காது.

நோக்கம். இந்து கோட் மசோதா: இந்து கோட் மசோதாவில் இரண்டு நோக்கங்கள் இருந்தன - (1) இந்து சமுதாயத்துடன் தொடர்புடைய

பல்வேறு சட்டங்களை சேகரித்து அவற்றை ஒரே சட்டமாக மாற்றுவது மற்றும் இந்த சட்டங்களை திருத்துவது. (2) இந்திய அரசியலமைப்பின்படி இந்து சட்டங்களை உருவாக்குதல். முதல் இலக்கைப் பொருத்தவரை, நடைமுறையில் உள்ள பல சட்டங்கள் திருத்தப்பட்டு இந்து கோட் மசோதாவில் சேர்க்கப்பட்டுள்ளன. டாக்டர் அம்பேத்கர் தனது உரையில் இரண்டாவது இலக்கை பின்வரும் வார்த்தைகளில் விளக்கினார் - "இந்து கோட் மசோதாவை எதிர்க்கும் நபர்கள், அடிப்படை உரிமைகள் தொடர்பான அரசியலமைப்பின் 15 வது பிரிவுக்கு அவர்களின் கவனத்தை கொண்டு வர விரும்புகிறேன்." என்றார்.

பாபா சாஹாப் அம்பேத்கர் தயாரித்து நாடாளுமன்றத்தில் தாக்கல் செய்த இந்து கோட் மசோதாவின் வரைவு 139 கட்டுரைகள் மற்றும் ஏழு அட்டவணைகளைக் கொண்ட ஒன்பது பகுதிகளைக் கொண்டிருந்தது.

நான்கு வகுப்பு முறை ஒழிப்பு: இந்து கோட் மசோதா அனைத்து சாதிகள் மற்றும் சமூகங்கள் மீது விதிவிலக்கு இல்லாமல் செயல்படுத்தப்பட்டது. இது வீர சைவ பிராமணர்கள், பிரார்த்தனா சமாஜிகள், ஆர்ய சமாஜிகள், லிங்காயத்துகள், பௌத்தர்கள், ஜைனர்கள் மற்றும் சீக்கியர்கள் மீது செயல்படுத்தப்பட்டது. வேறு வார்த்தைகளில் கூறுவதானால், இந்த மசோதா சமூகத்தின் நான்கு வர்க்க அமைப்பை சட்டப்பூர்வமாக ஒழித்தது. பெண்களுக்கு விவாகரத்து உரிமையும், குழந்தையைத் தத்தெடுக்கும் உரிமையும், வாரிசை நியமிக்கும் உரிமையும் வழங்கப்பட்டது; சொத்தில் மகன்கள் மற்றும் மகள்களுக்கு சம உரிமையும் வழங்கப்பட்டது.

மசோதாவின் பல்வேறு பகுதிகள்: பாபா சாஹாப் அம்பேத்கர் ராஜினாமா செய்த நான்கு ஆண்டுகளுக்குப் பிறகு, இந்து கோட் மசோதாவின் சில பிரிவுகள் பகுதிகளாகப் பிரிக்கப்பட்டு பல சட்டங்களின் வடிவம் கொடுக்கப்பட்டது. இந்த சட்டங்கள் பின்வருமாறு

1. இந்து திருமணச் சட்டம், 1955
2. இந்து வாரிசுரிமைச் சட்டம், 1956
3. இந்து மைனர்ஸ் மற்றும் கார்டியன்ஷிப் சட்டம், 1956
4. இந்து தத்தெடுப்பு மற்றும் பராமரிப்புச் சட்டம், 1956
5. இந்து பெண் சொத்து சட்டம், 1957

கறுப்புச் சட்டத்தின் முடிவு: பாரபட்சமான பல சட்டங்கள், தாழ்த்தப்பட்ட சாதியினரின் சமூகப் பாகுபாடு மற்றும் பொருளாதாரச் சுரண்டலுக்கு சட்ட அங்கீகாரம் அளித்தது மற்றும் பாபா சாஹாப் பீம்ராவ் அம்பேத்கர் அரசியலமைப்புக்கு எதிரானது என்று அறிவித்து ரத்து செய்யப்பட்ட பல சட்டங்கள் முன்பு குறிப்பிடப்பட்டுள்ளன. பஞ்சாபில் (இதில் ஹிமாச்சல், ஹரியானா மாநிலங்கள் சேர்க்கப்பட்டன),

ஒரு கறுப்புச் சட்டம், இது மனித உரிமைகளை மீறியது மற்றும் சுரண்டியது, இது பஞ்சாப் நில அந்நியச் சட்டம் என்று அழைக்கப்பட்டது. இந்த சட்டம் 8 ஜனவரி 1901 இல் நிறைவேற்றப்பட்டது மற்றும் கிட்டத்தட்ட அரை நூற்றாண்டு காலமாக ஒரு சட்டமாக நடைமுறையில் இருந்தது. இந்தச் சட்டத்தின்படி, பஞ்சாபில் வாழும் மக்கள் விவசாயிகள் மற்றும் விவசாயிகள் அல்லாதவர்கள் என இரு பகுதிகளாகப் பிரிக்கப்பட்டுள்ளனர். விவசாயிகள் அல்லாதவர்கள் நிலம் வைத்திருக்க தடை விதிக்கப்பட்டது. எனவே, பஞ்சாபில் வசிக்கும் தாழ்த்தப்பட்ட சாதியினர் நிலம் வைத்திருக்க முடியவில்லை. அவர்கள் தங்கியிருந்த வீட்டின் குப்பைகளை மட்டுமே அவர்களால் சொந்தமாக்க முடியும். அவர்களது வீடுகள் கட்டப்பட்ட அந்த நிலத்தின் சட்டப்பூர்வ உரிமையாளர்களாக இருக்க முடியாது.

அரசியலமைப்பு நவம்பர் 1949 இல் நிறைவேற்றப்பட்டது மற்றும் 26 ஜனவரி 1950 அன்று நடைமுறைக்கு வந்தது. அரசியலமைப்புச் சட்டம் நடைமுறைப்படுத்தப்பட்ட பிறகு, சட்ட அமைச்சராக இருந்த பாபா சாஹேப் பீம்ராவ் அம்பேத்கர் கடந்த 20 ஆண்டுகளாக சட்டவிரோதமாக அறிவிக்க முயன்ற இந்த கருப்புச் சட்டத்தை ரத்து செய்தார்.

ஊழல் ஒழிப்பு: ஜனநாயகத்தின் வெற்றிக்காக சுதந்திரமான மற்றும் நியாயமான தேர்தலுக்கு பாபா சாஹேப் பீம்ராவ் அம்பேத்கர் அதிக முக்கியத்துவம் அளித்தார். பாபா சாஹேப் தேர்தல் ஆணையத்தையும், தேர்தல் ஆணையர் பதவியையும் மிகவும் சக்தி வாய்ந்ததாகவும், புகழ்பெற்றதாகவும் கருதினார். எனவே, தேர்தல்களில் நேர்மையின்மை, பாரபட்சம், வாக்குச் சாவடிகள், வாக்குப்பெட்டிகளை கைப்பற்றுதல், சட்டவிரோதமான முறையில் தேர்தலில் செல்வாக்கு செலுத்துதல் போன்ற செயல்களுக்கு காரணமானவர்கள் தேர்தலில் போட்டியிடுவதை சட்டரீதியாக தடை செய்ய வேண்டும் என்று அவர் கேட்டுக் கொண்டார். அவர் தனது உரையில் பின்வரும் வார்த்தைகளில் இந்த எண்ணங்களை வெளிப்படுத்தினார் - " அனுமதிகள் மற்றும் உரிமங்களின் உரிமையாளர்கள், கறுப்பு சந்தையாளர்கள் மற்றும் ஒப்பந்தக்காரர்கள் தேர்தலில் போட்டியிட தகுதியற்றவர்களாக அறிவிக்கப்பட வேண்டும் என்று நான் விரும்பினேன். இதைச் செய்வதற்காக மக்கள் பிரதிநிதித்துவச் சட்டத்தில் ஒரு பிரிவையும் சேர்த்திருந்தேன். ஆனால், காங்கிரஸ் எம்எல்ஏக்களின் கடும் எதிர்ப்பு காரணமாக அந்தப் பிரிவை நீக்க வேண்டியதாயிற்று. பாபா சாஹேப்பின் பரிந்துரையை ஏற்றுக்கொண்டிருந்தால், இந்திய ஜனநாயகம், வெளியில் ஜனநாயகம் என்று தோன்றினாலும், மீண்டும் மீண்டும் மக்கள் விரோதமாக மாறி, சர்வாதிகாரத்தின் தொடக்கமாகத் தோன்றும் இந்திய ஜனநாயகம் இன்று இப்படி இருந்திருக்காது.

மத மாற்றம்: டாக்டர் அம்பேத்கர் ஒரு மதத்திற்கு அடிப்படை எதிர்ப்பைக் கொண்டிருந்தார், அது வர்க்க அமைப்பை அடிப்படையாகக் கொண்டது. வர்க்க அமைப்புடன் எந்த நிபந்தனையிலும் அல்லது எந்த விலையிலும் சமரசம் செய்ய அவர் தயாராக இல்லை. ஆழ்ந்த சிந்தனைக்குப் பிறகு 13 அக்டோபர் 1935 அன்று யெவ்லா மாநாட்டில் அவர்

தனது இந்தக் கருத்துக்களை வெளிப்படுத்தினார். மேலும் அவர் மதம் மாறப் போவதாக அறிவித்தார்.

மேலும் இந்து சமுதாயத்தில் சமத்துவத்திற்கு இடமில்லை என்றார். " இந்த மதத்தை துறந்தால்தான் நம் நிலை மேம்படும். எனவே, மதம் மாறுவதைத் தவிர வேறு வழியில்லை என நம்பினார்.

" உங்கள் மனித நேயத்திற்கு மதிப்பு இல்லாத மதம், அந்த மதத்தில் இருப்பது நல்லதல்ல. கல்வி கற்க விடாத மதம், ஏன் அந்த மதத்தில் இருக்கிறீர்கள்? உங்கள் பொருளாதார முன்னேற்றத்திற்கு தடையாக இருக்கும், ஒவ்வொரு அடியிலும் உங்களை அவமானப்படுத்தும் மதம், நீங்கள் ஏன் அப்படிப்பட்ட மதத்தில் இருக்கிறீர்கள்?"

டாக்டர் அம்பேத்கர் மதம் மாறுவது குறித்த அறிவிப்பை வெளியிட்டதும், அது காட்டுத் தீயாக நாடு முழுவதும் பரவியது. முதலில், டாக்டர் அம்பேத்கர் சீக்கிய மதத்தை ஏற்றுக்கொள்வது பற்றி யோசித்தார், ஏனெனில் இதில் கொள்கையளவில் சாதி அமைப்பு இல்லை, சகோதரத்துவ உணர்வு உள்ளது. திடீரென்று, டாக்டர் அம்பேத்கர் இதையெல்லாம் தனக்கு விசித்திரமாக உணர்ந்தார், எனவே அவர் சீக்கிய மதத்தைத் தழுவும் எண்ணத்தை நிராகரித்தார்.

டாக்டர் அம்பேத்கர் இஸ்லாம் மற்றும் கிறிஸ்தவ மதங்களில் ஈர்க்கப்படவில்லை, ஏனென்றால் இங்கே அவர் தனது தலைமையை இழக்க நேரிடும் என்ற பயம் அவருக்கு இருந்தது. இஸ்லாத்தைப் பின்பற்றுபவர்கள் தங்கள் மதத்திற்கு மாறிய ஒருவருக்கு தலைமைத்துவத்தை வழங்குவதில்லை. கிறிஸ்துவ மதத்திலும் அப்படித்தான் இருக்கிறது.

அவரது மத மாற்றம் தொடர்பாக, பி.பி.சி.க்கு அளித்த பேட்டியில். மே 1956 இல், டாக்டர் அம்பேத்கர் புத்த மதத்தின் சிறப்புகள் மற்றும் அதன் பயன் பற்றி பேசினார். அவர் அதில் கூறியது, " மற்ற மதங்களில் இல்லாத மூன்று கொள்கைகளின் ஒருங்கிணைந்த வடிவத்தைக் கொண்டிருப்பதால் புத்த மதத்தின் மீது நான் ஈர்க்கப்பட்டேன். பௌத்தம் ஞானம், கருணை, சமத்துவம் ஆகியவற்றைப் போதிக்கின்றது." என்றார்.

அக்டோபர் 1956 இல், டாக்டர் அம்பேத்கர் பௌத்த மதத்தை ஏற்றுக்கொண்டார். நாக்பூரில் நடந்த ஒரு வரலாற்றுச் சிறப்புமிக்க விழாவில், அவரைப் பின்பற்றுபவர்களுடன், புத்த துறவியான சிந்தாமணியால் அவர் புத்த மதத்தில் தீட்சை பெற்றார். பௌத்த மதத்திற்கு மாறிய பிறகு, டாக்டர் அம்பேத்கர் பௌத்தர்களின் புனித ஸ்தலங்கள் அனைத்தையும் பார்வையிட்டார்.

* * *

இறுதிப் பயணம்

அவரது பயணம் நிறைந்த வாழ்க்கை டாக்டர் பீம்ராவை மிகவும் சோர்வடையச் செய்தது. அவரது உடல்நிலை மோசமடைந்து வந்தது. அவரது தனிப்பட்ட உதவியாளரான நானக் சந்த் ரது அவருக்கு நன்றாக சேவை செய்து வந்தார், ஆனால் அவர் வேறு எங்கோ வசித்து வந்தார்.

நவம்பர் 30 ஆம் தேதி டெல்லியை அடைந்த அவர், அவரது உடல்நிலை மிகவும் மோசமாக இருப்பதைக் கண்டபோது, ராதுவை இரவு அங்கேயே தங்கச் சொன்னார். மறுநாள் காலை, 1956 டிசம்பரில், டாக்டர் அம்பேத்கர் உடல் நலம் தேறியிருந்தார். டெல்லி மதுரா சாலையில் உள்ள புத்த கலைக்கூடத்தைப் பார்க்கச் சென்றார்.

அடுத்த புத்த ஜெயந்தி 2500வது புத்த ஜெயந்தியாக இருக்கப் போகிறது என்றும், வெகு விமரிசையாக கொண்டாட திட்டம் தீட்டப்பட்டது. இதையொட்டி தலாய் லாமா டெல்லி வந்துள்ளார். டிசம்பர் 2 அன்று அசோக் விஹாரில் தலாய் லாமாவுக்கு வரவேற்பு நிகழ்ச்சி ஏற்பாடு செய்யப்பட்டிருந்தது. இந்த விழாவில் டாக்டர் அம்பேத்கரும் கலந்து கொண்டார்.

டிசம்பர் 3 அன்று, காலையில் எழுந்தவுடன், டாக்டர் அம்பேத்கர் தனது உடல்நிலை சரியில்லை என்று உணர்ந்தார். மாலையில், அவர் தனது தோட்டக்காரரின் நோய்வாய்ப்பட்ட மனைவியைப் பார்க்கச் சென்றார், அங்கு அவரிடம் நீங்கள் கவலைப்பட வேண்டாம் என்று தோட்டக்காரரிடம் கூறினார்.

டாக்டர் அம்பேத்கர் 1956 ஆம் ஆண்டு டிசம்பர் 13 ஆம் தேதி பம்பாய்க்குச் சென்று மதம் மாற விரும்பிய மஹர் சகாக்களுக்கு என புத்த மதத்தைத் தொடங்கினார். இதற்கு முன் தனது முக்கியமான பணிகளை முடிக்க விரும்பினார். அந்த நாட்களில் அவர் புத்தர் மற்றும் அவரது தம்மம்" மற்றும் "புத்தரும் கார்ல் மார்க்சும்" எழுதிக் கொண்டிருந்தார். டிசம்பர் 3 அன்று, அவர் புத்தகத்தின் கடைசி அத்தியாயத்தை முடித்து, தட்டச்சு செய்ய தனது உதவியாளர் ரதுவிடம் கொடுத்தார்.

அப்போது டாக்டர் அம்பேத்கர் ராஜ்யசபா உறுப்பினராக இருந்தார். டிசம்பர் 4ஆம் தேதி அவர் ராஜ்யசபா சென்றார். அங்கு அவர் தனது சக ஊழியர்கள் மற்றும் நலம் விரும்பிகள் சிலரை சந்தித்து பேசினார். டிசம்பர் 4 ராஜ்யசபாவில் அவருக்கு கடைசி நாள் என்று யாருக்குத் தெரியும்? மாலையில், அவர் ஆச்சார்யா பி.கே. அகே மற்றும் ஸ்ரீ எஸ்.எம். ஆகியோருக்கு கடிதங்களை எழுதினார். ஜோஷி. மகாராஷ்டிராவின் இந்த இரண்டு பெரிய மனிதர்களும் தனது குடியரசுக் கட்சியில் சேர வேண்டும் என்று அவர் விரும்பினார்.

இதற்கான முயற்சிகள். டிசம்பர் 16 அன்று பம்பாயில் நடக்கவிருந்த மதமாற்ற விழாவில் டாக்டர் அம்பேத்கரின் குடும்பத்தினர் அனைவரும் வரவிருந்தனர். டாக்டர் அம்பேத்கரின் திட்டம் டிசம்பர் 14 அன்று தனது

மனைவியுடன் விமானம் மூலம் பம்பாய்க்குப் புறப்பட்டுச் செல்வதாக இருந்தது. ஆனால், அவரது மீதமுள்ள குடும்பம், அதாவது அவரது மனைவி டாக்டர் திருமதி. அம்பேத்கரின் தந்தை மற்றும் சகோதரர் மற்றும் மற்றொரு நபரான ஸ்ரீ ஜாதவ் ஆகியோர் டிசம்பர் 4 அன்று ரயிலில் பம்பாய்க்கு புறப்பட்டனர். அன்று, ராது இரவு வெகுநேரம் வரை வேலை செய்ததால், இரவில் தன் வீட்டில் தூங்கினார்.

கடைசி வேலை நாள்

டிசம்பர் 5 காலை டாக்டர் அம்பேத்கர் சற்று தாமதமாக எழுந்தார். ராது அதுவரை அங்கேயே தான் இருந்தார், டாக்டர் அம்பேத்கர் எழுந்ததும், அவரிடம் அனுமதி வாங்கிக்கொண்டு அலுவலகத்திற்குப் புறப்பட்டார். வீட்டில் அவரது மனைவியும், பம்பாயைச் சேர்ந்த டாக்டர் மவ்லாங்கரும் மட்டுமே இருந்தனர். மதியம் டாக்டர் சவிதாவும் டாக்டர் மவ்லாங்கரும் சந்தைக்கு சென்றனர். டாக்டர் மவ்லாங்கர் பம்பாய்க்கு திரும்புவதற்கு முன்பு அவர்கள் கொஞ்சம் ஷாப்பிங் செய்ய வேண்டியிருந்தது, அதனால் அவர்கள் வீட்டிற்குத் திரும்புவதில் தாமதம் ஏற்பட்டது.

மாலை 6 மணியளவில் ரது தனது அலுவலகத்திலிருந்து டாக்டர் அம்பேத்கரின் வீட்டிற்கு வந்தபோது, திருமதி அம்பேத்கர் அதுவரை சந்தையில் இருந்து திரும்பவில்லை. இதில், டாக்டர் அம்பேத்கர் தான் புறக்கணிக்கப்படுவதாக உணர்ந்தார், இதனால் அவர் கோபப்படத் தொடங்கினார். ரதுவும் இதை உணர்ந்தாள். அமைதியைக் கூட்டி, டாக்டர் அம்பேத்கர் ரதுவுக்கு தட்டச்சு செய்ய சில வேலைகளைக் கொடுத்தார். திருமதி அம்பேத்கர் சந்தையில் இருந்து திரும்பியபோது ரது தனது அறைக்குச் செல்லவிருந்தார். டாக்டர் அம்பேத்கரால் கோபத்தைக் கட்டுப்படுத்த முடியவில்லை, மேலும் அவர் திருமதி அம்பேத்கரிடம் சில கடுமையான வார்த்தைகளைச் சொன்னார். திருமதி அம்பேத்கரை விவாகரத்து செய்ய விரும்புவதாகவும் கூறினார். டாக்டர் சவிதா அம்பேத்கர் கோபமாக இருப்பதைப் பார்த்தார் டாக்டர் அம்பேத்கர், அவர் பேசும் எதுவும் அவரை மேலும் தூண்டிவிடும். எனவே, டாக்டர் அம்பேத்கரை அமைதிப்படுத்த முயற்சிக்குமாறு ரதுவிடம் கூறினாள். ரது அவரை சமாதானப்படுத்த முயன்றார், டாக்டர் அம்பேத்கர் சிறிது நேரம் கழித்து அமைதியானார்.

அன்று மாலை, அவரைச் சந்திக்க சமணம் பின்பற்றுபவர்களின் பிரதிநிதி ஒருவர் வரவிருந்தார். அவர்களுடன் நீண்ட நேரம் பேசினார். அப்போது அவருக்கு 'ஜெயின் புத்தர்' என்ற புத்தகம் வழங்கப்பட்டது. உண்மையில், அவர்கள் அடுத்த நாள் ஏற்பாடு செய்திருந்த ஒரு விழாவிற்கு டாக்டர் அம்பேத்கரை அழைக்க வந்திருந்தனர். அவர்கள் தங்கள் அழைப்பை அவரிடம் கொடுத்தனர், டாக்டர் அம்பேத்கர் அதை ஏற்று, அவரது உடல்நிலை அனுமதித்தால், அவர் நிச்சயமாக விழாவில் பங்கேற்பார் என்று உறுதியளித்தார்.

டாக்டர் அம்பேத்கர், ஜெயின் பிரதிநிதிகளுடன் உரையாடலில் மும்முரமாக இருந்தார், அப்போது டாக்டர் மவ்லாங்கர் அவரைக் கவனித்துக் கொள்வதற்காக அங்கு வந்திருந்தார், அவர் முன்கூட்டியே

தீர்மானித்த திட்டத்தின்படி பம்பாய்க்குப் புறப்பட்டார். நாம் முன்பே குறிப்பிட்டது போல், திருமதி அம்பேத்கர் அவர் பம்பாய்க்கு செல்வதற்கு முன் ஷாப்பிங் செய்ய அவருடன் சந்தைக்குச் சென்றிருந்தார், டாக்டர் அம்பேத்கர் அவர்கள் தாமதமாக வந்ததால் கோபமடைந்தார்.

டாக்டர் அம்பேத்கர் தனது சோபாவில் அமர்ந்து 'புத்தம் ஷர்ணம் கச்சாமி' என்று முழு கவனத்துடன் படித்துக் கொண்டிருந்தார். இதைப் பார்த்ததும் ரதுவுக்கு மகிழ்ச்சி ஏற்பட்டது. பிறகு, டாக்டர் அம்பேத்கர் ரதுவிடம் அதே பாடலை ரேடியோகிராமில் பதிவு செய்யச் சொன்னார். ரேடியோகிராமில் பாடல் ஒலித்துக் கொண்டிருந்த போது, ரதுவிடம் தன்னுடைய சில புத்தகங்களை எடுத்து மேசையில் வைக்கச் சொன்னார்.

இரவு உணவு முடிந்து தன் அறைக்கு வந்தார். அங்கு அவர் கபீரின் 'சல் கபீர் தேரா பவ் சாகர் தேரா' பாடலை சிறிது நேரம் முனுமுனுத்தார். பிறகு எழுந்து தன் படுக்கையறைக்குச் சென்றார். அங்கே, சிறிது நேரத்திற்கு முன் அலமாரியில் இருந்து ரதுவை எடுக்கச் சொன்ன புத்தகங்களைப் பார்த்தார்.

டாக்டர். அம்பேத்கர் அன்றே தனது புத்தகமான தி புத்தா அண்ட் ஹிஸ் தம்மத்திற்கு முன்னுரை எழுதியிருந்தார், மேலும் ஆச்சார்யா ஏகே மற்றும் திரு. ஜோஷி ஆகியோருக்கு கடிதங்களில் ஆணையிட்டார். இவை அனைத்தும் அருகில் இருந்த மேஜையில் வைக்கப்பட்டிருந்தன. டாக்டர் அம்பேத்கர் அவற்றை மீண்டும் ஒருமுறை படிக்க விரும்பினார், எனவே அவற்றை அங்கேயே வைக்குமாறு கேட்டுக் கொண்டார். அவரது இந்த புத்தகம் 1957 இல் அவர் இறந்த பிறகு வெளியிடப்பட்டது.

கருப்பு இரவு

டாக்டர் அம்பேத்கர் நீண்ட காலமாக நீரிழிவு நோயாளியாக இருந்தார். அரசியல் குழப்பங்கள் மற்றும் அவரது பரபரப்பான வேலை அட்டவணை காரணமாக, அவரது உடல்நிலை மோசமடைந்தது. அவர் படுக்கையில் ஓய்வெடுக்க அறிவுறுத்தப்பட்டார். அவரது சிகிச்சைக்கு திருமதி அம்பேத்கர் மிகச் சிறப்பாக ஏற்பாடு செய்திருந்தார்.

அவர் டிசம்பர் 5 அன்று இரவு தூங்கினார். காலையில், அவர் கண்விழித்தபோது, திருமதி அம்பேத்கர் தனது கணவர் உடல்நிலை சரியில்லாமல் இருப்பதைக் கண்டார். மீண்டும் தூங்கச் சொல்லிவிட்டு தன் அன்றாட வேலைகளில் மும்முரமாக ஈடுபட்டாள். அவருடைய உடல்நிலை சரியில்லாததால், அவள் அவரைப் பார்க்க அவ்வப்போது வந்துகொண்டே இருந்தாள்.

அன்றாட வேலைகளை முடித்துவிட்டு, திருமதி அம்பேத்கர் தன் கணவரைப் பார்க்க வந்தபோது, அவருடைய கழுத்து ஒரு பக்கமாகத் திரும்பியிருப்பதைக் கண்டார். அப்போது அவர் இறந்து கிடப்பதைக் கண்டாள்.

கடைசி பயணம்

திருமதி அம்பேத்கர் ரதுவை அழைத்து வர ஒரு காரை அனுப்பினார். அங்கு வந்த ரது இந்தச் செய்தியை டாக்டர் அம்பேத்கரின் உறவினர்கள், நண்பர்கள், சக ஊழியர்கள், ஏ.ஐ.ஆர். மற்றும் பத்திரிகையாளர்கள் A.I.R டாக்டர் அம்பேத்கர் இறந்த செய்தியை காலையில் இரண்டு முறை ஒளிபரப்பினர்.

10 மணிக்கு நாடாளுமன்ற கூட்டத்தொடர் தொடங்கியது. நாடாளுமன்றத்தின் பணிகள் நிறுத்தப்பட்டு, பிரதமர் பண்டித நேரு, டாக்டர் அம்பேத்கருக்கு அஞ்சலி செலுத்தினர், அன்றைய தினம் நாடாளுமன்றம் ஒத்திவைக்கப்பட்டது. பண்டித நேரு அங்கிருந்து நேராக டாக்டர் அம்பேத்கரின் வீட்டிற்குச் சென்றார். அங்கு அவரது உடலுக்கு அஞ்சலி செலுத்தினார்.

அதுவரை அலிபூர் சாலையில் டாக்டர் அம்பேத்கருக்கு இறுதி அஞ்சலி செலுத்த ஆயிரக்கணக்கான மக்கள் திரண்டிருந்தனர்.

இந்தியாவின் முக்கிய தலைவர்களான பண்டிட் கோவிந்த் பல்லப் பந்த், ராஜ்யசபாவின் துணைத் தலைவர் திரு. ஜக்ஜீவன் ராம் மற்றும் பிற பெரும் மக்கள் டாக்டர் அம்பேத்கரின் இல்லத்தில் அவருக்கு மலர் தூவி அஞ்சலி செலுத்தினர்.

டாக்டர். அம்பேத்கர் டிசம்பர் 16 அன்று பம்பாய்க்கு மதமாற்ற விழாவில் பங்கேற்கச் செல்லவிருந்தார், ஆனால் விதி வேறு எதையோ கடைப்பிடித்தது. அவரது தகனத்திற்கு பாம்பே பொருத்தமான இடமாக கருதப்பட்டது. தகவல் தொடர்புத் துறை அமைச்சர் திரு. ஜக்ஜீவன் ராம், அவரது சடலத்தை பம்பாய்க்கு எடுத்துச் செல்ல 'டங்காரா விமானத்தை' ஏற்பாடு செய்தார். இரவு 10.30 மணிக்கு விமானம் புறப்படும் என்று முடிவு செய்யப்பட்டது. இரவில். டாக்டர் அம்பேத்கரின் உடலை விமான நிலையத்துக்கு ஊர்வலமாக எடுத்துச் செல்ல டாக்டர் அம்பேத்கரின் ஆதரவாளர்கள் முடிவு செய்தனர். இதற்கான ஏற்பாடுகள் செய்யப்பட்டன. ஒரு டிரக் அலங்கரிக்கப்பட்டு அந்த டிரக்கில் அவரது சடலம் வைக்கப்பட்டிருந்தது. டெல்லியின் முக்கிய சந்தைகள் வழியாகச் சென்ற ஊர்வலம் குறிப்பிட்ட நேரத்தில் சப்தர்ஜங் விமான நிலையத்தை அடைந்தது.

டாக்டர் அம்பேத்கரின் சடலத்துடன் பம்பாய்க்குச் சென்றவர்களில் சர்வஸ்ரீ சோகன்லால் சாஸ்திரி, சங்கரானந்த் சாஸ்திரி, பிக்ஷு பவந்த் ஆனந்த் போன்ற பல குறிப்பிடத்தக்க பிரமுகர்கள் இருந்தனர். விமானம் பம்பாய்க்கு இரவு 3 மணிக்கு வந்தாலும், டாக்டர் அம்பேத்கருக்கு இறுதி அஞ்சலி செலுத்த ஆயிரக்கணக்கான ஆண்களும் பெண்களும் அங்கு கூடியிருந்தனர். அவரது தாதர், பம்பாய் "ராஜ்கிரா" வீட்டிற்கு அவரது உடல் ஊர்வலமாக எடுத்துச் செல்லப்பட்டது.

7 டிசம்பர் 1956 அன்று, டாக்டர் அம்பேத்கரின் உடல் தகனம் செய்வதற்கான ஏற்பாடுகள் செய்யப்பட்டன. அவரது இறந்த உடல் மலர்களால் அலங்கரிக்கப்பட்ட டிரக்கில் வைக்கப்பட்டு, அவரது தலைக்கு

அருகில் புத்தர் சிலை வைக்கப்பட்டிருந்தது. தூபக் குச்சிகளின் வாசனையுடன் காற்று மணம் வீசியது.

மதியம் 1:30 மணியளவில், ஊர்வலம் தொடங்கி, பம்பாய் சந்தைகள் வழியாக ஐந்து மணி நேரத்தில் தகன மைதானத்தை அடைந்தது. அதுவரை பம்பாய் போக்குவரத்து ஸ்தம்பித்தது. டாக்டர் அம்பேத்கரின் இறுதிக் காட்சியைப் பார்ப்பதற்காக ஆயிரக்கணக்கான மக்கள் ஊர்வலத்தின் வழியே ஆவலுடன் காத்திருந்தனர். அனைவரும் வெள்ளை ஆடை அணிந்திருந்தனர். அன்றைய தினம் பம்பாயில் வெள்ளை நிற வேட்டிகள் அனைத்தும் விற்றுத் தீர்ந்ததாக கூறிய இந்தக் கதை பிரபலமானது. அப்போது, டாக்டர் அம்பேத்கருக்கு இறுதி அஞ்சலி செலுத்த வேண்டும் என்ற ஆசையை மக்கள் வெள்ளை பெட் ஷீட்களை வாங்கிக் கொண்டு நிறைவேற்ற முயன்றனர்.

அவரது ஒரே மகன் யஷ்வந்த் தீபம் ஏற்றினார். பிக்ஷு பவந்த் ஆனந்த் கௌசல்யானன் பௌத்த மதத்தின்படி அனைத்து இறுதி சடங்குகளையும் நடத்தினார்.

அங்கு ஒரு சிறிய இரங்கல் கூட்டம் நடைபெற்றது. அதில், பிக்ஷு பவந்த் ஆனந்த் கௌசல்யன், ஆச்சார்யா பி.கே. ஏகே, மற்றும் தாதா சாஹுப் கெய்க்வாட் மற்றும் இரண்டு பேர் பேசினர்.

ஆச்சார்யா ஏகே தனது உரையில் மிகவும் மனதைத் தொடும் வார்த்தைகளில் கூறினார், " ஓ, சொர்க்கத்தின் கடவுள்களே! வந்து பார்! இது போன்ற ஒரு காட்சியை இனி நீங்கள் பார்க்க முடியாது."

எனவே, இந்த வழியில், ஒரு சிறந்த சமூக சீர்திருத்தவாதி, தீண்டத்தகாதவர்களை விடுவிப்பவர், சட்டமன்ற உறுப்பினர் மற்றும் தலித்துகள் மற்றும் சுரண்டப்பட்ட மக்களின் மேசியாவின் வாழ்க்கை முடிவுக்கு வந்தது.

* * *